மறக்கவே நினைக்கிறேன்

மாரி செல்வராஜ்

மறக்கவே நினைக்கிறேன்	:	கட்டுரைகள்
ஆசிரியர்	:	மாரி செல்வராஜ்
	:	© ஆசிரியருக்கு
முதல் பதிப்பு	:	ஆனந்த விகடன்
வம்சியின் முதல் பதிப்பு	:	டிசம்பர் 2019
பத்தாம் பதிப்பு	:	டிசம்பர் 2024
அட்டை வடிவமைப்பு	:	பி.எஸ். வம்சி
வெளியீடு	:	வம்சி புக்ஸ்
		19, டி.எம்.சாரோன்,
		திருவண்ணாமலை - 606 601
		9445870995, 04175 - 235806
அச்சாக்கம்	:	மணி ஆப்செட், சென்னை - 600 077
விலை	:	₹ 300/-
ISBN	:	978-93-84598-81-5

Marakkave Ninaikiren	:	Life experiences
Author	:	Mari Selvaraj
	:	© Author
First Edition	:	Aanandha Vikatan
First Edition from Vamsi Books	:	December - 2019
Tenth Edition	:	December - 2024
Wrapper Design	:	B.S. Vamsi
Published by	:	Vamsi books
		19.D.M.Saron,
		Tiruvannamalai - 606 601
		9445870995, 04175 - 235806
Printed by	:	Mani Offset, Chennai - 600 077
	:	₹ 300/-
ISBN	:	978-93-84598-81-5

www.vamsibooks.com - e-mail: vamsibooks@yahoo.com

என் ஆன்மாவின் தைரியமாக மட்டுமில்லாமல்
அது கோரும் சுதந்திரமாகவும் இருக்கும்
என் திவ்யாவுக்கு...

வாழ்க்கை தரும் தரிசனங்களோடு வரும் கலைஞன்

மாரி செல்வராஜின் மறக்கவே நினைக்கிறேன் கட்டுரைகளை ஆனந்த விகடனில் வெளிவந்தபோதே படித்தேன். தொடக்கத்தில் இருந்து படிக்கவில்லை. மூன்றாவது கட்டுரையிலிருந்துதான் படித்தேன். அந்த மூன்றாவது என்னை மாரி செல்வராஜ் பற்றி நினைக்க வைத்தது, எழுத்தில் தெரிந்த துடிப்பும் கிளர்சியூட்டும் மொழிப் பிரயோகமும் வெளி நோக்கிய பயணமும் இவர் வாசிக்கப்பட வேண்டியவர் என்று, அதிகாலையில் முதலில் கேட்கும் ஓர் ஒற்றைப் பறவையின் குரலைப்போல என் மனதில் பதிந்தது. பூனையின் 'மெத்' காலடி இன்னொரு பூனைக்குக் கேட்காதா என்ன? கேட்டது. நான் சந்தோஷம் அடைந்தேன். இந்த மொழிக்கும், மொழிக்குச் சொந்தக்காரர்களின் மனங்களுக்கும் ஈரம் சேர்க்கும் ஒரு படைப்பாளர் உருவாகி இருப்பதை இந்தக் கட்டுரைகள் எனக்கு உணர்த்தின. நீங்களும் உணர்வீர்கள்.

ஒரு வீடு எப்போது முழுமையடைகிறது என்கிறீர்கள். நான் நகரங்களின் வீடுகளைச் சொல்லவில்லை. (இவைகள் நிழல்கள்) நம் ஊர்ப் பக்கத்து வீடுகளைச் சொல்கிறேன். விடுமுறைக் காலங்களில் என் இளமைப் பருவம் என் பாட்டி வீட்டில் நிறைவுற்றது. ஓட்டுக் கூரையின் இறக்குவாட்டத்தில் மரச் சட்டத்துக்கு மத்தியில் ஒரு கூடு திடுமெனத்

தோன்றியது. தெருவின் குச்சி, குப்பை என்று எதை எதையோ எடுத்து வந்து பறவை கட்டிய கூடு எனக்கு ஆச்சரியம். கீச்கீச் என்றது அவற்றின் பேச்சொலி. அடுப்படி துடைப்பத்தை எடுத்து வந்து கூடத்தைப் பெருக்கும் பாட்டியிடம், 'உனக்குச் சிரமமா இல்லையா'? என்றேன். பாட்டி முகத்தில் எத்தனை பிரகாசம். 'கஷ்டமா சேச்சே நம் வீட்டுக்குள்ள குருவிங்க வீடு கட்டிக்கிறது நமக்குப் புண்ணியம் இல்லையா, வீடு நமக்கு மட்டுமாடா பேராண்டி? எல்லாருக்கும்தான், எல்லாத்துக்கும்தான்.' அவர் சொற்களின் ஆழமும் அகலமும் அப்போது எனக்குப் புரியவில்லை. அதுதான் இந்த மண்ணின் சாரம். மனித இனத்தின் சாரமும் கூட.

மாரி செல்வராஜின் எழுத்துக்கள் இந்தச் சாரத்தைச் சொல்லவே எழுதப்படுகின்றன. நாம் வாழும் இந்தச் சீலைப்பேன் வாழ்க்கையிலும் பல ஆயிரம் ஆண்டுகளாகத் தொடர்ந்து செயல்படும் சிடுக்குகளும் இழிவுகளும் நிறைந்த இந்த வாழ்க்கையின் ஊடாகவும் மானுட இழை ஒன்று தொடர்ந்து இருந்துவிடுகிறதே, இது எப்படி? உண்மையில் மனிதர்கள் சக மனிதர்களுக்குச் செய்யும், இத்தனை இடர்களையும் மீறி, புதிதாக ஒரு பூ பூக்கிறதே எப்படி பூக்கள் மண்ணை உறிஞ்சி வாழ்வதாகவா நினைக்கிறீர்கள் இல்லை. அவை மனிதத்தை உறிஞ்சியே வாழ்கின்றன. எதிர்காலத்தில் இந்த மண்ணில் மூன்றாவது உலக யுத்தத்தை எதிர்பார்த்து மனித குலம் இருக்கும் சூழ்நிலையில் தென்னை நீர் தருகிறதே! மல்லி மணக்கிறதே ! தாய்மார்களின் மார்களில் பால் சுரக்கிறதே! எப்படி இவை சாத்தியம்.

சாத்தியம்தான் என்கிறார் மாரி செல்வராஜ். மனிதக் கும்பலின் மத்தியில்மனிதர்கள் சிலரை அவர் நமக்கு இனம் காட்டுகிறார். அந்த மனிதர்கள் பற்றியவையே இந்தக் கட்டுரைகள். ஈர மண்ணிலிருந்து பிடுங்கி எடுத்த கிழங்குச் செடியிலிருந்து எழுமே பச்சை வாசனை,

அதுபோல வாசனையோடு ரத்தமும் சதையுமாக சகலவித ஆசாபாசங்களுடன் கூடிய மனிதர்கள். மனிதக் கவிச்சியுடன் கூடிய மனிதர்களைப் பார்த்து எத்தனை நாளாகிறது. அவர்களை அழைத்து வந்து குதூகூலத்துடன் நமக்கு அறிமுகம் செய்து வைத்திருக்கிறார். அவர்கள் நம்முடன் கைகுலுக்குகிறார்கள், அவர்களின் உள்ளங்கை ஈரத்தை நீங்கள் உணரக்கூடும். நான் உணர்ந்தேன். ஸ்பரிசம் பேச்சைவிட உயர்ந்தது அல்லவா? மனிதநேசம் ஒலி அற்ற பாஷை.

தன் வரலாறு போன்று தன் இளமைப் பருவத்து நினைவுகளைச் சொல்கிறார் மாரி செல்வராஜ். தன் வாழ்க்கை நிகழ்ச்சி என்பது தன் வாழ்க்கை நிகழ்ச்சி மட்டும் அல்லவே. தான் என்பது தனது உறவுகள். தான் நேசித்தவை. தான் பகைத்தவை. தான் விரும்பியவை. வெறுத்தவை. தன் வீடு, தன் வீட்டு வாழைக் கன்றுகள், நாய் மற்றும் பூனைக் குட்டிகள் எல்லாம்தானே! தன்னைப் பற்றி எழுதுவது என்பது தன் சமகாலத்து உலகை எழுதுவது, வாழ்வை எழுதுவது.

மாரி செல்வராஜ் ஓய்வறியாத ஒரு காதலர். எத்தனை காதலிகள்தான் அவருக்கு. தாமிரபரணி ஆற்று மணலினும் அவர்கள் அதிகமானவர்கள். காதலும் காதலிப்பதும் நல்லது. காதலில் எது ஒருவரை ஈர்க்கிறது? காதலிப்பதில் அல்ல சுகம்; தான் காதலிக்கப்படுகிறோம் என்பதில்தானே சுகம். மாரி செல்வராஜ் இந்த காதல் உயிர்ப்பில்தான் தளிர்த்து இருக்கிறார். பின்னர் அரும்பி இருக்கிறார். இப்போது பூக்கிறார். அவருடைய காதல்களில் எனக்கு கார்த்தி என்கிற கார்த்திகாவே பிடித்துப்போனாள். நான் அடிக்கடி சொல்வதை இங்கு மீண்டும் பதிவு செய்கிறேன். பால் என்பது இரண்டல்ல. பெண் ஆண் மட்டுமல்ல, மூன்றாவதாக ஒன்றும் இருக்கிறது. அது அரவாணி அல்லது அரவான்பால். கார்த்தி தன் பால் மாற்றம் கண்டதில் என்ன மனிதப் பிழை இருக்க முடியும்? அது

சேர்ந்த உடல்ரீதிப் பிழை. கார்த்திகாவுக்கு அவள் சினேகன் கொடுத்த முத்தம் கார்த்திகாவுக்கு மட்டுமானதாக நாம் கருதக் கூடாது. பால் மாற்றம் என்பது உடல் மாற்றம் மட்டுமல்ல, அது மன மாற்றம். தான் விரும்பும் பால் தேர்வு அந்த நபரின் சுதந்திரம் சார்ந்தது. அந்த முத்தம் கார்த்திகாவின் சினேகத்துக்குக் கொடுத்த முத்தமாக மட்டுமல்ல சுதந்திரத் தேர்வாகவும் வெளிப்படுகிறது. அவன் சுதந்திரம், முத்தம் மூலமாக வெளிப்படுகிறது.

அப்புறம் அந்தப் பறவைக் காதலன். மனித நேசிப்பின் நீட்சிதான் பறவை நேசிப்பும். பெண்டாட்டி மேல் வைக்கும் அன்பைத்தான் மக்கள் காதல் என்கிறார்கள், மக்கள் தப்பு செய்பவர்கள் கூடத்தானே? அந்த வாத்தியார் வானத்தையும் பறவைகளையும் பார்த்துத் திரிவது பறக்க ஆசைப்படும் மனிதன் பறக்க முடியாத மனிதன் பறவைகளில் தன்னைப் பார்ப்பதுதானே! மனிதனின் மனதுக்குள் விரியும் சிறகுதானே வெளியில் பறக்கும் பறவை.

மாரி செல்வராஜின் மிக முக்கியப் படைப்பு இது. பல உச்சமான கட்டுரைகளில் கிருஸ்துமஸ் தாத்தா மற்றும் ஜோ பற்றியது உன்னதமாக எழுதப்பட்ட அருமையான கட்டுரை. தன் இளமைப் பருவத்துக்கனவு ஒன்றைத் தேடி ஒரு கிறிஸ்துமஸ் இரவில் அவன் புறப்படுகிறான். கோயில் மெழுகு வெளிச்சத்தில் மிதக்கிறது மக்கள் வெள்ளத்தில் தன் கனவாகிய ஜோவைத் தேடித் திரிகிறான். கிறிஸ்துமஸ் தாத்தா அவனை வற்புறுத்தி கோயிலுக்குள் ஓரிடத்தில் நிறுத்தி தன் முகமூடியைக் சுழற்றிக் காட்டுகிறார். அவர் ஜோவின் கணவர், ஜோவின் தாய் மாமன். சற்று தூரத்தில் ஜோ கண்ணீர் வழிய மண்டியிட்டு வேண்டுதலில் இருக்கிறாள். நான் எப்போது கர்த்தரிடம் வேண்டினாலும் அது உன்னைப் பற்றிய பிரார்த்தனையாகவே இருக்கும் என்று அவள் ஒரு வசந்த காலத்தில் சொன்னது அவன்

நினைவுக்கு வருகிறது. இப்போதும் அப்படித்தான். ஜோ இப்போதும் அவனுக்காக வேண்டிக்கொள்பவளாக, இருக்க கண்களில் நீர் திரள திக்பிரமையோடு நிற்கிறான் அவன்.

தமிழ் இலக்கிய நெடும் பரப்பில் ஜோவின் கணவன் ஓர் உன்னதப் பாத்திரம். அந்தச் சூழலை மாரி எப்படி சொல்கிறார் என்பதை அறியுங்கள்.

மாரி எப்படி இருக்க? என்ற கிறிஸ்துமஸ் தாத்தா அப்போதுதான் தன் முகமூடியைக் கழற்றினார், எனக்கு அவரை ஏற்கெனவே தெரியும், அவர் ஜோவின் தாய் மாமா, முன்பே என்னோடு பேசியிருக்கிறார். ஒருமுறை தேநீர்கூட அருந்தியிருக்கிறார். ஜோவும் நானும் பிரியும்போது அவர்தான் சாட்சியாக இருந்தார். ஜோவை இதே சர்ச்சில் வைத்துத் திருமணம் செய்துகொண்டவரும் அவர் தான். தலையை குனிந்து கொண்டு நின்றேன் நான். என் கைகளை அழுத்தமாகப் பிடித்துக் குலுக்கி ஹேப்பி கிறிஸ்துமஸ் என்றார். கண்ணீர் முட்ட நானும் ஹேப்பி கிறிஸ்துமஸ் என்றேன், சின்னச் சிரிப்போடு முகமூடியை மாட்டிக்கொண்டு எதுவும் சொல்லாமல் கிறிஸ்துமஸ் தாத்தாவாகவே விலகிப்போனார்.

இலக்கியம் கலை எல்லாம் ஜோவின் கணவரைப் போன்ற மனிதர் களைத்தான் தேடித்தேடிப் படைத்துக் கொண்டிருக்கின்றன, (இந்தப் பட்டியலில் மதத்தைச் சேர்க்க நான் விரும்பவில்லை) இப்படியான உத்தமர்களால்தான் உலகம் நிரம்ப வேண்டும் என்று ஞானிகள் விரும்பினார்கள். ஆனால் அது அவ்வாறு நேரவில்லை. நம் தலைமுறையில் பாவத்தின் கனியைத் தின்பவர்கள் ஆண்களாக இருக்கிறார்கள். நேசத்தைப் புரிந்துகொள்ளவும் அதை கௌரவிக்கவும் அதை மகிமைப்படுத்தவும் மேன்மை கொண்ட மனிதர்களாலேயே முடியும். பெண்கள் எப்போதும் மேன்மையாளராகவே இருக்கிறார்கள்.

கட்டுரை இலக்கியம் தமிழில் இன்னும் சவலைக் குழந்தைதான். அந்தவகை இலக்கியத்துக்கு மாரி செல்வராஜ் செழுமை சேர்த்திருக்கிறார். மிகவும் கலைப்பூர்வமான எழுத்து அவருக்குக் கைவந்திருக்கிறது. இந்த நூலில் இடம்பெற்றிருக்கும் இருட்டு, நாட்டுப் பெருமாள் திருநெல்வேலி சொட்டு அக்கா முதலான பல அற்புதமான எழுத்தாக்கங்கள் தமிழில் நீண்ட நாட்கள் நினைவில் வைக்கப்பட்டிருக்கும்.

வாழ்க்கை இலக்கியம் ஆகாது. வாழ்க்கையிலிருந்து பெறப்படுவதுதான் இலக்கியம். எழுதும் கலைஞர்கள் வாழ்க்கையிலிருந்து சில தரிசனங்களைப் பெறுகிறார்கள் சில அனுபவங்களைப் பெற்றுக்கொள்கிறார்கள். கலைஞர்கள்(சினிமா, எழுத்து சார்ந்த எந்தத் துறையானாலும்) தங்கள் அனுபவங்கள் உலகுக்கு உதவும் என்று கருதுகிறார்கள். ஆகவே படைக்கிறார்கள். வாழ்க்கையின் ஊடாக, மனிதர்களின் செயல்பாடுகளின் ஊடாக கலைஞர்களின் பார்வை உள் செலுத்தப்படுகிறது. கலைஞர்கள் தாங்கள் பெற்ற கலைத் திறமையின் பயனாக இந்தப் பணியைச் செய்கிறார்கள். அந்தப் படைப்புகள் நிலைபேறடைகின்றன. மனித சமுதாயம் அடுத்த கட்டம் நோக்கி நகர்கிறது. கலை இலக்கியங்கள் மட்டுமே மனிதர்களை மனிதர்களாக்குகின்றன என்று நான் நிச்சயம் உணர்கிறேன்.

மாரி செல்வராஜ் செய்வது சாதாரணமான செயல் அல்ல. அவர் இந்தப் புத்தகத்தில் சுமார் ஐம்பது ஆண், பெண், அரவாணி சகோதரிகளைப் படைத்திருக்கிறார். அவர்களுடைய பெருமை உன்னதம் மனிதத்தனம் அனைத்தையும் வாசகர் முன் வைத்திருக்கிறார் தன் வரலாறு சார்ந்தவை என்பதால் தன்னை மிகுத்துச் சொல்லவில்லை அவர். பல சமயங்களில் தன் குற்றங்களை மறுபரிசீலனையும் செய்துகொள்கிறார். இதுதான் நேர்மை.

இந்தப் புத்தகத்துக்குள் நீங்கள் பிரவேசிக்கும்போது தமிழின் முக்கிய ஆளுமையோடு உரையாடுகிறோம் என்பதை உணர்வீர்கள். நான் அப்படித்தான் உணர்ந்தேன். ஒரு நல்ல கலைஞனை அறிந்துகொள்வது என்பது, நம்மை நாம் அறிந்துகொள்வது என்றே அர்த்தம். அறிந்து கொள்வோம்.

-பிரபஞ்சன்.

திறந்த மனதோடு பேசும் குறிப்புகள்

தாமிரபரணியில் கொல்லப்படாதவர்கள் என்ற சிறுகதை நூல்தான் மாரி செல்வராஜின் முதல் நூல். அந்தத் தொகுதியின் கதைகள் அளித்த அதிர்ச்சியில் இருந்து இன்னமும் நான் மீளவில்லை. ஏனெனில் தாமிரபரணியில் கொல்லப்படாதவர்களில் நானும் ஒருவன். ஏன் நீங்களாக் கூட இருக்கலாம். நம் எல்லோருக்கும் அப்படி ஒரு வாய்ப்பு உண்டு. சாதியாக, மதமாக, இனமாக, மொழியாக, பாலினமாக தாமிரபரணி ஓடிக்கொண்டு இருக்கிறது. ஒரே ஒரு நூலிழையில் அதன் கொடும் சீற்றத்தில் இருந்து தப்பி ஆயுள் முழுவதும் உயிர் பயத்தோடு நாம் வாழ்ந்து கொண்டிருக்கிறோம். நான் தாமிரபரணியின் கரைகளில் பிறந்திராவிட்டாலும் பாலாற்றின் கரையில் பிறந்து வளர்ந்தவன். கங்காசரத்தின், தேன்மலையின் உள்ளங்கைகளில் இருந்து குதித்தோடி வரும் காட்டாற்றின் கரைகளில் இருக்கும் பாடசாலைகளில் பயில்பவன். நதிகள் பேசும் மொழி எனக்குத் தெரியும். நதிக்கரைகளின் நாகரிகத்தை மட்டுமல்ல அவற்றின் அநாகரிகத்தையும் அறிவேன்.

உங்களின் திசையெங்கும் சுவர்கள் கொண்ட கிராமக் கதையின் ஞாபகத்தோடு என் கதைத் தொகுதியை உங்களுக்கு அனுப்பி இருக்கிறேன் என்று மாரி செல்வராஜ் எழுதியிருந்த மின்னஞ்சல் கடிதம்தான் அந்தத் தம்பியை முதன்முதலாக அறிமுகம் செய்வித்தது.

அதற்குப் பின்னர் இரண்டு இலக்கிய விழாக்களில் அவரைப் பார்த்தேன். தாமிரபரணியில் கொல்லப்படாதவர்கள் தொகுப்புக்கும் தனக்கும் சம்மந்தமே இல்லாதது போலத் தெரிந்தார். மௌன உருவாக இருந்த அவரைப் பார்த்தபின் அந்தத் தொகுதியின் கதைகள் என்னுள் மேலும் உக்கிரம் கொண்டுவிட்டன. நினைவுக் குறிப்புகள் போன்ற பிரமையை முதல் வாசிப்பில் தந்தாலும் படித்து முடித்ததும் ஒரு சிறுகதையாகத் தோற்றம் கொண்டுவிடும் மாயத்தை அந்தத் தொகுப்பின் கதைகள் வைத்திருந்தன. தன் நினைவில் கொதிக்கும் பால்யத்தை அதே கொதிநிலையோடு படிக்கத் தந்திருந்தார் மாரி. அந்தத் தொகுதியைப் படித்து முடித்ததும் தன் பால்யத்தை உக்கிரமாக சொன்ன யூமா வாசுகியைப் (ரத்த உறவு) போன்ற வெகு சிலரின் பட்டியலில் மாரி செல்வராஜூம் என்னுள் சேர்ந்துகொண்டார் அந்தக் கதைகளில் வரும் பக்காஸ் ஸ்டாலின், செண்பகவல்லி, வசந்தி, நிறை பசு, கதிரேசன் என்று எத்தனையோ மனிதர்கள் உள்கிடந்து வதைத்தாலும் தீயில் கருக்கப்பட்ட தாய்ப் பன்றியின் கருகிய காம்புகளைப் பாலுக்காக முட்டும் பன்றிக் குட்டிகளின் வேதனையை மறக்கவே முடியவில்லை.

இப்போது அவரின் மறக்கவே நினைக்கிறேன் தொகுப்பு அணிந்துரைக்காக என் மேஜையில் இருக்கிறது. ஆனந்த விகடன் இதழில் முப்பத்தோரு வாரங்களாக வந்த இந்தத் தொடர் மாரி செல்வராஜின் முதல் நூல் ஏற்படுத்திய அதே அதிர்வைத்தான் என்னுள் ஏற்படுத்தியுள்ளது. தன் பால்ய நினைவுகளை அவர் நம்மிடம் சொல்வதற்கு ஒரு மிகுபுனைவுத் தன்மையைக் கைக்கொண்டால்கூட, அவர் ஒவ்வொரு கதையிலும் (சம்பவம்) எளிதில் கடந்து போக முடியாத உண்மையை வைத்துவிடுவதால் வாசிக்கும் நம்மைச் சலனப்படுத்தி அங்கேயே நிறுத்திவிடுகிறார். அவர், முன் வைக்கும் உண்மைகள் நாம் என்கிற பொது மனம் பார்க்கத் தவறிய அல்லது பார்த்திராத உண்மைகள். எந்த ஒரு முகாந்திரமும் இன்றி ஜாதிய

உணர்வு சக மனிதனை அவமானப்படுத்தத் துணியும். அரசு எந்திரம் அதிகாரத் திமிரோடு குடிமக்களை நசுக்கும். அரவாணிகளை அவமதிக்கிறது நமது சமூகம். பெண் தோழமையின்றி வளர்க்கப்படும் ஆண்கள் மூர்க்கமானவர்களாக மாறுகின்றனர். பசி கொடியது. இப்படிப் பல உண்மைகள். இந்தியாவில் பால்யம் எல்லோருக்கும் பொதுவானதில்லை. வீடற்று நடைபாதையில் வசிக்கும் குடும்பத்தின் ஒரு சிறுவனுக்கும் சிறுமிக்கும் நாம் வழங்கும் பால்யம் கொடூரமானது. சேரிகளில் வாழும் குழந்தைகளின் குழந்தைப் பருவத்தைப் பொது மனம் கற்பனை செய்ய முடியாது. கிராமத்தில் வாழும் ஒரு வளர் இளம் பருவத்தினருடைய அனுபவமும், நகரத்தில் வாழ்பவரின் அதே அனுபவமும் ஒன்றல்ல. அமெரிக்கச் சிறார் பள்ளிகளில் (youth centers) இருக்கும் குற்றச் செயல்களில் ஈடுபட்டதாக வெள்ளைச் சட்டங்களால் தீர்ப்பளிக்கப்பட்ட சிறார்களில் 99% பேர் ஆப்ரோ அமெரிக்கர்களே. ஜாதியப் பாகுபாடு, நிற வேற்றுமை, வர்க்க வேற்றுமை, பாலின வேறுபாடு என்ற சாத்தான்கள் அனைவருமே ரத்தம் குடிப்பதில் சளைத்தவர்களல்லர். மாரி செல்வராஜின் ஒவ்வொரு பதிவைப் படிக்கிற போதும் நம் மனதில் இந்த எண்ணம் மேலெழுந்து வந்துபோகிறது.

மாரி செல்வராஜின் இந்தப் பதிவுகள் அவர் வாழ்வின் இருண்ட பக்கங்களை மட்டுமே சொல்லவில்லை. இளமைக்கே உரிய அசட்டுத் தனங்களை, தவறுகளை, பள்ளி அனுபவங்களை, நட்பை, காதலை, காமத்தை, வினோத அனுபவங்களை, அன்பைச் சொல்லியபடியே போகின்றன. இத்தனை பன்முகம் கொண்ட அனுபவங்கள் எல்லோருக்கும் கிடைப்பதில்லை. குறிப்பாக நகர்ப்புற இளைஞர்கள் இவரின் பதிவுகளைப் படிக்கிறபோது தமது ஏக்கப் பெருமூச்சொன்றை விட்டபடி தமது வாழ்வின் போதாமையை நிச்சயம் உணர்வார்கள். மாரி செல்வராஜின் நினைவுக் குறிப்புகள் பலவித மனிதர்களால் நிரம்பி

வழிகின்றன. அவர் தன் நினைவுப் பகிர்வில் அறிமுகம் செய்துவைக்கும் மனிதர்கள் எல்லோரும் எளிய மனிதர்களே. அடிநிலை வாழ்வு கொண்டவர்களே. தம்மளவில் அவர்கள் இயல்பானவர்களாகவும், அன்பு நிறைந்தவர்களாகவும் இருக்கின்றனர். பாவைக்கூத்துக்காரரையோ, ஸ்டீபன் சுந்தரம் வாத்தியாரையோ, எஸ்தர் அக்காவையோ, சொட்டு அக்காவையோ, சின்னகுப்பை மாமாவையோ, அவ்வளவு எளிதில் மறந்துவிட முடியவில்லை. மாரி செல்வராஜின் இந்தக் கதைகளில் ஆண் பாத்திரங்களுக்கு நிகராகப் பெண் பாத்திரங்கள் எண்ணிக்கையிலும், ஆளுமையிலும் வருகின்றனர். சொல்லப்போனால் பெண் பதிவுகள் மிகவும் அழுத்தமானவையாக இருக்கின்றன.

எளிய மனிதர்களைப் பற்றிய பதிவுகள் மட்டுமல்ல, விலங்கினங்கள் குறித்த பதிவுகளிலும் தனித்துவம் மிளிர்கிறது. ராஜி பூனையைப் பற்றிய பதிவு உலுக்கியெடுக்கக் கூடிய ஒன்று. தகழியின் முதல் சிறுகதை ஒரு நாயைப் பற்றியதே. வீட்டைச் சூழ்ந்துவிடும் வெள்ளத்துக்குத் தப்பி பரிசலில் போய்விடும். எஜமானனின் குடிசைக்குள் வரும் முதலையுடன் போராடி அதற்கு இரையாகிறது. அந்தக் கதையைப் படித்ததும் உண்டாகிடும் ஒரு மனப் பிசைவை ராஜி பூனையின் மரணம் நமக்குத் தந்துவிடுகிறது.

மாரி செல்வராஜின் இந்த அனுபவப் பதிவுகள் நம்மை ஈர்ப்பதற்கு காரணம் ஒளிமறைவற்ற தன்மையும், நேர்மையும் என்று தோன்றுகிறது. அனுபவங்கள் அனுபவங்களே. அவற்றில் மறைப்பதற்கு என்ன இருக்கிறது? அனுபவங்களை நமக்குத் தர சமூகம் கூச்சப்படுவதில்லை. அப்படியிருக்க அவற்றைச் சொல்வதில் என்ன தயக்கம் வேண்டியிருக்கிறது? நுட்பமாகப் பார்த்தால் பொதுவில் சொல்லத் தயங்கும் பல அனுபவங்களில்தான் ஒரு சமூகத்தின் உண்மை முகம் ஒளிந்திருக்கிறது

மாரி செல்வராஜ் அதைத் தெளிவாகப் புரிந்து வைத்திருக்கிறார். அதனால்தான் அவரால் சொட்டு அக்காவைப் பற்றி எழுத முடிகிறது . சின்னகுப்பை மாமாவைப் பற்றிச் சொல்ல முடிகிறது. ரயிலில் விழுந்து சாகும் செல்வலட்சுமி, விஷம் குடித்துச் சாகும் கருப்பு முத்தையா ஆகியோரின் கதைகள் மிகப் பூடகமானவை. அதை அத்தனை நுட்பமாகச் சொல்லியிருக்கிறார் மாரி. இதைப் போன்ற மற்றொரு நுட்பமான அவதானிப்பு ஆண்கள் பள்ளியில் படிக்கும் பையன்கள் மன நிலையைத் துல்லியமாகச் சொல்வது. பெண் வேடமிட்டு ஆடும் சம்படி ஆட்டக்காரனின் துகிலுரியப்பட்ட மனநிலை. ஆண் மனதிலிருக்கும், அவமான உணர்வையும் கலைஞனின் மனம் அடையும் அவமான உணர்வையும் ஒருசேரச் சொல்லும் அபூர்வமான ஒரு சித்தரிப்பு என்பேன். மாரியின் பெண் பாத்திரங்கள் குறிப்பாகத் தோழிகள், வண்ணநிலவனின் பெண் பாத்திரச் சாயல்களைக் கொண்டிருக்கிறார்களோ என்று தோன்றுகிறது. ஆனால், அவர் தன் நினைவுக் குறிப்புகளில் கல்யாண்ஜியையும் விக்ரமாதித்தனையும், பாலு மகேந்திராவையும், என்னையும் குறிப்பிடுவதுபோல் அவரைக் குறிப்பிடவில்லை. அந்தப் பெண் தோழமைகள் அத்தனை அன்புடனும் காதலுடனும் இருக்கின்றனர். கிறிஸ்துமஸ் பற்றிய நினைவுப் பகிர்வில் ஜோவின் தாய்மாமன் வழியாகவும் வண்ணநிலவனுக்கு பவ்யமான ஒரு வணக்கத்தைச் சொல்லிவிட்டுக் கடந்துபோகிறார் மாரி செல்வராஜ். அந்தக் கதையைப் படித்தபோது எனக்கு கடல்புரத்தில் நாவலும், பிலோமியும்தான் மனதில் வந்துபோயினர். திருநெல்வேலி எழுத்துப் பிதாமகர்கள் காட்டாத ஊர்களையும், மனிதர்களையும் காட்டித் தனித்து நிற்கிறார் மாரி. மாரி செல்வராஜுக்கு லாகவமாகக் கதை சொல்ல வருகிறது. சின்னப் பொறியான சம்பவத்துள்ளும் ஒரு விஸ்தீரணத்தைப் பொதிந்து வைக்கிறார். மிகை யதார்த்தக் கதை சொல்லல் என்று சில இடங்களில் தோன்றினாலும் உக்கிர சப்தத்துக்கும்,

ஆதூரத்துடன் அழும் கதறலுக்கும்தான் மனங்களை அசைக்கும் வல்லமை இருக்கிறது என்ற உண்மையை நாம் தள்ளிவிட முடியாது. மாரி செல்வராஜ் திரைப்படத்துறையில் இருப்பவர், அதனால் எழுத்தில் அந்தத் துறைக்கென அமையும் மன அமைப்பின் வெளிப்பாடு தவிர்க்க முடியாமல் வருகிறது. மேலும் ஆனந்த விகடன் போன்ற பல்லாயிரத்தோர் படிக்கும் இதழின் பக்கங்களில் எழுதும்போது சுவாரசியத்தைக் கூட்ட வேண்டும் என்ற யுக்தியையும் புரிந்துகொண்டே அவர் எழுதியுள்ளார்.

ஒரு கதையோ, அனுபவப் பகிர்வோ, புனைவின் பெரும் பக்கங்களென எதுவாயினும், எழுதுபவனின் தனி மனித அனுபவத்தைப் பொதுவாக்கி பிறருக்குக் கடத்துவதில்தான் வெற்றி அடங்கியிருக்கிறது. அனுபவச் சுவர்களைக் கறாராகவும் உறுதியாகவும் ஏற்படுத்தி வைத்திருக்கும் இந்தியாவில் தனி அனுபவத்தைப் பொது அனுபவமாக மாற்றுவது எழுத்தாளனின் முன் வைக்கும் பெரும் சவால். மாரி செல்வராஜ் அந்தச் சவாலைத் துணிவுடன் எதிர்கொண்டு தடைச்சுவர்களை வன்மையாக அசைக்கிறார். ஒவ்வொரு பதிவையும் படித்து முடிக்கும்போது மனம் ஏதேனும் ஒரு வகையில் தாக்கமடைந்துவிடுகிறது. இது அவரின் சொல்முறைக்கும் எழுத்துக்கும் கிடைத்த வெற்றியாகவே தோன்றுகிறது.

புதிய தலைமுறையினரின் உக்கிரமான கதைசொல்லியைக் கண்டுபிடித்து களம் அமைத்துத் தந்திருக்கிறது ஆனந்த விகடன். இதே வேகத்தோடு இயங்கினால் அடுத்த பத்தாண்டுகளில் மாரிசெல்வராஜின் குரல் தமிழ் இலக்கியத்தின் தவிர்க்க முடியாத குரல்களில் ஒன்றாக இருக்கும் என்பதில் எனக்கு எந்த ஐயமும் இல்லை.

அழகிய பெரியவன்

முதலில் இந்தப் பெருநகரத்தில் மாரிசெல்வராஜ் என்கிற என் பெயரை முன் வைத்து நிகழ்த்தப்படும் அத்தனைக்கும் அவர் ஒருவரே காரணமென யாவரும் இப்போதும், எப்போதும் அறிந்து கொள்வீர்களாக ! ஆம். இயக்குநர் ராம் என்ற அந்த ஒற்றைச் சொல் குவிமையத்தின் தீராப் பிரியத்திலிருந்துதான் எழும்புகிறது என் மேல்நோக்கு விசை.

அத்தனையையும் அப்படியே சொல்லிவிடுகிற இந்த தைரியம் எங்கிருந்து எப்படி வந்ததென்று தெரியவில்லை. அம்மாவிடமிருந்தோ அப்பாவிடமிருந்தோ வந்திருக்க வாய்ப்பில்லை. அவர்கள் ரொம்ப நாட்களாக வறுமையின் குழிக்குள் வாழ்ந்தவர்கள். அண்ணன்கள் அக்காவிடமிருந்தும் வந்திருக்க வாய்ப்பில்லை, காரணம் அவர்கள் அதிகாரத்தின் உள் நாக்குகள் நீட்டும் அச்சத்தின் அடியில் பிழைத்துக் கிடப்பதற்காக விடுதலையின் பிரார்த்தனைகளோடு வாழப் பழகிக் கொண்டவர்கள். அப்புறம் யாரிடமிருந்துதான் இந்த அசட்டு தைரியம் எனக்கு வந்து நேர்ந்திருக்கும் என்று நின்று யோசித்தால், எத்தனையோ நேரங்களில் என்னைப் பரிபூரணமாக உள்ளங்கைகளில் வைத்து நேசித்த எத்தனையோ பெண்களிடமிருந்துதான் அது வந்திருக்க வேண்டும்

என்று நிச்சயமாக நம்புகிறேன். அவர்கள்தான் என்னைப் பேசச் சொல்வார்கள், உனக்குத் தெரிந்தது எல்லாவற்றையும் இன்றே சொல்லிவிடு என்று கன்னத்தில் கை வைத்தபடி என்னை உற்றுப் பார்த்துக்கொண்டு இருப்பார்கள். அவர்களை மயக்குவதற்காக உலகங்களை உருவாக்கத் தொடங்குவேன். அடுத்த நொடி அவர்களை ஆச்சர்யத்தில் மூழ்கடிக்கக் கடவுள்களை சிருஷ்டிப்பேன். கண்ணுக்கு முன்னே அவ்வளவு நெருக்கத்தில் கடவுளைக் கண்ட அச்சத்தில் அவர்கள் முன் ரொம்பநாட்களாக நீண்டு மலைப்பாம்பைப் போல நெளிந்துகொண்டிருக்கும் காலத்தை நினைத்து கண்ணீர் வடிக்க அந்த ஈரத்தை அப்படியே உறிஞ்சி இன்னும் வெடித்து அழத் தொடங்காத அவர்களின் அழகான உதடுகளுக்கான கவிதைகளை எழுதி அவர்களிடமே நீட்டுவேன். எந்த நிபந்தனையும் இல்லாமல், எந்த விதிகளும் இல்லாமல், எந்த எதிர்பார்ப்பும் இல்லாமல் அப்போது, அந்த நொடியில் எனக்குக் கிடைத்த அவர்களின் கன்னி முத்தங்கள்தான் என் ஆன்மாவின் தைரியம்.

ஆன்மாவின் தைரியமென்றால்... அது பிரியத்தின் தைரியம். நட்பின் தைரியம், காதலின் தைரியம், காமத்தின் தைரியம், கடவுளின் தைரியம், நிச்சயமாக உண்மையின் தைரியம் என அது விரிக்கும் வானம் இன்னும் அகலமானது. அப்படி ஓர் அகலமான வானத்தின் கீழ் நின்று வாழ ஆசைப்படுகிறவர்கள்தான் நானும் என் மனிதர்களும். அப்படிப்பட்ட நாங்கள் உங்கள் பார்வைக்கு அநாதைகள்போல, பைத்தியக்கரார்கள்போல,ஊமைகளைப் போல,உருப்படாதவர்களைப் போல, கையாலாகாதவர்களைப் போல, ஊனமுற்றவர்களைப்போல தோல்வியுற்றவர்களைப்போல ஆகக் கடைசி அவசியமற்ற மனிதர்களைப்போலத் தெரிவதற்கான புரிந்துகொள்வதற்கான சத்தியங்களைத்தான் இந்தப் பகுத்தறிவுச் சமூகம் உங்கள் முன் பரப்பி வைத்திருக்கிறது என்பதும் இருந்ததில்லை. தவிர்க்க முடியாத

பார்வைகளால் நாங்கள் உங்களிடம் கோருவது... முடிந்தால் எங்களைப் புரிந்துகொள்ளுங்கள். பிரியம்கொள்ளுங்கள், மன்னித்துக்கொள்ளுங்கள், கூச்சமில்லை எனில் ஒரு முறை முத்தமிட்டுக் கொள்ளுங்கள் என்பதைத் தாண்டி வேறு எதுவுமில்லை.

விகடனில் மறக்கவே நினைக்கிறேன் ரா. கண்ணன் சார் சொன்ன தலைப்பு. எந்தக் கல்லறையின் குழிலிருந்து எந்தச் சிலுவையின் உளியிலிருந்து இந்தத் தலைப்பை எடுத்து வந்து என்னிடம் கொடுத்தாரென்று எனக்குத் தெரியவில்லை. அவர் நம்பிக் கொடுக்க, உள்ளங்கையில் பெரிய கர்வத்தோடு வாங்கிய பின்தான் தெரிந்தது அவை என் நினைவுப் பறவையின் சின்னஞ்சிறு சிறகுகள் என்று. இந்தா வைத்துக்கொள். பற. பற, பற, இதைத் தவிர வேறெதுவும் சொல்லாத ரா,கண்ணன் சாரின் பிரியத்தின் சாத்தியம்தான் இந்தத் தொடர் என்று நான் நெகிழும் தருணத்தில், அவ்வளவு அகலமான வானத்தில் பறக்க யத்தனித்த சிட்டுக்குருவிக்கு பிரியத்துடன் வழிகாட்டிய பிரமாண்ட நட்சத்திரங்களாக என்னை வாழ்த்தி ஆசீர்வதித்த திரு. வண்ணதாசன். திரு. பிரபஞ்சன். திரு. ச. தமிழ்செல்வன், திரு. கலாப்பிரியா, திரு. எஸ். ராமகிருஷ்ணன், திரு. அழகிய பெரியவன், திரு. ஆதவன் தீட்சண்யா, திரு. இமையம் ஐயா, திரு. அப்பா பாமரன், திரு. பழனி பாரதி, திரு. நா. முத்துகுமார். திரு. சுகா, நீயா நானா திரு. ஆன்டனி, பிரியத்துக்கு உரிய அண்ணன்கள் திரு.யுகபாரதி திரு. ராஜுமுருகன். பிரியத்துக்கு உரிய அக்காக்கள் தமிழச்சி தங்கப்பாண்டியன், சுமதிராம், இவர்களின் பிரியத்துக்கு நிகராக வந்து குவிந்த அத்தனை வாசகர்களின் பிரியத்துக்கும் என் அன்பு எல்லா நாளும் சொல்லப்பட வேண்டியது.

தொடர் வந்தபோது அதற்காகப் பெரும் பிரியத்துடன் மெனக்கெட்ட நண்பர் திரு.கி. கார்த்திகேயன், திரு, கதிர்பாரதி, திரு. பாண்டியன் மற்றும் விகடன் குழுமத்துக்கும், என் ஆன்மாவின்

தைரியத்தை அப்படியே ஓவியமாக்கிய பிரியமான திரு. ஸ்யாம், இதைப் புத்தகமாக கொண்டுவரும் விகடன் பதிப்பகத்துக்கும் திரு. திருமாவேலன் சாருக்கும் என் நன்றி நிச்சயம் அவ்வளவு பிரியத்துடன் சொல்லப்பட வேண்டியவை. விடிகிற வியாழன் முதலில் சேலத்தில்தான் விடிவதுபோல முதல் ஆளாகப் படித்துவிட்டு நெகிழும் மங்கையம்மா, சொர்ணா குட்டி எல்லாவற்றுக்கும் என்னுடனே இருக்கும் நண்பன் ஆனந்த், அன்பை மட்டும் எதிர்பார்க்கும் அண்ணன் அருண் சொக்கன், செல்லத் தம்பி ராமமூர்த்தி, மற்றும் சக உதவி இயக்குநர்களாக இல்லாமல் என் ஒரே குடும்பமாக மாறிவிட்ட சூர்யபிரதமன் பிரபு, ஹஜீன், அமுதவன், அஞ்சனா, அனு, சே குவேரா எல்லோருக்குமே என் அன்பும் நன்றியும் எப்போதும்...

மறக்கவே நினைக்கிறேன் தொடருக்கு வாசகர்களால் விரிந்த வானம் நான் நிமிர்ந்து பார்க்க முடியாதது. சக மனிதனின் பிரியத்தை வாங்குவதற்கு புறக்கணிப்போ புலம்பலோ, அரவணைப்போ அருவருப்போ 'உண்மையை மட்டும் சொல்' என்று உணர்ந்துகொண்ட நாட்கள் அவை. சொன்னவை எல்லாமும் நிஜமா? எதற்காக இவ்வளவு நிஜத்தை இவ்வளவு அப்பட்டமாகச் சொல்ல வேண்டும்?

வேறு எதற்காகச் சொல்லப்போகிறேன். புரிந்துகொள்ளுங்கள் பிரியம் கொள்ளுங்கள் மன்னித்துக் கொள்ளுங்கள் கூச்சமில்லை எனில் ஒரு முறை முத்தமிடுங்கள். ஏனெனில் இங்கு நான் என்பது எல்லாவற்றையும் ஒப்புகொண்ட நாங்கள் மட்டுமில்லை எதையும் சொல்லாமலிருக்கும் உங்களையும் சேர்த்துதான்.

மாரிசெல்வராஜ்

மாரி செல்வராஜ்

பெற்றோர் செல்வராஜ் - பாப்பா. பிறந்த தேதி 7.3.1984. தூத்துக்குடி மாவட்டம் புளியங்குளம் கிராமத்தைச் சேர்ந்தவர். சட்டக் கல்லூரியில் படிப்பு.

முதல் சிறுகதைத் தொகுப்பு தாமிரபரணியில் கொல்லப்படாதவர்கள் தற்போது சினிமா இயங்குநராக இருக்கிறார்.

"பைத்தியத்திற்கும் எனக்கும் உள்ள வேறுபாடு நான் பைத்தியம் இல்லை என்பது மட்டுமே"

டாலியின் டைரி குறிப்பில் இருந்தது...

அடுத்தவரின் டைரியை அவருக்குத் தெரியாமல், அவருடைய அனுமதி இன்றி அத்தனை பிரியத்துடன் படிக்க விரும்புபவர் ஒரு மனநோயாளியா? அப்படி எனில், அடுத்தவர்களுக்குத் தெரியக்கூடாது என தான் நினைக்கும் தன் குறிப்புகளை ஒரு காகிதத்தில் எழுதி வைத்துக்கொண்டு, தினமும் தனியாக அதைப் பார்ப்பதும், படிப்பதும், அதை ஒளித்து வைப்பதும்கூட ஒருவகை மனநோய்தானே. எது எப்படியோ, எனக்கு அந்த மனநோய் இருந்தது.

'முட்டாள்... அடுத்தவரின் டைரியைப் படிக்காதே...'

'நண்பா... வேண்டாம் படிக்காதே'

'Please don't read this...'

முன் அட்டையில் இப்படிப்பட்ட வாசகங்களை எழுதியிருந்த டைரிகளைத்தான் நான் ரொம்பவே விரும்பிப் படிப்பேன்.

ஆப்பிள்பழமோ, ஆனந்தவிகடனோ அதை எங்களுக்கு அண்ணன்தான் அறிமுகப்படுத்துவான். டைரியையும் அவன்தான் அறிமுகப்படுத்தினான். அப்போது அண்ணன் நடன் காட்டில் உள்ள தங்கம்மை ஆச்சியின் குச்சிலுக்குள் தங்கி, தூத்துக்குடி வ.உ.சி. கலைக் கல்லூரியில் படித்துக் கொண்டிருந்தான். எப்போதாவது பள்ளி விடுமுறைக்கு தங்கம்மையின் குச்சிலுக்குச் செல்லும் நான், அங்கு இருக்கும் அண்ணனின் தகரப் பெட்டியையும், பழைய சூட்கேசையும் உருட்டிப் புரட்டுவேன். கலர் கலராக... புதுசு புதுசாக புதிய ஏற்பாடு, பழைய ஏற்பாடு, பைபிள்கள் மாதிரி புதுப்புது வடிவங்களில் புதுநோட்டுகள் இருக்கும்.

‘ என் டைரிய எடுத்துப் படிச்சியால?’ என என் உச்சிமுடியைச் சிக்கென்று பிடித்துக்கொண்டு உரலில் மாவாட்டுவது போல ஆட்டியபடி அண்ணன் கேட்டபோதுதான் எனக்குத் தெரிந்தது. நான் திருடிப் படிக்கும் அந்த நோட்டுகளின் பெயர் டைரி என்று.

டைரியைப் படித்தால் ஏன் இப்படி அடிக்கிறார்கள்? ஒரு காகிதத்தில் ஒன்றை எழுதினாலே, அது இன்னொருவர் படிப்பதற்குத்தானே. சினிமாவில்கூட டைரி எழுதியவர் அதை அவரே படிப்பதாக ஒரு போதும் ஒரு காட்சியில்கூட காட்டியதில்லையே. யாரோ ஒருபோலீஸ் அதிகாரியோ, அல்லது எழுதியவரின் நண்பனோ, மனைவியோ, காதலியோதானே படிப்பதாகக் காட்டுகிறார்கள். பிறகெதுக்கு அண்ணன் இந்த அடி அடிக்கிறான்?

அதுவரை, ‘நண்பா படிக்காதே’ ‘முட்டாள் படிக்காதே ’ என்று முதல் பக்கங்களில் எழுதியிருந்த அண்ணன், நான் டைரியைப் படிக்கத் தொடங்கிய நாட்களிலிருந்து ‘மாரி வேண்டாம். சொன்னாக் கேளு... படிச்ச... அடி பிச்சிருவேன்’ என்று முதல் பக்கத்தில் எழுதிவைத்து விட்டுத்தான் அடுத்தடுத்த பக்கங்களில் எழுதத் தொடங்கியிருப்பான்.

ஆனால், டைரியைத் தூக்கிக் கொண்டு குருட்டுமலைக்கோ, சானாமேட்டுக்கோ, ரயில் ரோட்டுக்கோ, ஆச்சிமுத்தா கோயில் ஆலமரத்துக்கோ, குட்டிப்பறம்புக்கோ போய்விடுவேன்.

இன்று கிழவி தங்கம்மையை நான் திட்டியிருக்கக் கூடாது. அதுக்காக பேரீச்சம்பழக்காரனிடம் என் புக் எல்லாத்தையும் தூக்கிப்போட்டா, அவளத் திட்டாம என்ன பண்றது? ரொம்பத் திட்டிட்டேன். மன்னிச்சிரு தங்கம்ம.. இனிமே அப்படிப் பண்ணாத.

இன்று பெருமாள் கோயில் மலையில் அவளுக்காகக் காத்திருந்தேன். அவள் வரவேயில்லை. ஆனால் மழை வந்தது. வந்த மழையை அவளாக நினைத்து நனைந்து சொட்டச்சொட்ட வீடு வந்தேன்.

உலகம் வெற்றிபெற்றவர்களையே பாராட்டுகிறது. விளக்கம் கூறுகிறவர்களை அல்ல இப்படி எழுதியிருக்கும் அண்ணனின் டைரியின் பக்கங்களைப் புரட்டிக்கொண்டு போனால், அதில் அதிகப் பக்கங்களில் நான் ஆச்சரியப்பட்டுப் படிக்கும் அளவுக்கு என்னைப் பற்றித்தான் எழுதியிருப்பான்.

இன்று தம்பி மாரி 'அதாண்டா இதாண்டா அருணாச்சலம் நாந்தாண்டா' பாடலுக்கு ஆடிக் காட்டினான். அவ்வளவு சந்தோஷமாக இருந்தது. சேர்ந்திருந்த கவலைகள் எல்லாம் அவன் ஆடிக் கிளப்பிய புழுதியில் பறந்ததைப் போல் இருந்தது.

இன்று எனக்கே வலிக்கும் அளவுக்குத் தம்பி மாரியை அடித்து வெளுத்துவிட்டேன். எனக்கு அவனை மட்டும்தான் அவ்வளவு பிடிக்கிறது. இருந்தாலும், இந்தச் சின்ன வயதில் அவன் செய்யும் ஒவ்வொரு செயலும் அவனைக் கொன்றுபோட்டுவிடலாம்போல் இருக்கிறது. மூன்று நாட்களுக்கு முன் பள்ளியை கட் அடித்துவிட்டுப்

படத்துக்குப் போனவன், நேற்று என் பையில் இருந்து 50 ரூபாய் திருடியிருக்கிறான். அவன் திருடினான் என்பதற்காக மட்டும் அவனைத் தெருவில் முட்டிபோட வைத்து, கையிரண்டையும் தூக்கச் சொல்லி அடித்து தண்டனை கொடுக்கவில்லை. அந்த 50 ரூபாய் இருப்பதாக நினைத்து பஸ்ஸில் ஏறி நான் பணம் இல்லாமல் அவமானப்பட்டு, வந்த வெறி என்னை அப்படிச் செய்ய வைத்துவிட்டது. படிக்கும்போது எனக்கு அழுகை முட்டிக் கொண்டு வரும். இனிமேல் தவறே செய்யக் கூடாது என்று முடிவெடுப்பேன். ஆனால் நான் செய்வதில் எது தவறு எது சரி என்று எனக்கே தெரியாதே.

சின்ன அண்ணனின் டைரிகளைப் படிப்பது என்பது ஒரு கிறுஸ்துவ காமிக்ஸ் கதையைப் படிப்பதுபோல அவ்வளவு நகைச்சுவையாக இருக்கும். டைரியின் முதல் பக்கத்திலேயே அவன் எனக்குச் சிரிப்பை வரவழைத்து விடுவான். ' சாத்தான்... போதும் அடுத்த பக்கத்தைப் புரட்டாதே. புரட்டினால் உன் தலை சுக்குநூறாக உடைவதாக இயேசுவின் மீது ஆணையிடுகிறேன் என்று எழுதி வைத் திருப்பான்.அவன் என்னைத்தான் சாத்தான் என்கிறான் என்பதால், அவ்வளவுஞசிரிப்பு வரும். எனக்குத் தெரிந்து அவன் ஒருவன்தான் டைரியைப் புனைப்பெயரில் எழுதியவன்.

இயேசுவின்மீது உள்ள பிரியத்தால் தாவீதுராஜா என்ற பெயரில் தான் டைரி எழுதுவான். டைரி எழுதுகிறேன் என்ற பெயரில் டைரியின் அத்தனை பக்கங்களிலும் அவன் இயேசுவுக்குக் கடிதம்தான் எழுதி வைத்திருப்பான். இருந்தாலும், அவனுக்கும் ஒருநாள் பெரிய அண்ணனிடம் இருந்து அடி கிடைத்தது. அப்படி அவன் அடி வாங்கிய அன்றுதான் அவன் டைரி எழுதுகிறான் என்றே எனக்குத் தெரியவந்தது.

அண்ணனுக்கு என்ன பைத்தியம் பிடித்துவிட்டதா, டைரியைப் படித்தாலும் அடிக்கிறான். டைரி எழுதினாலும் அடிக்கிறானே என்று

நான் யோசித்துக்கொண்டு இருக்கும்போதுதான், அண்ணன் சின்னஅண்ணன் எழுதிய டைரியை எல்லோரிடமும் காட்டினான்.

நேற்று இரவு இயேசு என் கனவில் வந்தார். தாவீதே கலங்காதே. வரும் பன்னிரண்டாம் வகுப்புத் தேர்வில் நீ விரும்பிய 1200 மார்க்கைக் காட்டிலும் கூடுதலாக உனக்கு 1400 மார்க்குகளை வாங்கித் தருவதாகக்கூறிச் சென்றார்' என எழுதியிருந்தான். எப்போதாவது அடி வாங்கும் சின்ன அண்ணனால் பெரிய அண்ணனின் அடியை அவ்வளவு தாங்கியிருக்க முடியாதுதான். அப்படி அழுதான்.

இதற்குப் பிறகான நாட்களில்தான் எனக்கு சின்ன அண்ணனின் டைரியைப் படிக்கும் ஆர்வம் ஏற்பட்டது. 'கர்த்தரே'... ரொம்ப நாட்களுக்குப் பிறகு நான் இன்று வாழைக்காய் சுமக்கச் செல்கிறேன். நீரே எம்முடன் இருந்து எனக்குச் சின்னசின்ன தார் கிடைக்குமாறு செய்யும்' என்று எழுதிவைத்துவிட்டு, வாழைக்காய் சுமக்கப் போவான்.

கர்த்தரே... இன்று ஆத்தங்கரை சுடலைமாடன் கோயிலுக்கு சேவல் பலி கொடுக்க அப்பா என்னை அழைத்துப் போனார். அந்தச் சேவலின் தலையை என்னைப் பிடிக்கச் சொல்லித்தான் அவர் அரிவாளால் அறுத்தார். சேவலின் ரத்தம் என் மீதும் அப்பா மீதும் அதிகமாகவே தெறித்துவிட்டது. எனக்காக என் அப்பா செய்த இந்தப் பாவத்தை நீர் மன்னிப்பீராக என்று எழுதிவைத்துவிட்டு ஆற்றுக்குக் குளிக்கப் போயிருப்பான்.

அப்போதெல்லாம் எனக்குப் படிக்கக் கிடைத்தவை அண்ணன், சின்ன அண்ணன், அக்கா இந்த மூன்று பேரின் டைரிகள்தான். அண்ணன்கள் டைரியைத்தான் நான் தினமும் எப்படியும் தேடிப் பிடித்து படித்து அடிவாங்குவேன். ஆனால், அக்காவின் டைரி எந்தப் பாதுகாப்பு பந்தோபஸ்துகளும் இல்லாமல் அப்படியே நடுவீட்டில்

அநாதையாகக் கிடக்கும். அவள் டைரியில் எதையும் எழுதி வைத்திருக்க மாட்டாள்.அதிகமாகப் பால் கணக்குகளும் அவளிடம் டியூஷன் படிக்க வரும் 10-ம்வகுப்பு, 12-ம் வகுப்பு மாணவர்களின் பரீட்சைப் பதிவெண்களும்தான் இருக்கும். சில நேரங்களில் எப்போதாவது புள்ளிகள் வைத்துக் கோலம்விட்டுப் பழகியிருப்பாள். அதையும் விட்டால் ஸ்தோத்திரம்தான்... அல்லேலுயாதான்.

டைரி படிப்பதில் இவ்வளவு ஆர்வம் வந்த பிறகு நாமே ஏன் நமக்கென ஒரு டைரி எழுதக் கூடாது என்று எனக்கும் தோன்றத்தான் செய்தது.12-ம் வகுப்பு தேர்ச்சி பெற்று சட்டக் கல்லூரி நுழைவுத் தேர்வில் தோல்வி அடைந்ததால், சென்னையில் உள்ள பெரிய ஜவுளிக் கடைவேலைக்கு நண்பன் செந்திலுடன் ரயில் ஏறினேன். அதுதான் முதல் ரயில், முதல் சென்னைப் பயணம். ‘அங்காடித்தெரு’ படத்தில் நடித்தவர்களில் யாரையாவது ஒரு கறுப்பான, ஒல்லியான பையனை நினைத்துக் கொள்ளுங்கள். அவன் நான்தான்.

சாதியை மாற்றிச் சொன்னதால்தான் வேலை கிடைத்தது. அன்றே சீருடையும் கொடுத்தார்கள். ஆனால், வேலை மறுநாள்தான் ‘போய் ஓய்வெடுத்துக் கொள்’ என்று தங்கும் அறைக்கு அனுப்பினார்கள். ஒரு புது டைரியை வாங்கிக்கொண்டு அறைக்கு வந்தேன். அறை என்றால் அந்த அறையை நீங்கள் 'அங்காடித் தெரு' வில் பார்த்ததை விட, கொஞ்சம் அதிகபட்சமாகக் கற்பனை செய்துகொள்ளவும். இருந்தாலும், நான் மட்டுமே அப்போதிருந்ததால் மிகுந்த நம்பிக்கையோடு என் முதல்டைரியை எழுதத் தொடங்கினேன். நன்றாக நினைவிருக்கிறது. நான் எழுதிய முதல் வார்த்தைகள்.

‘முதலில் சென்னைக்குத் தகுந்தவனாக என்னை மாற்றிக்கொள்ளுதல்,பின் சென்னையை எனதாக்கிக் கொள்ளுதல் அதோடு சரி. அடுத்த ஒரு மாதத்தில் அந்த டைரியின் அடுத்த பக்கத்தில்,’

இனி வேண்டாம் எனக்குச் சென்னை... கிடைத்தால் போதும் அன்னை' என்று எழுதி, மாம்பலம் ரயில்வே ஸ்டேஷனில் தலையைச் சுற்றி வீசியெறிந்துவிட்டு, எந்தச் சம்பளமும் வாங்காமல் திருட்டுத் தனமாக கள்ளரயில் ஏறி ஊர் போய்ச் சேர்ந்தேன். காரணம் 'அங்காடித் தெரு' பார்த்துத் தெரிந்துகொள்க.

அதன்பின் நெல்லை சட்டக் கல்லூரி. எனக்குக் கிடைத்த நண்பர்கள் யாருக்கும் பெரிதாக டைரி எழுதும் பழக்கம் இல்லை, ஆனால், எல்லாரும் வகுப்புக்கு ஒரு டைரியோடு மட்டும்தான் வருவார்கள். அந்த டைரியில்தான் பேமிலி லா குறிப்பு எடுப்பார்கள். அதில்தான் தீங்கியல் சட்டங்களை எழுதிவைப்பார்கள். அதோடு மட்டும் அல்லாமல் அந்த டைரியில்...

'தகரப் பெட்டிக்குள் தங்கக் கட்டிகள்... அரசு மகளிர் பேருந்து' போன்ற ஹைகூக்களையும் எழுதி வைத்திருப்பார்கள். ஆனால் ஜோ எனக்காக டைரி எழுதுவாள். நான் படிப்பதற்காக மட்டுமே எழுதப்பட்ட முதல் டைரி அவள் டைரிதான். தினமும் வகுப்புக்கு வந்தவுடன் டைரியை என்னிடம் நீட்டுவாள்.

நீ கொஞ்சம் முன்னாடியே வந்திருக்கலாம் 'மாரி இன்னைக்கு நீ ஏன் வாட்ச் கட்டல' ? இப்படி ஒரு நாளைக்கு ஒரு பக்கத்தில் ஒரு வரிதான் எழுதிக் கொடுப்பாள். ஆகவே, நான் அதை டைரியாக என்றைக்குமே நினைத்தது இல்லை. அது என்னிடம் மட்டுமே பிரியத்துடன் புள்ளிவைத்துக் கோலமிட்டு நீட்டப்படும் ஜோவின் உள்ளங்கை... அவ்வளவுதான், படிப்பதற்கான சுவாரஸ்யத்துடன் அடுத்தவர்களின் டைரிகள் அவ்வளவாகக் கிடைக்கவில்லை.

ஒருநாள் திருநெல்வேலி பேருந்து டிப்போவில் வேலை செய்யும் நண்பன் ஒருவன் இரவு அறைக்கு வரும்போது 12-ம் வகுப்பு மாணவி ஒருத்தியின் புத்தகப் பையோடு வந்திருந்தான்.

இருவரும் சேர்ந்தமர்ந்து அந்தப் பையைத் திறந்து பார்த்தோம். அந்த மாணவியின் பெயர் செல்வலெட்சுமி. அப்படித்தான் அதில் இருந்த எல்லாப் புத்தகங்களிலும் நோட்டுகளிலும் ஆங்கிலத்தில் எழுதப்பட்டிருந்தது. பைக்குள் இருந்த ஜாமென்ட்ரி பாக்ஸைத் திறந்து, அதற்குள் கிடந்த சாக்லேட்டுகளை எடுத்துத் தின்று, அந்தப் பைக்குள்ளாகவே இருந்த தண்ணீர்பாட்டிலை எடுத்துத் தண்ணீர் குடித்தோம்.

அப்புறம் நண்பன் ஒவ்வொரு நோட்டாக எடுத்துப் புரட்டினான். அப்போதுதான் அதற்குள்ஒரு நீலக்கலர் எல்.ஐ.சி டைரி இருந்ததைப் பார்த்தேன்.

ரொம்ப நாளாகிவிட்டது, அடுத்தவரின் டைரியைப் படித்து என்ற ஆவலில் திறந்தால், அந்த டைரி அத்தனையும் ஆங்கிலத்தில் எழுதப்பட்டிருந்தது. மேலும், அந்த டைரிக்குள் ஒரு பிள்ளையார் படம், அப்புறம் நாற்பது வயது மதிக்கத்தக்க ஓர் ஆணின் படம், அது செல்வலட்சுமியின் அப்பாவாக இருக்கலாம். கொஞ்சம் சாப்பிட்ட சாக்லெட் தாள்கள், ஒரு பத்து ரூபாய், அப்புறம் சினேகா குத்துவிளக்கு ஏற்றுவதைப் போன்ற ஒரு படம் இருந்தது. கடைசியாக, பள்ளிச் சீருடையில் இருக்கும் ஒரு தேவதை போல ஒரு பெண்ணின் புகைப்படம். நிச்சயமாக அது லெட்சுமியாகத்தான் இருக்க வேண்டும். மாறிமாறிப் பிடுங்கிப்பிடுங்கி இருவரும் பார்த்துக் கொண்டோம். பார்த்தவர்கள் அடுத்தவரிடம் திரும்பிக்காமல் பார்த்துக்கொண்டே இருக்கச் செய்யும் அழகு. இன்னும் சுதந்திரமாக ,தைரியமாகச் சொல்லப்போனால், சினேகாவைவிட செல்வலெட்சுமி அழகாக இருந்தாள். ஆனால், அந்தப் பெண் டைரி முழுவதையும் ஆங்கிலத்தில் நிரப்பி வைத்திருந்தாள். அவளைப் பற்றி எதுவுமே என்னால் தெரிந்து கொள்ள முடியவில்லை.

ஒரு டிக்ஷ்னரியோடு ஒரு பக்கத்தைப் புரட்டிப் பார்த்தேன். ம்ஹும்...வாய்ப்பே இல்லை. அவ்வளவு வலிமையான ஆங்கிலம். எது வலிமையான ஆங்கிலம்? 'வாட் இஸ் யுவர் நேம்' இதைத் தாண்டி எழுதப்படுகிற எல்லா ஆங்கில வார்த்தைகளும் எனக்கு வலிமையான வார்த்தைகள். ஏனெனில், என் மொழி வளர்ப்பு அப்படி. கல்லூரிக்குப் போனதும் ஜோவிடம் கொடுத்து இந்த டைரியை வாசித்துக் காட்டச் சொல்ல வேண்டும் என்று டைரியை எடுத்து அறையில் வைத்துவிட்டு செல்வலட்சுமியின் புகைப்படத்தை என் பர்ஸில் வைத்துக் கொண்டேன். மறுநாள் செல்வலெட்சுமியைப் பார்க்கும் ஆசையிலும், அவளிடம் நேரில் பேசப்போகும் ஆசையிலும் புத்தகப்பையோடு அந்தப் பள்ளிக்குச் சென்றோம்.

முழுக்க முழுக்க பெண்கள் படிக்கும் பள்ளியின் மத்தியில் சினேகாவைவிட அழகான செல்வலட்சுமியிடம், அவள் தவறவிட்ட புத்தகப் பையைக் கண்டுபிடித்து திருப்பிக் கொடுக்க வந்திருக்கும் தமிழ்சினிமா ஹீரோக்களின் முகச்சாயலில் நின்றிருந்தோம் இருவரும். எங்களை அழைத்த பள்ளித் தலைமை ஆசிரியருக்கு அப்படியே அன்னை தெரசா முகச்சாயல். ஆனால் எங்களிடம் பேசியது 'தூள்' சொர்ணாக்கா முகச்சாயலில் உள்ள உடற்கல்வி ஆசிரியர். அப்பப்போ விசில் ஊதியபடியே விசாரித்தார். நாங்கள் தகவலைச் சொன்னதும் உள்ளே தலைமையாசிரியர் அறையில் எங்களைக் காத்திருக்கச் சொன்னார்கள்.

அரைமணிநேரம் தாண்டிய பிறகும் யாரும் வரவில்லை. சில ஆசிரியர்கள் எங்களை ஜன்னல் வழியாகப் பார்த்தபடி, எதையோ கிசுகிசுத்துவிட்டுப் போனார்கள்.

எதற்கோ பள்ளியில் மணி அடித்தார்கள். மிகச் சரியாக கேட்டைத் திறந்துகொண்டு ஒரு போலீஸ் ஜீப் உள்ளே வந்தது. எங்களிடம் இருந்து

புத்தகப் பையைப் பிடுங்கிய காவல் துறை அதிகாரி, எங்கள் இருவரையும் ஜீப்பில் ஏறச் சொன்னார்.

'சார்... நாங்க எதுக்கு சார் ஏறணும்? நான் லா காலேஜ் ஸ்டூடன்ட் சார். ஒரு பை கிடைச்சிச்சி. அட்ரஸ் பார்த்துக் குடுக்க வந்தேன். அதுக்கு எதுக்கு சார் ஜீப்ல ஏத்துறீங்க?'

'ஓ... நீங்க லா காலேஜா? வாங்க சார்... வாங்க... உங்கள ஒரு தற்கொலை கேஸ்ல விசாரிக்கணும்'

'தற்கொலையா...? என்ன சார் சொல்றீங்க?'

'ஆமா.... நீங்க வெச்சிருக்கீங்களே இந்தப் பைக்குச் சொந்தகாரப் பொண்ணு. நேத்து டிரெயின்ல விழுந்து செத்துப் போயிருக்கு அப்படின்னா, உங்களை விசாரிக்க வேண்டாமா?'

'தாராளமா இங்க வெச்சே விசாரிங்க சார், அதை விட்டுட்டு குற்றவாளி மாதிரி ஜீப்ல ஏத்திக் கொண்டுபோனா எப்படி?'

சட்டக் கல்லூரியில் அதுதான் முதல் வருடமாக இருந்தாலும் ஒரு முரட்டு தைரியம் நரம்பு முழுவதும் பரவியது எனக்கு. இன்னும் இரண்டு வார்த்தைகள் கூடுதலாகப் பேசலாம். ஆனால், பயத்தில் போதும் என்று நிறுத்திக்கொண்டேன்.

நண்பன் அப்படியே நடந்ததை சொல்ல, நண்பனின் டிப்போவுக்கு போன் செய்து உண்மையை ஊர்ஜிதப்படுத்திய காவல்துறை, இப்போது எங்களை வேறு மாதிரி சாந்தமாகப் பார்த்தது. 'இந்தப் பிள்ள பைக்குள்ள எல்லாம் கரெக்ட்டா இருக்கா? எதையாவது எடுத்துப் பார்த்தீங்களா? என்று காவல்துறை அதிகாரி கேட்டு முடிப்பதற்குள்ளாக, நான் நண்பனின் காலை மிதித்து நசுக்கி சிக்னல் கொடுப்பதற்குள்ளாக ஆளுக்கு ரெண்டு சாக்லெட் மட்டும்தான்

எடுத்துத் தின்னோம். அப்புறம் கொஞ்சம் தண்ணி குடிச்சோம். வேற எதையும் எங்க அம்மா சத்தியமா நாங்க எடுக்கலை சார்' என்று நண்பன் சொல்லி எச்சிலை முழுங்கும்போது அந்தக் காவல்துறை அதிகாரியின் பார்வை படுகேவலமாக மாறியது. இனியும் செல்வலட்சுயின் டைரி அறையில் இருப்பதை மறைக்கக் கூடாதென அந்தப் பையை சும்மா தேடுவது போலத் தேடி, 'சார் டைரியும் இருந்துச்சு சார் ஆனா ரூம்ல இருக்கு' என்றவுடன் நண்பனின் பிடரியில் அறைவிட்டார் காவல்துறை அதிகாரி. நான் படித்துக்கொண்டிருக்கும் சட்டப் படிப்பு அடியை அவனுக்குத் திருப்பிவிட்டிருந்தது பாவம் நண்பன். இப்போது நிஜமாவே கைதிகள் போல ஜீப்பில் ஏறி எங்கள் அறைக்குச் சென்றோம். டைரியை எடுத்துக்கொடுத்தோம். அதை வேகமாக வாங்கிப் பார்த்த அதிகாரி அந்த சினேகா படத்தைப் பார்த்தார்.

"இது நீங்க வெச்சதா... அந்தப் பொண்ணு வெச்சிருந்தாடா?"

அவசரமாக 'அந்தப் பொண்ணுதான் சார் வெச்சிருந்துச்சி. எங்க ரெண்டு பேருக்குமே சினேகா பிடிக்காது சார், "ஜோதிகாதான் சார் பிடிக்கும்' என்றவனிடம், 'ஏன் உங்களுக்கு சினேகாவைப் பிடிக்காது? அவளுக்கு என்ன கொறச்சல்' என்று அவர் கேட்ட கேள்விக்குப் பதில் தெரியவில்லை எங்களுக்கு.

இன்னோர் அதிகாரிக்கு போன் செய்தார். 'மேடம், அந்தப் பொண்ணு பைக்குள்ள ஒரு டைரி இருந்துச்சி. ஆனா, எல்லாமே இங்கிலீஷ்ல எழுதி இருக்கு. நீங்கதான் படிக்கணும். நான் கொண்டு வாரேன்' என்று எங்களிடம் எங்கள் முகவரியை வாங்கிக்கொண்டு கிளம்பிப் போனவர்தான். அதன்பிறகு எப்போதும் எங்களைத் தேடி அவர்கள் வரவில்லை.

மாரி செல்வராஜ்

அதன் பிறகான நாட்களில் யாருக்கும் தெரியாமல் அந்த சினேகாவைவிட அழகான செல்வலெட்சுமி புகைப்படத்தை என்ன செய்வதென்றே தெரியாமல் பர்ஸில் வைத்துக்கொண்டு திரிந்தேன். தினமும் நான்கைந்து முறையாவது ரயிலில் விழுந்து செத்துப்போன செல்வலெட்சுமியின் முகத்தை எடுத்துப் பார்த்துவிடுவேன். 'இவ்வளவு அழகா இருக்கிறவங்க, எப்படி அதுக்குள்ள சாக முடியும்?' என்று யோசிப்பேன்.

ஒருநாள் பர்ஸைப் பார்த்து யாரென்று கோபமாகக் கேட்ட ஜோவிடம், என்ன சொல்வதென்று தெரியாமல் தங்கை என்றேன். அவளும் அதைக் கொஞ்சநாள் வாங்கி அவள் பர்ஸில் வைத்துக்கொண்டு எல்லோரிடமும் காண்பித்துக் கொண்டு திரிந்தாள்.

ஒரு நாள் எதேச்சையாக நீதிமன்றத்தில் அதே அதிகாரியைப் பார்த்தேன். என்னை அவருக்கு நினைவில் இல்லை. எல்லாவற்றையும் நினைவுபடுத்திவிட்டு அவரிடம் கேட்டேன்.

'அந்தப் பொண்ணு கேஸ் என்னாச்சு சார்?'

'பாவம், அந்தப் பொண்ணு செத்ததுக்கான எல்லாக் காரணமும் அந்த டைரியிலதான் இருந்துச்சி. அதனால அந்த கேஸ் சீக்கிரமா முடிஞ்சிருச்சி'

'அப்படி அந்தப் பொண்ணு டைரில என்னதான் சார் எழுதியிருந்தா?'

அது அந்தப் பொண்ணு டைரி இல்லை. அது அவ அப்பா டைரி. ஒரு மாசத்துக்கு முன்னாடி எங்கேயோ ஓடிப்போன அவங்க அப்பன், அந்தப் பொண்ணு தற்கொலை பண்ணிச் சாக வேண்டிய எல்லாக் காரணத்தையும் அதுல எழுதிவெச்சிருந்தான். அந்தப்

பைத்தியக்காரனைத் தேடினோம். பாவம் அவனும் ஆத்துல விழுந்து செத்துப் போயிருக்கான். அதனால அந்த கேஸ் முடிஞ்சிருச்சி'

'அவங்க அப்பா அப்படி என்ன சார் எழுதியிருந்தாங்க?' என்று நான் மேலும் கேட்டபோது அந்தக் காவல்துறை அதிகாரி அப்படி ஒரு முறைமுறைத்தார். ' போயிடு பேசாம... ஆளப்பாரு... ஆள' என்பதுபோல் இருந்தது அது.

அதன்பிறகு யாருடைய டைரியையும் படிப்பதற்கு நான் அவ்வளவாக ஆர்வம் காட்டியதாக நினைவில்லை.

ஆனால் எந்த நிபந்தனையும் நியதியும் இல்லாமல் என்னைப் பிரிந்து எங்கேயோ குழந்தையும், குட்டியுமாக வாழ்ந்து கொண்டிருக்கும் என் ஜோவின் பதுக்கிய நினைவின் அலமாரிக்குள், சினேகாவைவிட அழகான அந்த செல்வலெட்சுமி என்னுடன் பிறந்த ஒரே தங்கையாக இன்னும் வாழ்ந்துகொண்டுதானே இருப்பாள்.

2

ஆண்கள் மட்டுமே படிக்கும் நகரத்து ஆண்கள் மேல்நிலைப் பள்ளியில் கொண்டுபோய் திடீரென்று சேர்க்கப்படும் கிராமத்து மாணவர்கள் எவ்வளவுக்கு எவ்வளவு சபிக்கப்பட்டவர்கள் என்பதை தூத்துக்குடியில் 10-ம் வகுப்பில் சேர்ந்த இரண்டு நாட்களிலேயே தெரிந்து கொண்டேன்.

ஆண்கள்.. ஆண்கள். எங்கு பார்த்தாலும் ஆண்கள். முறைப்பது ஆண், சிரிப்பது ஆண், இடித்துவிட்டுப் போவது ஆண், கீழே விழுந்த உங்கள் கர்சீப்பையோ, பென்சிலையோ எடுத்துக் கொடுப்பது ஆண், நாம் விரும்பி விரும்பி செய்து கொண்டுவரும் சிகை அலங்காரத்தைப் பாராட்டுவதுஆண், அல்லது கேலி செய்வது ஆண், உங்கள் சைக்கிளுக்கு வழி கொடுப்பது ஆண், பள்ளிக்குள் நுழையும்போது கை காட்டுவதும் ஆண், வழியனுப்புவதும் ஆண். இப்படி இருந்தால் எப்போதாவது சாலையில் பள்ளிச் சீருடையில் நடந்துபோகும் ஒரு மாணவியை நீங்கள் எப்படிப் பார்ப்பீர்கள்?

அதிசயமாக... ஆச்சரியமாக... ஏக்கமாக... ஏமாற்றமாக... வெறுப்பாக...கோளாறாக... வக்கிரமாக...

அவ்வளவுதான் இனி, மதியம் சாப்பாட்டின்போது மாதவி வந்து, ‘கோதுமை தோசை இருக்கு, மாரி உனக்கு வேணுமா?’ என்று கேட்கமாட்டாள். கடவுள் வாழ்த்து பாடும்போது மெதுவாகக் கண்ணைத் திறந்து பார்த்தால், ஓர் ஓரமாக உயரமாக நிற்கும் பாக்யலட்சுமி உதட்டைச் சுழித்துச் சிரிக்க மாட்டாள். தினமும் ஒரு குறள் சொல்வதைப் போல தினமும் ஒரு வேத வசனத்தை எபனேசர் ஜெயசெல்வி வந்து ‘சொல்றதைக் கேளு மாரி’ என்று சட்டையைப் பிடித்துக்கொண்டு சொல்ல மாட்டாள். கடைசி பெஞ்சில் அமர்ந்தபடி ‘மாரி... தாஜ்மகால் தேவையில்லை அன்னமே... அன்னமே பாட்டு ‘ஆசை’யில கிடையாதுல்ல’ என்று சத்தம் போட்டுக் கேட்க அவ்வளவு பெரிய தெய்வானை இருக்கமாட்டாள். மலையும் இல்லை. பெருமாள் கோயிலும் இல்லை. பிறகு எப்படி புஷ்பலீலா மட்டும் கையில் ஒரு செம்பருத்திப் பூவோடு வந்துவிடப் போகிறாள்?

பெண்களால் கள்ளம் கபடம் இல்லாமல் நேசிக்கப்படும் ஆண்களே, கடவுளால் நிபந்தனை இன்றி ஆசீர்வதிக்கப்பட்டவர்கள். பெண்கள் நேசிக்கக்கூடிய ஆண்களாக மாறுங்கள். அதுவே வாழ்வின் உத்தமம் என்பதைச் சொல்வதற்கு இயற்பியல் சீதாபதி சார் தூத்துக்குடிக்குத் தினமும் இனி பஸ் பிடிச்சு வரவாப் போகிறார்?

நகரத்து ஆண்கள் மேல்நிலைப் பள்ளிகளின் வகுப்பறைகள், நம்ம காங்கிரஸ் கட்சியின் சத்தியமூர்த்தி பவனைப் போன்றது. அவ்வளவு கோஷ்டிகள். அமர்ந்திருக்கும் பெஞ்சின் அடிப்படையில் ஒரு கோஷ்டி, ஒரே ஏரியாவில் இருந்து வருபவர்கள் ஒரு கோஷ்டி, ஒரே டியூஷனில் படிக்கிறவர்கள் ஒரு கோஷ்டி, ஒரே சாதிக்காரர்கள் ஒரு கோஷ்டி, விடுதி மாணவர்கள் ஒரு கோஷ்டி, கிரிக்கெட் கோஷ்டி, அப்புறம் அஜித்தின் திலோத்தமா குரூப், விஜயின் குஷி பாய்ஸ். இது போதாதென்று பள்ளி ஆசிரியர்கள் தங்களுக்குப் பிடித்த மாணவர்களை ஒரு குரூப்பாக்கி

வைத்திருப்பார்கள். எனக்கு எந்தக் கோஷ்டியில் என்னை இணைத்துக்கொள்வது என்ற குழப்பமோ,கவலையோ இல்லை. ஏனெனில் நான் அரசு விடுதியில் இருந்து படிக்கிற மாணவன். ஆகவே, நான் யாரும் எதுவும் சொல்லாமலே 'ஹாஸ்டல் பாய்ஸ்.' ஆனால் எனக்கு குஷி பாய்ஸில் சேர வேண்டும் என்ற ஆசைதான் கடைசிவரை இருந்தது. நான் அதை ஒரு போதும் வெளிக்காட்டியது இல்லை. ஏனெனில், நான் அவ்வளவு தீவிரமான ஜோதிகாவின் ரசிகனாக இருந்தேன்.

அப்போது என் வகுப்பில் விடுதியிலிருந்து படிக்கும் மாணவர்கள் என்னோடு சேர்த்து நான்கு பேர். இதில் சுயம்பு, வேப்பலோடையிலிருந்து வந்தவன்.காசிக்கு, ஒட்டப்பிடாரம். சுரேஷ் நடுக்கூட்டுடன் காட்டிலிருந்து அவ்வப்போது வருகிறவன். இவர்கள் ஏற்கனவே ஆறாம் வகுப்பிலிருந்து அதே பள்ளியில் படித்து வருகிறவர்கள். ஆண்கள் பள்ளியிலேயே படித்து வருவதால் அவர்கள் நடவடிக்கை அத்தனையுமே வந்த புதிதில் எனக்கு அவ்வளவு மிரட்சியாக இருக்கும். சாலையில் போகும் பள்ளி மாணவிகளைப் பார்த்தால், அவர்கள் நடவடிக்கையே மாறிவிடும். யாரிடமாவது சண்டை போடுவார்கள். பட்டன்கள் இல்லாத சட்டையை எந்தக் கூச்சமும் இல்லாமல் அணிந்து வருவார்கள். 'தினமும் குளிக்கணுமாடே' என்று சிரிப்பார்கள். சட்டையை இஸ்திரி போட்டு எடுத்துவந்தால், 'அங்க எவ இருக்கா பார்க்கிறதுக்கு? இருக்கிற ஒரு ஆயாவுக்கு இந்த அழுக்குச் சட்டையே போதும்' என்பார்கள். அவர்களோடு அந்த நகரத்தில் புழங்க எனக்கு முதலில் அவ்வளவு சிரமமாயிருந்தது.

அப்புறம் காடு நினைவுக்கு வந்தது. மிருகம் நிஜத்துக்கு வந்தது. நீங்கள் வெறுமனே மூன்று நான்கு மாதங்கள் உங்கள் அம்மாவின்

முகத்தைப் பார்க்காமல், உங்கள் அக்காக்களோடு அமர்ந்து சாப்பிடாமல், உங்கள் தோழிகளோடு சண்டை பிடிக்காமல், வெறுமனே ஆண்களோடு மட்டும் பேசி, பழகி, சாப்பிட்டு விளையாடி, உறங்கி, நடந்து, ஓடிப் பாருங்கள். அப்போது தெரியும், அந்த ஆண்கள் உலகம் வெறுமனே முட்டாள்தனமான சாகசங்களை மட்டும் எப்படி இவ்வளவு விரும்புகிறது என்று.

அந்த சாகசம் பூட்டிய பெட்டிக் கடைகளின் பூட்டை உடைத்து நள்ளிரவில் பீடி, சிகரெட் திருடி பெருமைப்படும். பசியின் பிடியில் இருக்கும்போது, யாரென்றே தெரியாதவர்களின் கல்யாண மண்டபங்களில் தோரணையாகச் சாப்பிட அடம்பிடித்து அழைக்கும். பேருந்தில் போகும் பெண்கள் திரும்பிப் பார்க்க வேண்டும் என்று கால் பெருவிரலை மட்டும் பஸ் படிக்கட்டில் வைத்துவிட்டு உடம்பைச் சாலையில் தொங்கப்போட்டுக் கொண்டு வரும். பக்கத்துத் தெருக்களில் நுழைந்து, வீட்டுக் கொடிகளில் காயும் துணிகளில் தனக்குப் பிடித்தமான துணிகளைத் தேர்ந்தெடுத்துத் திருடும். எல்லாமே சாகசம் என்றானபின் சோற்றைத் திருடித் தின்பதும் அந்த சாகசக்காரர்களுக்கு ஒரு சாகசம்தான்.

அரசாங்க விடுதிகளில், அதுவும் பள்ளி மாணவர் விடுதியில் எப்படிப்பட்ட உணவு கிடைக்கும் என்பதை நான் உங்களிடம் சொல்லி, நீங்கள் தெரிந்து கொள்ள வேண்டிய அவசியம் இல்லை. எங்கள் விடுதியோ அல்லது விடுதி சமையல்காரரோ அதற்கு விதிவிலக்கும் அல்ல. ஒருமுறை எங்கள் விடுதிக் காப்பாளரை, 'எங்களோடு அமர்ந்து நாங்கள் சொல்கிற நாளில் சாப்பிட்டால் மட்டும் போதும்' என்ற கோரிக்கையை முன்வைத்துப் போராட்டமே நடத்தினோம். எவ்வளவோ பிடிவாதங்களுக்கு பின் எங்களோடு சாப்பிட்டார். ஆச்சரியம், அன்று சாப்பாடு அவ்வளவு பிரமாதமாக இருந்தது.

மறுநாள் காலையில் ரயிலடிக்கு காலைக்கடன் கழிக்க வந்த முத்துசாமி அண்ணாச்சி, 'நேத்து என்னடே ஹாஸ்டல்ல விசேஷம்? சாப்பாடு நம்ம கடையில இருந்து வந்துச்சி' என்று சொன்னபோதுதான் தெரிந்தது. முன்தினம் நாங்கள் சாப்பிட்டது தெட்சிணாமூர்த்தி ஹோட்டல் சாப்பாடு என்று. இப்படி விடுதியில் எப்போதும் சாப்பாட்டை வெறுக்கும் அந்தச் சாகசம்.பள்ளியில் தினமும் விதவிதமாக டிபன்பாக்ஸ்களில் வீட்டில் இருந்து சக மாணவர்கள் கொண்டு வரும் உணவு, அநாதையாக ஜன்னல்களிலும் பெஞ்ச்சுகளிலும் இருப்பதைப் பார்த்தால் என்ன செய்யும்?

எப்போதும் விடுதியிலிருந்து தாமதமாக வரும் நாங்கள், பள்ளியின் பின்கேட்டின் வழியாக நுழைவோம். பின் பிரார்த்தனை பெல் அடித்ததும் வேகமாக ஏதோ புத்தகப் பையை வகுப்புக்குள் வைத்துவிட்டு வரவேண்டும் என்பதைப்போல எல்லா ஆசிரியர்களுக்கும் மாணவர்களுக்கும் முன்னால் அவர்கள் பார்க்கும்போதே வேகமாக வகுப்பைப் பார்த்து ஓடுவோம். எங்கள் வகுப்பு இரண்டாவது மாடியில் இருந்ததால், நாங்கள் வகுப்புக்குள் நுழையும்போதே பிரார்த்தனை கீழே தொடங்கிவிடும்.

'நீராரும் கடலுடுத்த நிலமடந்தைக் கெழிலொழுகும்

சீராரும் வதனமெனத் திகழ்பரதக் கண்டமிதில்... '

கேட்கும்போது நாங்கள் மிகவும் சாவகாசமாக ஒவ்வொரு டிபன் பாக்ஸையும் திறந்து சாப்பிட ஆரம்பிப்போம். வெறுமனே ஐந்து இட்லிகள் உள்ள டிபன் பாக்ஸில் இரண்டு இட்லிகளுக்கு மேல் சாப்பிட்டால், சுரேஷ்க்குப் பொல்லாக் கோபம் வரும். 'டேய், ரொம்ப அலையாத...போதும். பாவம் அந்தப் பையனும் மதியம் சாப்பிடணும்லா. மூண அவனுக்கு வை' என்பான்.

'மதியம் டிபன் பாக்ஸைத் திறந்து பார்க்கும் மாணவன், கெட்ட வார்த்தை போட்டு நம்மைத் திட்டாத அளவுக்கு நாம சாப்பிடணும்' என்பான் சுயம்பு. ஆனால், ஏதாவது டிபன் பாக்ஸில் ஆம்லெட்டோ அல்லது சிக்கன் பீஸ்களோ இருந்தால், எந்தத் தொழில் தர்மத்தையும் பார்க்கமாட்டார்கள். பிரார்த்தனை முடிந்துவருகிற எல்லா மாணவர்களும் டிபன் பாக்ஸை வந்தவுடன் திறந்து பார்ப்பது இல்லை. எந்த பெஞ்ச்சில் சிந்திய சோற்றுப் பருக்கையும், இட்லியின் மிச்சமும் சிதறிக்கிடக்கிறதோ, அந்த பெஞ்ச் மாணவர்கள் மட்டும் தங்கள் டிபன் பாக்ஸைத் திறந்து பார்த்து, கொஞ்சம் திட்டுவார்கள். அவர்களுக்குத் தெரியும் நாங்கள்தான் என்று. ஆனால், யாரும் பெரிதாகக் கோபப்பட்டது இல்லை.

அன்று எப்போதும் போலவே, எல்லா நாளையும் போலவே எங்கள் வயிறு நிறைந்து பிரார்த்தனை முடிந்து வகுப்பு தொடங்கியபோது, எங்கள் நான்கு பேரை மட்டும் தலைமை ஆசிரியர் அழைப்பதாக வந்து அட்டெண்டர் சொல்லிச் சென்றார்.

'ஹாஸ்டல் பத்திக் கேக்குறதுக்காகக் கூப்பிட்டு இருப்பார்டா' என்றான் சுயம்பு.

'அப்படின்னா, வார்டன் வந்திருப்பாரோ?'

'வரட்டுமே... வந்தா நமக்கென்ன பயம்?'

ஏதாவது சொல்லிக் கொடுத்துட்டார்னா, என்ன செய்யிறது?'

'என்ன சொல்வாராம்?'

ஆனால், அங்கு போய் நாங்கள் சேரும்போது எங்கள் வகுப்பு நான்காவது பெஞ்ச்சில் உள்ள சாமிக்கண்ணும் சந்தன மாரியப்பனும் நின்றிருந்தார்கள். இருவருமே எப்போதும் ஒன்றாகத் திரிகிறவர்கள்.

சாமிக்கண்ணு, டூவிபுரத்துக்காரன். அவன் அப்பா, லாரி ஓனர். சந்தன மாரியப்பனுக்கு போல்டன்புரம். அவன் அப்பா, மாட்டுவண்டித் தொழிலாளி. இன்னும் சரியாகச் சொன்னால், சந்தன மாரியப்பனுக்கு வீடே கிடையாது என்றுதான் பார்த்தவர்கள் சொல்லுவார்கள். சாமிக் கண்ணுவும் சந்தன மாரியப்பனும் நல்ல ஓட்டப் பந்தய வீரர்கள். ஆறாம் வகுப்பில் இருந்தே அவர்கள் இருவருக்கும்தான் பரிசுகள் கிடைக்குமாம். இருவரும் அவ்வளவு நெருக்கமான நண்பர்கள் என்று எல்லோரும் சொல்லிக் கேட்டிருக்கிறேன்.

‘சார்... இவங்க நாலு பேரும்தான் சார்... பிரேயருக்கு வராம எல்லாருடைய சாப்பாட்டையும் எடுத்துச் சாப்பிடுறது. தினமும் என் டிபன்பாக்ஸ்ல கொஞ்சம்கூட மிச்சம் வைக்காமத் தின்னுடுறாங்க சார்’என்று சந்தன மாரியப்பன் ஹெட்மாஸ்டரிடம் சொன்னபோது, நாங்கள் அவ்வளவு அதிர்ச்சியடைந்துவிட்டோம். காரணம் ‘வசமாக மாட்டிக்கிட்டோமே’ என்றல்ல. ‘நாம என்னைக்குடா இவனோட புழு பூச்சி நெளியிற சோத்தத் தின்னோம்?’ என்கிற அதிர்ச்சியில் நின்றபோது, ஒரு சாட்டைக் கம்பு என் முதுகை அப்படி அடித்து இழுத்தது.

‘நாலு பேரும் போ.. போய் கிரவுண்ட்ல முட்டாங்கால் போடு.. போ’ இப்போது நான்கு ஐந்து அடிகள் கை, கால் எல்லாவற்றிலும்.

‘போயும், போயும் அவன் சோத்த எடுத்து எதுக்குடாத் தின்னீங்க?’ என்று நான்கு பேருமே நான்கு பேரையும் பார்த்துக் கேட்டுக்கொண்டோம்.எங்கள் நான்கு பேருக்குமே தெரியும், மாரியப்பனின் டிபன்பாக்ஸைத் திறக்கக்கூட முடியாத அளவுக்கு அவ்வளவு நாற்றம் வீசும். அப்புறம் எப்படி அவன் சாப்பாடு காணாமல் போகும்? யார் சாப்பிட்டிருப்பார்கள்? அதன் பிறகு நாங்கள் வாங்கியது வெறுமனே அடிகள் கிடையாது. பிரேயருக்கு தினமும் வராததற்கு,

அடுத்தவர்கள் சாப்பாட்டைத் திருடிச் சாப்பிட்டதற்கு, ஹாஸ்டல் வார்டன் எப்பவோ கொடுத்த புகாருக்கு, சுயம்பு கையில் ரஜினி என்று பச்சை குத்தி வைத்ததற்கும் சேர்த்து சாட்டை எங்கள் முதுகில் விளையாடியது. கை, கால் எல்லாம் போட்டி போட்டுக்கொண்டு வாய் முளைத்ததுபோல அழுது, அழுது வீங்கியது

'இனிமே, தினமும் பிரேயர்ல 'சோத்துக் களவாணிகள்'னு உங்க நாலுபேர் பேரையும் வாசிப்பேன். கையத் தூக்கிக்கிட்டு முன்னாடி வந்து முகத்தக் காட்டணும். என்ன சரியா.. ஓடு ஓடு...' சாட்டைக் கம்புக்கு நாங்கள் எட்டும்வரை மறுபடியும் அடி. வகுப்புக்குள் போகவே அத்தனை கூச்சமாக இருந்தது. 'வாங்கடே சோத்துக் களவாணிகளா?' என்று தங்கமுருகன் வாத்தியார் சொல்லும்போது அழுகையே வந்துவிட்டது. பெஞ்சில் உட்காரும்போதுதான் பார்த்தேன், நாங்கள் வருவதற்கு முன்பே எங்கள் பெஞ்ச்சில் சோத்துக் களவாணிகள் என்று யாரோ எழுதி வைத்திருந்தார்கள். பள்ளி முடிந்ததும் எங்கும் நிற்காமல் ஓடியபோதும் சிலர் சத்தமாகச் சொன்னது தெளிவாகக் கேட்டது. 'சோத்துக் களவாணிகளா...'

ராஜாஜி பார்க்கில் அமர்ந்திருந்தோம். சுயம்புதான் முதன்முதலில் கத்தினான். 'நான் எங்க அம்மா சத்தியமா அவன் சோத்த எடுத்துத் திங்கல. எல்லாரும் அவங்க அவங்க அம்மா சத்தியமா அவன் சோத்த எடுத்துத் திங்கலன்னு சத்தியம் பண்ணுங்க பார்ப்போம்.' அவன் சொல்லி முடிப்பதற்குள்ளாகவே எல்லாரும் அவரவர் அம்மா மீது சத்தியம் செய்தோம். இப்போது எங்களுக்குள் யார் மீதும் யாருக்கும் சந்தேகம் இல்லை. ஆனால், அப்புறம் எதுக்கு அவன் எங்களைப் போட்டுக்கொடுத்தான் என்கிற கோபம் எங்களுக்கு இருந்தது.

இரவு விடுதிக்குச் செல்லாமல் பார்க்கிலேயே கிடந்தோம். பக்கத்தில் கொஞ்ச தூரம் நடந்துபோனால் மாரியப்பன் வீடு இருக்கிறது என்று

காசி சொன்னான். நான்கு பேரும் மாரியப்பன் வீட்டை நோக்கிச் சென்றோம். எல்லாரும் சொன்னதுபோல அது வீடே இல்லை மாட்டுவண்டித் தொழிலாளர் நலச் சங்கத்தின் பின் பக்க ஓட்டையும் ஒரு பழைய மாட்டுவண்டியையும் இணைத்து ஒரு பெரிய மஞ்சள் நிறத் தார்ப்பாயைக் கட்டிவைத்திருந்தார்கள். பக்கத்தில் இன்னொரு மாட்டுவண்டி. அதன் பக்கத்தில் முழுக்கச் சிவப்புவண்ணம் அடிக்கப்பட்ட பெரிய கொம்புகளை உடைய இரண்டு காளைகள் அசைபோட்டபடி படுத்துக்கிடந்தன. அந்தத் தெரு அவ்வளவு அமைதியாக இருந்தது. எங்கள் முகங்களைக் காட்டிக்கொடுக்கும் வெளிச்சம் அந்தத் தெருவில் இல்லை. என்ன செய்வதென்று தெரியாமல் அங்கேயே ஒருத்தரை ஒருத்தர் பார்த்துக்கொண்டு நின்றோம்.

மிகச் சரியான பழிவாங்கும் திட்டம் கிடைத்துவிட்டதைப் போல சுரேஷ் வேகமாகப் போய் சத்தம் எதுவும் எழுப்பாமல், அந்த இரண்டு காளைகளையும் அவிழ்க்கத் தொடங்கினான். அவன் திட்டம் எங்களுக்கு அவன் சொல்லாமலேயே புரிந்துவிட்டது.

நாங்களும் போய் அந்தக் காளை மாடுகளை அவிழ்த்தோம். காசி திடீரென்று ஒரு நல்ல காரியம் செய்கிறவனாக மாடுகளின் கழுத்துச் சங்கிலியை அவிழ்த்தான். பின் நான்கு பேரும் சேர்ந்து காளைகளை ஓட்டிக்கொண்டு மருத்துவக் கல்லூரி பக்கமாக வந்து, அப்படியே நீதிமன்றத்தின் பின் வழியாக வந்து, மூணாவது மைலைப் பார்த்துக் காளைகளை அடித்துத் துரத்தினோம். அந்த நடு இரவில்... அந்தப் பெரிய சாலையில்... அந்தப் பெரிய காளைகள் இரண்டும் அப்படிக் குதித்திக்கொண்டு ஓடியது. எங்களுக்குக் கொஞ்சம் நிம்மதியாக இருந்தது. அப்படியே அதே சந்தோஷத்தோடு விடுதிக்கு வந்தோம்.

மறுநாள் பள்ளிக்குப் போகும்போது மாரியப்பன் வீடு வழியாகப் போகலாம் என்று கூப்பிட்டதற்கு சுயம்பு, சுரேஷ், காசி மூன்று பேருமே வர மறுத்து விட்டார்கள். ஆனால், எனக்கு அந்த வழியாகப் போக வேண்டும்போல் இருந்தது. தனியாகப் போனேன். அந்தத் தெருவிலிருந்து சாமிக்கண்ணு வந்துகொண்டிருந்தான். அவனைப் பார்க்காதது போல முகத்தை வைக்க, அவன் மிகச் சரியாக சைக்கிளை என் முன்னால் வந்து நிறுத்தினான். நான் விலகிப் போக முயற்சித்தபோது, என் கையைப் பிடித்து நிறுத்திய சாமிக்கண்ணு ‘மன்னிச்சிரு மாரிச்செல்வம். நாங்க உங்களப் போட்டுக் கொடுத்தது தப்புதான்’ என்று அவன் சொன்னபோது எனக்கு அப்படியே சாக்கடையில் தள்ளி அவன் மண்டையை உடைக்க வேண்டும்போல் இருந்தது. ‘அவன் டிபன் பாக்ஸ்ல இருக்கிற அந்த அழுகின சாப்பாட்ட எடுத்துத் தின்னு வயிறு வலிச்சிச் சாகறதுக்கு எங்களுக்கு என்ன பைத்தியமாப் பிடிச்சிருக்கு?’என்றேன் கோபமாக.

‘ஆமா... எனக்கும் தெரியும். மாரியப்பன் கொண்டுவர்ற சாப்பாட்டை யாருமே திங்க முடியாது. அதக் கொண்டுவராதடா, நானே டெய்லி உனக்குச் சாப்பாடு கொண்டுவர்றேன். ரெண்டு பேரும் சேர்ந்து சாப்பிடுவோம்னு சொன்னா, அவன் கேட்க மாட்டான். மூடியத் திறந்தா அப்படி நாறும். அதனால நான்தான் காலையில தினமும் அவன் சாப்பாடு ரொம்ப மோசமா இருந்தா, அதை எடுத்து யாருக்கும் தெரியாமத் தூரக் கொட்டிடுவேன். அப்பதான் அவன் மத்தியானம் என்கூட சேர்ந்து என் சாப்பாட்டைச் சாப்பிடுவான்’

நான் சாமிக்கண்ணுவிடம் எதுவும் பேசவில்லை. அவன் கண்களைப் பார்க்க எனக்கு அவ்வளவு கூச்சமாக இருந்தது. அவனுக்கு நிஜமாகவே சாமியின் கண்கள் என்று நான் நினைத்ததைக்கூட அவனிடம் சொல்லவில்லை. ‘இப்போ வந்து சொல்லு... போடா’

என்பதுபோல முறுக்கிக்கொண்டு விலகி, மறுபடியும் வேகமாக நடக்கத் தொடங்கினேன்.

‘அவங்கிட்ட சொல்லிடாத மாரிச்செல்வம். ரொம்பக் கஷ்டப்படுவான்.அப்புறம் எங்கிட்ட பேசாமப் போனாலும் போய்விடுவான். அவன்கிட்ட பேசாம என்னால இருக்க முடியாது’ என்று சாமிக்கண்ணு சத்தம் போட்டுச் சொன்னதும் எனக்குத் தெளிவாக கேட்கத்தான் செய்தது. நான் வேகமாக சந்தன மாரியப்பன் வீட்டை நோக்கிப் போனேன். காய்ந்த சாணிகளோடு காளைகள் இல்லாத அந்த இடம் வெறிச்சோடிக்கிடந்தது.

சந்தன மாரியப்பனின் அம்மாவும் அப்பாவும் ஏதோ பேசியபடி சோகமாக நின்றிருந்தார்கள். என்னை அவர்கள் எதேச்சையாகக்கூடப் பார்த்துவிடக் கூடாதென்று வேகமாக நடந்து, அந்தத் தெருவைத் தாண்டி அவ்வளவு வேகமாக ஓடத் தொடங்கினேன்... அந்தக் காளைகள் ஓடியதைவிட இன்னும் வேகமாக!

3

"தினசரி வழக்கமாகிவிட்டது

தபால் பெட்டியைத்

திறந்து பார்த்துவிட்டு

வீட்டுக்குள் நுழைவது

இரண்டு நாட்களாகவே

எந்தக் கடிதமும் இல்லாத ஏமாற்றம்

இன்று எப்படியோ

என்று பார்க்கையில்

அசைவற்று இருந்தது

ஒரு சின்னஞ்சிறு இறகு மட்டும்

எந்தப் பறவை எழுதியிருக்கும்

இந்தக் கடிதத்தை?

இன்றும் திறந்து பார்க்கப்போகிறேன்

ஒரு பறவையின் கடிதத்துக்காக'

இது திவ்யாவுக்கு ரொம்ப பிடித்த கல்யாண்ஜியின் கவிதைகளில் ஒன்று.

'கல்யாண்ஜி சொல்லியதைப் போல நிஜமாகவே பறவைகள் மனிதனுக்குக் கடிதம் எழுதினால் எப்படி இருக்கும்?' என்று அவள் கேட்ட ஒரு கேள்வியைத்தான் என்னால் எதிர்கொள்ள முடியவில்லை. கல்யாண்ஜி சொன்னதைப் போல, திவ்யா கேட்டதைப் போல... பறவைகள் மனிதனுக்குக் கடிதம் எழுதுமா? இதற்குமுன் யாருக்காவது எழுதியிருக்குமா? ஒருவேளை இனி மேல் எழுதத் தொடங்குமா? அப்படி எழுதினால், நெஞ்சில் உப்புத்தாளை வைத்து ஊர் சிறுவன் ஒருவன் வேகமாகத் தேய்ப்பதைப் போல மனம் அத்தனை சொரசொரப்பாகி, கொஞ்சம் கொஞ்சமாக அரிப்பெடுத்து வலியெடுக்கிறது.

இன்னும் எத்தனை நாள் பறவைகள் பறக்கும்போது வானத்தை நிமிர்ந்து பார்க்காமலும், அவை ஆசையாக இரை பொறுக்கும்போது பூமியைக் குனிந்து பார்க்காமலும், என்றாவது ஒருநாள் என் உச்சந்தலையின் மீது மிகச் சரியாகச் சொத்தென்று விழப்போகும் (Prasanna vithanaage) பாவத்தின் எச்சத்துக்குப் பயந்து கொண்டிருப்பது? நீங்கள் பிரசன்ன விதனாங்கே சிங்கள இயக்குநர் இயக்கிய 'டெத் ஆன் எ ஃபுல்மூன் டே' (Death on a fullmoon) படத்தை ஒரு முறை பார்த்திருக்கிறீர்கள் என்றால், ஸ்டீபன் சுந்தரம் வாத்தியாரை உங்களுக்கு அறிமுகம் செய்வது எனக்கு ரொம்பவும் எளிது. அந்தப் படத்தில் போரில் மரணம் அடைந்து சடலமாகக் கொண்டுவரப்படும் சிங்கள ராணுவ வீரனின் அப்பாவாக நடித்திருப்பார் ஒரு பெரியவர். அவருக்கு முகச் சவரமும் முடிக்

குறைப்பும் செய்யாமல், அவர் கையில் வைத்திருக்கும் ஒரு கம்புடன் இன்னொரு கம்பையும் கொடுத்து, அவர் உடம்பில் சுற்றியிருக்கும் துண்டுக்கு பதிலாக வாழைக்கறைகள் பட்டுப்பட்டுக் கறுப்பாகிப் போன ஒரு மஞ்சள் கலர் அரைக்கைச் சட்டையைக் கொடுத்து, வானத்தைப் பார்த்து ஒரு நிமிடத்துக்கு ஒருமுறை ஒரு சிரிப்புச் சிரிக்கச் சொன்னால், அதுதான் ஸ்டீபன் சுந்தரம் வாத்தியார். ஆனால் அந்தப் படத்தைப் பார்க்காதவர்களுக்கு வேறு வழியில்லை. நீங்களாகவே உங்களுக்குப் புரிந்த மாதிரி ஸ்டீபன் வாத்தியாரைக் கற்பனை செய்து கொள்ளத்தான் வேண்டும்.

ஸ்டீபன் சுந்தரம் வாத்தியார்தான் ஊருக்குள் முதன்முதலில் அதிகம் படித்து, பக்கத்து ஊர் பள்ளிக்கூடத்துக்குப் பாடம் எடுக்கப்போன அரசாங்க வாத்தியார். என்றாலும், என் பால்யத்தின் நினைவுக்குள் வந்து அவரின் முகம் தங்கும்போது அவர் வெறுமனே வானத்தைப் பார்த்தபடி தெருவுக்குள் அலைந்து திரியும் லூஸு வாத்தியாராகத்தான் இருந்தார். எப்போதாவது எங்கள் வீட்டை வாத்தியார் கடக்கும்போது அம்மா சொல்வாள்... ''ஐயோ பாவம், எம்புட்டுப் பவுசா போன வாத்தியார். இப்படிக் கிடந்து பிராட்டியன் மாதிரி மானத்தப் பார்த்துக் கிட்டுத் திரியுறாரே'' என்று.

''நம்ம டீச்சர் புருசனுக்குக் கிறுக்குப் பிடிச்சிட்டுத் தெரியுமா?''

''ச்சீ... மனுசன் அவன் உண்டு, அவன் வேலை உண்டு, ஊர் வம்பு நமக்கெதுக்குனு இருந்தா உங்க எல்லாத்துக்கும் கிறுக்குப் பிடிச்சிருக்குன்னா அர்த்தம்?''

''திட்டாந்தரமா அப்படிச் சொல்றதுக்கு எங்களுக்கு ஆச பாரு. அவர்தான் ஆத்துப் பக்கமும் குளத்துப் பக்கமும் நின்னுகிட்டு காக்கா மாதிரி, மயில் மாதிரி, குருவி மாதிரிக் கத்திக்கிட்டுத் திரியிறா ராம்.

டீச்சர் போய்க் கூப்பிட்டா வாத்து மாதிரி கத்துறா ராம்... 'பேக்பேக்'னு'' இப்படி அவரைப் பற்றிப் பேச்சு நடக்கும்.

வாத்தியாரின் மனைவி கன்னியம்மாள்.... கேரளாவில் இருந்து மதப் பிரசங்கத்துக்காக ஊருக்குள் வந்து, ராமசாமியாகப் பிறந்த வாத்தியாரை ஸ்டீபன் சுந்தரமாக மாற்றி, காதல் திருமணம் செய்துகொண்டவர். அப்படியே கொஞ்ச நாளில் வாத்தியார் மனைவி வாத்திச்சி ஆகி, அப்புறம் அப்படியே ஆங்கிலத்தில் டீச்சராகிவிட்டார்.

''ஐயோ பாவம்! ஏக்கா... ரொம்பப் படிச்சா, ஆட்களுக்கு இப்படி எல்லாமா ஆவும்?''

''பின்ன... நம்ம வீட்டு ஆம்பிளையளமாரி குடிச்சானா? அடுத்தவன் குடியத்தேன் அழிச்சானா? மனுசனுக்குப் படிச்சிப் படிச்சிதான் மூளக்கொழம்பி இருக்கணும்!''

இப்படிப் படிப்பின் மீது பேரச்சத்தையே ஊருக்குள் ஏற்படுத்தினார் வாத்தியார். எப்போதும் தெருவிலும், காடுகளிலும், நதிக்கரையிலும், குளக்கரைகளிலும் அலைந்து திரிந்தார். சில நேரங்கள் தெருவில் தனியாக விளையாடும் குழந்தைகளின் மூக்கில் இருந்து வடியும் மூக்குச்சளியைச் சிந்தச்சொல்லி எடுத்துவிட்டு, முத்தம் கொடுத்துவிட்டுப் போவார்.

அப்புறம் மேட்டுத் தெருவில் பார்த்தவர் திடீரென்று காலச்சாமி கோயில் கோட்டைக்குள் மண்டியிட்டபடி ஜெபித்துக்கொண்டு இருப்பார். ''யேய்... வாத்தியான் வம்புக்குல்லா நம்மகோட்டைக்குள்ள நின்னுகிட்டு செவம் பண்றான். கொஞ்சநாள்ல இந்தக் கிறுக்கன் காலச்சாமிய ஏசு சாமியா மாத்திருவான் போலிருக்கே'' என்று யாராவது பேசினாலும் யாரும் அதைப் பெரிதாக எடுத்துக் கொள்வது இல்லை.

ஜெபம் முடிந்ததும் வடக்குத்தெரு வழியாக முதல்கிணறு வாய்க்காலுக்குதான் போவார். அங்கு யாராவது குளித்துக் கொண்டிருந்தால் அவர்களைத் தொந்தரவு செய்யாமல், அவர்கள் குளித்து முடிக்கும்வரை அங்கேயே அமர்ந்து பச்சைப் பனம்பழத்தை உரித்துத் தின்னுவார். குளிப்பவர் குளித்து முடித்து கரை ஏறியதும் மிச்சப் பனம்பழத்தை வாய்க்காலில் விட்டுவிட்டு, இரண்டு கைகளாலும் தண்ணீரை அள்ளி அள்ளிக் குடிப்பார்.

கல்யாணம், காதுகுத்து எந்த விசேஷ வீடுகளுக்குப் போனாலும் அவருக்கு அதே பழைய மரியாதையைத்தான் ஊர் மக்கள் கொடுப்பார்கள். ஆனால், வாத்தியார் ஓர் ஓரமாக இருந்து வேகவேகமாகச் சாப்பிடுவார். தான் சாப்பிட்ட இலையிலே இன்னும் கொஞ்சம் சோற்றை வாங்கிச் சுருட்டி மடியில் கட்டிக்கொண்டு கிளம்புவார். வாத்தியார் ஒரு பறவை போல, ஆகாயம் பார்த்தபடியே போகையில் எதிரில் அவரது மனைவி கன்னியம்மாள் டீச்சர் வந்தால், அப்படியே தெரு மாறிப் போய்விடுவார். இரண்டு நாட்களுக்கு ஒரு முறை வாத்தியாருக்கு தெரியாமல் டீச்சர் அவரின் அருகில் போய் நின்று, யதேச்சையாக இருமுவதைப் போல இருமுவார். உடனே, ஸ்டீபன்சுந்தரம் வாத்தியார் டீச்சரைப் பார்த்துத் தனது வலது கையை நீட்டுவார். டீச்சரும் கேள்வி எதுவும் கேட்காமல், ஒரு பத்து ரூபாய்த் தாளை எடுத்து அதில் வைப்பார். கன்னியம்மாள் டீச்சரின் இந்த இருமலும் ஸ்டீபன் சுந்தரம் வாத்தியாரின் இந்தக் கை நீட்டலும் அந்தப் பத்து ரூபாய்க்காகவே, அது தேவைப்படும் நேரங்களில் மிகச் சரியாக நடப்பதுபோல் இருக்கும்.

அந்தப் பத்துரூபாய்த் தாளோடு ஸ்டீபன் வாத்தியார் தங்கப்பாண்டிநாடார் கடைக்குப் போவார். தன்னிடம் நீட்டப்பட்ட ரூபாய்த்தாளை நாடார் வாங்குவார். அவரும் எதுவும் கேட்க

மாரி செல்வராஜ்

மாட்டார். வாத்தியாரும் எதுவும் சொல்ல மாட்டார். அந்தப் பத்து ரூபாய்க்கும் மொத்தமாக நிலக் கடலையோ, பொரிகடலையோ கொடுப்பார். அதை வாங்கி ரெண்டு கம்பில், ஒரு கம்பில் பொட்டலம் கட்டுவார். அம்மன் கோயில் முன்னாடி கோலிக்காய் விளையாடும் சிறுவர்களைக் கொஞ்சநேரம் வேடிக்கை பார்ப்பார். அப்புறம் வடக்குத் திசையை நோக்கி நடக்கத் தொடங்கிவிடுவார்.

முதலில் ஒரு வாய்க்கால் வரும். அப்புறம் இருள் சூழ்ந்த வாழைக்காடு. அப்புறம் திருநெல்வேலி, திருச்செந்தூர் மெயின் ரோடு வரும். அதைத் தாண்டினால் நாவல்பழ மரங்களும், தேக்கு மரங்களும் மருத மரங்களும், வேப்ப மரங்களும், மொட்டுக்காய் மரங்களும் மஞ்சணத்தி மரங்களும்... அப்புறம் எனக்குப் பெயர் தெரியாத ஆயிரம் செடிகள்கொண்டு ஒரு சின்னக் காடு இருக்கிறது. அந்தக் காட்டைத் தாண்டித்தான் தாமிரபரணி நதி ஓடுகிறது.

காட்டுக்குள் அவர் சென்றதும், அடுத்த நொடி அந்தக் காடு கரையும், அந்தக் காடு கத்தும், அந்தக் காடு கூவும். அந்தக் காடு அகவும். அந்தக் காடு கீச்சிடும். இப்போது அவரும் கரைவார். கத்துவார். கூவுவார், அகவுவார், கீச்சிடுவார். அவ்வளவுதான். அத்தனை மரங்களும் இலைகளுக்குப் பதிலாக விதவிதமான பறவைகளை உதிர்க்கும். கொண்டுவந்த கடலையையோ, பிடி சோற்றையோ, பழத்தையோ, தானியத்தையோ அங்கேயே எப்போதும் கிடக்கும் ஐந்து தேங்காய்ச் சிரட்டைகளில் தன்னைச் சுற்றி வைப்பார். தாமிரபரணியில் இருந்து ஒரு தகர டப்பாவில் எடுத்துவந்த தண்ணீரைக் கையில் வைத்துக்கொண்டு அமர்ந்திருப்பார்.

பறவைகள் தானியங்களைத் தின்றுவிட்டு, அவர் கையில் ஏறித் தண்ணீர் குடிக்கும். இரண்டு கிளிகள் அவருடைய எண்ணெய் பார்க்காத தலையில் ஏறி நின்று பேன் பார்க்கும். மாமிசப்பட்சியான

காக்கைகளோ அவருடைய கால் புண்களைக் கொத்தும். அவர் உடுத்தியிருந்த அந்த அழுக்கு வேட்டியில் தங்கிக்கிடக்கும் தானியங்களைக் கொத்தித் தின்ன அந்தச் சிட்டுகுருவிகள் அத்தனை ஆசைப்படும்.

சொன்னால் நம்பவே மாட்டீர்கள். அவசரமாக முட்டையிட விரும்பும் சில மணிப்புறாக்கள் அவர் மடியில்தான் முட்டையிடும். அப்படியே காலை விரித்துக்கொண்டு சாரத்தைத் தொட்டிலாக்கி அமர்ந்திருப்பார். நேரம் ஆக ஆக மயில் அகவும். நிழல் நகரும். காடு இருளும். சின்னதாக ஓர் இருமல். அவ்வளவுதான், உதிர்ந்த அந்தப் பறவைகள் மறுபடியும் மரத்தின் கிளை திரும்பும். வாத்தியார் அதே வழியில் ரோட்டைத் தாண்டி, வாழைத்தோட்டம் தாண்டி, வாய்க்கால் தாண்டி, அம்மன் கோயில் தாண்டி, நாடார்கடை தாண்டி வீடு திரும்புவார்.

ஊரில் தங்கபாண்டிநாடார் சிலநாள் கடை திறக்க மாட்டார். சத்துணவில் சிலநாள் உருண்டை கொடுக்க மாட்டார்கள். செல்வி சில நாள் பால் வாங்க வராமல் இருந்துவிடுவாள். அண்ணன் சிலநாள் என்னை அடிக்க மறந்து விடுவான். புஷ்பலீலா சிலநாள் பூ வைக்காமல் பள்ளிக்கு வந்து விடுவாள். ஆனால், வாத்தியார் காடு போவதும் வீடு திரும்புவதும் தவறியதே இல்லை. ஒருநாள் அது தவறியது. காடு போனவர் வீடு திரும்பவில்லை. எந்தப் பறவையும் வந்து யாரிடமும் ஏனென்றும் சொல்லவில்லை.

மொத்த ஊரும் காட்டுக்குள் இறங்கித் தேடினோம். நதிக்கரைகளில் தேடினோம். நதிக்குள் இறங்கி தேடினோம். கன்னியம்மாள் டீச்சர் இருமிக்கொண்டே தேடினார். ஏதாவது ஒரு திசையிலிருந்து வாத்தியார்தன் வலது கையை நீட்டிவிட மாட்டாரா? நாம் அதில் பத்து ரூபாயை வைத்துவிட மாட்டோமா என்று தவித்தபடியே

புதர்களுக்குள் புகுந்து பார்த்தார். முதலில் ஒரு சாய்ந்த பெரிய மஞ்சணத்தி மரத்தை அசைத்துப் பார்த்தார்கள். அதன் பின்னர், ஒரு மருதமரத்தின் பெரிய பொந்துக்குள் புகுந்து பார்த்தார்கள். அங்கே வாத்தியார் அப்படியே தானியக் கிண்ணங்களைப் பிடித்தவாறு சுருண்டு, பறவைகளுக்காகக் காத்துக்கிடப்பவரைப் போல இருந்தார். உயிர் ஒரு பறவையாகி சகபறவைகளைத் தேடிப் போயிருந்தது.

யாருக்கும் எதுவும் புரியவில்லை. இந்தக் காடு ஏன் இன்று பறவைகள் இல்லாத காடாக இருக்கிறது? வாத்தியார் ஏன் இப்படி அநாதையாகக் கிடக்கிறார்? அத்தனை இறகுகளையும் இங்கே கொட்டிவிட்டு அத்தனை பறவைகளும் எங்கே போய்த் தொலைந்தன. எல்லாருமே கண்களைக் கசக்கிகொண்டு நின்றார்கள். அவர்களுக்குளதுவுமே தெரியாது. ஆனால், எனக்குத் தெரியும். பறவைகளைக்கண்ணி வைத்துப் பிடித்த வேட்டைக்காரர்களான எங்களுக்கு மட்டுமே தெரியும்.

ஒரு சிட்டுக்குருவியை அடிப்பதற்கு இடுப்பில் வில்வாறை வைத்துக்கொண்டு, தெருத்தெருவாகப் பார்க்கிறவர்களிடம் எல்லாம் 'எப்படி அலையுதுவோ பார் பிராட்டியன் மாதிரி...' என்று ஏச்சும் பேச்சும் வாங்கிக்கொண்டு, ஏதும் கிடைக்காமல் அம்மன் கோயில் சுவரில் ஓடுகளில் ஓடும் அணில்களை அடித்து, சுட்டுத் தின்று திருப்தி அடைந்தவர்கள் நாங்கள். ஒரே இடத்தில் ஒருநாள் முழுவதும் பறக்காமல் தங்களுக்குச் சிறகு இருப்பதையே மறந்து... புறா, மைனா, காக்கா, மணிப்புறா, முங்குவாத்து, சிட்டுக்குருவிகள் என்று அத்தனை பறவைகளும் நின்று இரை பொறுக்குவதைப் பார்த்தால், எங்களுக்கு எப்படி இருக்கும்? திட்டம் போட்டோம்.

சதீஷ் மீன் தூண்டிலுக்குப் போடும் நரம்புகளை வைத்து வளையம் வளையமாக ஐந்து கண்ணிகளைச் செய்தான். ஒரு வளையத்துக்கு

எப்படியும் பத்து பறவைகளாவது கண்டிப்பாகச் சிக்கும். எப்படியாப்பட்ட வலுவான பறவையாலும் தூக்கிக்கொண்டு பறக்க முடியாத அளவுக்கு, அந்த இரும்பு வளையங்களை மண்ணில் அடித்து இறக்கிவைக்க பெரிய ஆணிகளையும் எடுத்துக்கொண்டோம். வாத்தியார் வீடு திரும்பிய நேரத்தில் நாங்கள் காடு புகுந்தோம். வாத்தியாரின் தானிய சிரட்டைகளில் தானியங்களையும், பெரிய தகரப் பாத்திரத்தில் தண்ணீரையும் எப்போதும்போல வைத்துவிட்டு, எங்களின் வளையங்களை மண்ணுக்குள் புதைத்து ஆணிகளை இறக்கி, சுருக்குநரம்புகளின் அகல வாயை விரித்துவைத்துவிட்டு, எங்களின் கால்தடம் பதியாமல் வீடு திரும்பினோம்.

மறுநாள் அதிகாலையில் வாத்தியார் எழுவதற்கு முன்பே முத்துக்குமார், சதீஷ், முருகன், நான் நால்வரும் காட்டுக்குள் இருந்தோம். நாங்கள் நினைத்ததைவிட அதிகமாகவே வளையத்துக்குள் அகப்பட்ட பறவைகள், றெக்கைகளை அடித்தபடி அலறிக்கொண்டும் கத்திக்கொண்டும் காட்டைக் கிழித்தபடி கிடந்தன. புறா, மணிப்புறா, காக்கா, மைனா, சிட்டுக்குருவிகள், கொக்குகள், கெளதாரிகள், கிளிகள், முங்குவாத்துகள் இப்படி எல்லாப் பறவைகளும் அகப்பட்டுக்கிடந்தன. நாங்கள் ஆச்சர்யப்பட்டுக் கத்தும் அளவுக்கு ஒரு மயில்கூட அகப்பட்டு அகவிக் கிடந்தது. தயாராகக் கொண்டுவந்திருந்த சாக்குப் பைக்குள் ஒவ்வொரு பறவையாக, அவற்றின் றெக்கைகளை ஒடித்து உள்ளே போட்டோம். மைனாவைச் சாப்பிட முடியாது என்று அவற்றை எடுத்து சதீஷ் பறக்கவிட்டான். ஆனால், கிளிகளை வீட்டில் வளர்க்க வைத்துக் கொண்டோம். அந்தப் பெரிய மயிலை என்ன செய்வது என்று தெரியாமல் யோசித்துக் கொண்டு இருக்கும்போதுதான் முருகன் சொன்னான், ‘‘வேண்டாம்லே... மயிலைக் கொன்ன மனுசனுக்குப் புத்தி பேதலிக்கும்னு எங்க அம்ம சொல்லுவா.‘ என்று. அவ்வளவுதான்

அதைப் பறக்கவிட்டோம். ஆனால், அது ஓர் அப்பாவி. டைனோசரைப் போல ஓடித்தான் போனது. ஏனென்றால், அதன் றெக்கை ஏற்கனவே உடைந்துவிட்டது

தூக்க முடியாத அளவுக்கு நிரம்பிய சாக்கைத் தூக்கிக் கொண்டு,வாழைத்தோட்டம் வழியாகப் போனால் யாராவது பார்த்து விடுவார்கள் என்று, பஸ் ஸ்டாப் வழியாகச் சென்று உச்சிபரும்பு ஏறி, கால்வாய் ரயில்வே கேட் தாண்டி வீரளப்பேரி பனங்காட்டுக்குப் போய்ச் சேர்ந்தோம்.

வாத்தியார் எப்போதும்போல எழுந்ததும் நாடார் கடையில் கடலை வாங்கிக் கொண்டு காட்டுக்குள் போய்ச் சேர்ந்த அதே நேரத்தில்,வீரளப்பேரியின் பனங்காட்டுக்குள் அகப்பட்ட எல்லா பறவைகளும் ஒரு பெரிய பாத்திரத்தில் ஆவி பறக்க வெந்து கொண்டிருந்தன.

வாத்தியாரின் சடலத்தைப் பார்த்தபோது, அது எல்லாம் நினைவுக்கு வந்து, எங்களுக்கு கண்ணீர் முட்டிக்கொண்டது. சதீஷ் நிற்க முடியாமல் வீட்டுக்கு ஓடிவிட்டான். முருகனோ அவன் அம்மாவின் பின்னால் போய் ஒளிந்து நின்றுகொண்டான். நானும் முத்துக்குமாரும்தான் நடக்கும் எல்லாவற்றையும் எதுவும் தெரியாதவர்களைப் போல வெறிக்கவெறிக்க வேடிக்கை பார்த்துக்கொண்டு இருந்தோம்.

சத்தியமாக எங்களுக்குத் தெரியாது, வாத்தியார் எல்லாப் பறவைகளையும் அடையாளம் வைத்திருப்பார் என்று. எங்களுக்குத் தெரியாது, ஐந்நூறு பறவைகளில் இருபது பறவைகளை வேட்டையாடினாலும் வாத்தியார் கண்டுபிடித்து விடுவார் என்று. எங்களுக்குத் தெரியாது, வாத்தியார் பறவைகளை இவ்வளவு

நேசித்திருப்பார் என்று. எங்களுக்குத் தெரியாது, நாங்கள் கண்ணி போட்டு பிடிக்கும்போது அந்தப் பறவைகள் உதிர்த்த அத்தனை இறகுகளும் வாத்தியாருக்கு அவை எழுதிய கடைசி கடிதம் என்று. எங்களுக்குத் தெரியாது, அவர் அந்தக் கடிதங்களை வாசித்திருப்பார் என்று. வாசித்து வாசித்து வாத்தியார் பித்துப் பிடித்துக் கதறி அழுதிருப்பார் என்று. ஏதோ ஒரு பறவை 'வாத்தியாரே... நீதான் துரோகி. நீதான் எங்களைப் பழக்கி, எங்களை நம்பவைத்து அவர்களிடம் பிடித்துக்கொடுத்துவிட்டாய். இனி, உன் முகத்திலே நாங்கள் விழிக்க மாட்டோம் என எழுதிச் சென்றிருக்குமோ? அதுதான் வாத்தியாரின் நெஞ்சை அடைத்திருக்குமோ? அந்த நொடியிலே, அந்த இடத்திலே அவர் உயிர் பிரிந்திருக்குமோ?

வாத்தியாரைத் தூக்கச் சொன்னார்கள். எல்லோரும் தூக்கினோம் அவரோ பறக்கப் போவதைப் போல கைகள் இரண்டையும் விரித்துக்கொண்டு கிடந்தார். "அவரை எங்கே தூக்குகிறீர்கள். அவர் இங்குதான் வாழ்ந்தார். அவர் இப்போது எங்கேயும் போகவில்லை. இங்குதான் ஏதோ ஒரு பறவையாகி.. ஏதோ ஒரு மரத்தில் இருக்கிறார். எப்படியும் நாம் போனபின் இறங்கிவருவார். இந்த உடலை மட்டும் அங்கே கொண்டுபோய் என்ன செய்வது? இங்கேயே ஏதாவது ஒரு மரத்தின் நிழலில் நல்லபடி அவரை அடக்கம் செய்யுங்கள். அவர் பறவையாகப் பறக்கட்டும், காடாக வாழட்டும்'' என்று கன்னியம்மாள் டீச்சர் சொன்னதனால், வாத்தியாரை அங்கேயே அடக்கம் செய்தார்கள்.

போன பொங்கலுக்கு ஊருக்குப் போயிருந்தபோது பிறந்தநாள் பரிசாக மயிலிறகு வேண்டும் என்று திவ்யா கேட்டபோது, வாத்தியாரின் கல்லறைப் பக்கமாக அத்தனை போலி தைரியத்துடன் போய்ப் பார்த்தேன். எவ்வளவு பறவைகளின் இறகுகள், அங்கே

மாரி செல்வராஜ் 57

கொட்டிக்கிடந்தன. அவை எல்லாமுமே வாத்தியாருக்கு அந்தப் பறவைகள் எழுதிய கடிதங்களாக இருந்தால், அவை என்ன எழுதியிருக்கும்? நிச்சயமாக எங்களைப் பற்றித்தானே எழுதியிருக்கும்? அவற்றின் றெக்கைகளை வலிக்க வலிக்க ஒடித்தவன் என்று என்னைத்தானே அடையாளப் படுத்தியிருக்கும்? அவை எப்படிக் கொல்லப்பட்டன என்று எழுதினால்? ஐயோ.... வேண்டாம்!

காட்டைவிட்டு வேகமாக வெளியேறி எப்போதும்போல என்றாவது ஒருநாள், யார் மூலமாகவோ பகிரங்கமாக, நிச்சயமாக உடைபடப்போகும் பாவத்தின் மூட்டைக்குள் வந்து பதுங்கி கொண்டேன்.

உடையும்போது அது உடையட்டும்...

நாறும்போது அது நாறட்டும்!

4

'ஆதியிலே தேவன் வானத்தையும் பூமியையும் சிருஷ்டித்தார்!'என் மடியில் இப்போது ஒரு பைபிள் இருக்கிறது. பழைய ஏற்பாடும் புதிய ஏற்பாடும் அடங்கிய எபிரேயு கிரேக்கு என்னும் மூல பாஷையிலிருந்து தமிழில் மொழிபெயர்க்கப்பட்டது. ஆனால், இது அக்காவின் பைபிள். முன் அட்டையில் எஸ்.எஸ்தர் என்று தமிழில் மை பேனாவை வைத்து எழுதி வைத்திருக்கிறாள்.

"நீ செய்த பாவங்கள் ஒவ்வொன்றும் என் காதுக்கு வரும்போது உன் போட்டோ ஒன்றை எடுத்து இந்த பைபிளுக்குள் வைத்துக் கண்ணீர் மல்க ஜெபிப்பேன். கர்த்தர் கருணையானவர் என்று எனக்குத் தெரியும். ஆனால், உன் விஷயத்தில் அவர் கொஞ்சம் கூடுதல் கருணை காட்டவேண்டிய அவசியம். ஆகையால் கண்ணீர் மல்க ஜெபிப்பேன். என் ஜெபம் வலிமையானது. அது உன்னை ஒவ்வொரு முறையும் சிலுவையில் அறைந்துவிடாமல் காப்பாற்றியிருக்கிறது. ஒருநாள் நீ பைபிள் வாசிப்பாய். அப்போது ஜெபத்தைக் காட்டிலும் பைபிள் வலிமையானது என்று புரியும்!" இது அடிக்கடி அக்கா சொல்வது.

"நான் உன்னைத் தண்டிக்கப் போவதில்லை. உன்னை தண்டிக்கும் உடல்வலிமையும் எனக்கு இருப்பதாக நான் நம்பவில்லை. என்றாவது ஒரு நாள் யதேச்சையாக உன் கையில் ஒரு பைபிள் கிடைக்கும்.

மாரி செல்வராஜ்   59

அப்படி அது கிடைக்கும்போது அதை நீ வாசிக்கக்கூட வேண்டாம். சும்மா தொட்டாலே போதும். நீ மிகவும் தண்டிக்கப்பட்டதாக நான் உணர்ந்து திருப்தி அடைவேன்!'' இப்படி திருநெல்வேலி ஆவினில் வைத்து வலுக்கட்டாயமாக ஐஸ்க்ரீம் வாங்கிக் கொடுத்தபடி சொன்ன ஆபிரஹாம் அப்படியே அன்று முதல் காணாமல் போய் விட்டான்.

அப்படிப்பட்ட பைபிள்தான் இப்போது என் மடியில் இருக்கிறது. கட்டாயம் பைபிள் படிக்க வேண்டிய அல்லது படித்திருக்க வேண்டிய கிறிஸ்துவக் குடும்பத்தைச் சேர்ந்தவன் இல்லை நான். அப்பா செவ்வாய், வெள்ளிகளில் பேய், பிசாசு ஓட்டும் உச்சினிமாகாளி அம்மன் கொண்டாடி. அம்மாவோ எப்போதும் சிவப்புச் சேலை அணிந்தபடி திரியும் ஆதிபராசக்தி. ஆகவே அம்மா- அப்பாவுக்கும் ஜெருசலேமுக்கும், அம்மா - அப்பாவுக்கும் ஏசுவுக்கும், அம்மா-அப்பாவுக்கும் பைபிளுக்கும், எந்த சம்மந்தமும் எப்போதும் இருந்ததில்லை.

புதுக்கோட்டை கிறிஸ்துவப் பெண்கள் மேல்நிலைப் பள்ளியில் படித்த அக்காதான் யாருக்கும் தெரியாமல் ஒருநாள் கர்த்தரை வீட்டுக்குக் கூட்டிவந்தவள். அக்காதான் பைபிளைக் கொண்டுவந்தவள். யாருக்கும் தெரியாமல் கர்த்தர் எங்கள் வீட்டுக்குள் இருக்கிறார் என்று எங்களுக்குத் தெரியும்போது, முருகம்மாளாகிய அக்கா எஸ்.எஸ்தராக மாறியிருந்தாள்.

'பரிசுத்த வேதாகமம்' எனப்படும் இந்த பைபிளின் பக்கங்களுக்கு இடையே நாங்கள் பலப்பல வேண்டுதல்களை எழுதிவைத்திருப் போம்' 'என்னை இன்னும் கொஞ்சோண்டு வளத்தியாக்கும் ஆண்டவரே' என்று பெரியமாரி எழுதி வைத்திருந்தாள், முத்துகுமார் 'சிவகாமி டீச்சருக்குக் காய்ச்சல் வர வேண்டும்' என்று எழுதியிருப்பான். வள்ளிக்கு எழுத்தத் தெரியாது. அவள் பைபிளில், 'உம் ரத்தத்தால்

என்னைக் கழுவி, கறுப்பான என்னைச் சிவப்பாக்கும் ஆண்டவரே என்று என்னைத்தான் எழுதித் தரச் சொல்வாள். மூர்த்தி பைபிள் முழுக்க முடியில்லா மொட்டை பொம்மைகளை வரைந்து வைத்திருப்பான். 'இன்று மட்டும் அடி கிடைக்காமல் காப்பாற்றும் ஆண்டவரே' என்பதையே தினமும் எழுதிவைத்துவிட்டு, ஒவ்வொரு நாளும் ஏதாவது ஒரு தவறு செய்கிறவனாகத்தான் நான் இருந்தேன். 'ஆண்டவரே சாத்தானின் கைக்குழந்தையாக இருக்கும் என் கடைசித் தம்பி, இன்று தெரிந்து செய்த பாவங்களையும் தெரியாமல் செய்த பாவங்களையும் மன்னிப்பீராக' என்று நடு இரவில் அக்கா எனக்காக என் தலைமாட்டில் பைபிளை வைத்து, எனக்குத் தெரியாமல் செய்கிற ஜெபம் எல்லாம் எனக்குப் பிடித்தமானவைதான்.

அக்காவுக்கு ஒரு பழக்கம் இருக்கிறது. அவள் யாருக்காக ஜெபித்தாலும் அவர்கள் பெயரையோ அல்லது அவர்களின் புகைப்படத்தையோ அவர்களின் பிரச்சனைக்குத் தகுந்தவாறான அதிகாரத்தில் வைத்தபடி ஜெபிப்பாள். என் புகைப்படத்தை 23-வது சங்கீதத்தில் வைத்திருக்கிறாள்.

அந்தப் புகைப்படம் நான் முதன்முதலில் கருங்குளம் பள்ளியில் ஆறாவது படிக்கும்போது பஸ் பாஸுக்காக எடுத்த புகைப்படம். எண்ணெய் தேய்த்துத் தலைவாரி, நெற்றியில் திருநீறு பூசியிருக்கிறேன். நல்லவேளை இந்தப் புகைப்படத்தில் இருக்கும்போது நான் எந்தப் பாவமும் செய்ததாக இப்போது என் நினைவில் இல்லை. கொஞ்சம் சில்லறைத் திருட்டுகள் இருக்கலாம். அவ்வளவுதான்.

நாளாகமத்தின் அதிகாரம் ஒன்றில் எதையுமே அளவுக்கு அதிகமாகச் சாப்பிடும் தம்பி ராமமூர்த்தி பெயர், நீதிமொழிகள் ஐந்தாவது அதிகாரத்தில், அண்ணன் சிவா பெயர், ஏசாயா 49-வது அதிகாரத்தில், அம்மாவின் பெயரையும் அப்பாவின் பெயரையும்

எழுதி வைத்திருந்தவள், அதிகம் கோபப்படக் கூடியவனாக இருக்கிற சின்ன அண்ணன் மாரி ராஜாவின் பெயருக்குப் பதிலாக அவனுடைய ஸ்டேட் பேங்க் ஆஃப் இந்தியா வங்கிக் கணக்குப் புத்தகத்தை நீதிமொழிகள் 14ல் வைத்திருக்கிறாள்.

'புத்தியுள்ள ஸ்திரீ தன் வீட்டைக் கட்டுகிறாள். புத்தியில்லாத ஸ்திரீயோ தன் கைகளினால் அதை இடித்துப் போடுகிறாள்.' இது யதேச்சையாக நடந்ததா, அல்லது அக்கா திட்டமிட்டுச் செய்தாளா என்று எனக்குத் தெரியவில்லை. கர்த்தரிடம் அண்ணனின் வங்கிக் கணக்கு வழக்குகளை ஸ்டேட் பேங்க் ஆஃப் இந்தியாவில் வேலை பார்த்துக்கொண்டிருக்கும் அக்கா காட்டுவது யதேச்சையானதாக எனக்குப் படவில்லை.

இப்படி எங்கள் எல்லாருடைய பெயர்களையும் பைபிளில் அக்கா இன்னும் எழுதிவைத்துக்கொண்டு இருப்பதில் எனக்கு ஆச்சரியமோ, அதிர்ச்சியோ இல்லை. ஏனெனில், வீட்டில் தினமும் நடக்கும் சம்பவங்களின் அடிப்படையில் எங்கள் பெயர்கள் வெவ்வேறு அதிகாரங்களுக்கும், சங்கீதங்களுக்கும், நீதிமொழிகளுக்கும் மாறும். நான் வீட்டில் எப்போதும் இல்லாத ஒரு ஆளாகிவிட்டதால் எனது புகைப்படம் ஒரே அதிகாரத்தில் அதிக நாட்கள் இருக்கின்றன. ஆனால், சிவா அண்ணன் பெயர் வாரத்துக்கு ஒரு முறை வசனம் மாறுவதாக மூர்த்தி சொல்லுவான். அக்காவுடன் திருமணம் ஆகி ஆறு மாதமே ஆனாலும், அத்தான் செந்தில் பெயர்கூட ஒரே நாளில் மூன்று நான்கு அதிகாரங்களுக்கு மாறும் என்பது எனக்குத் தெரிந்ததுதான். ஆனால், நாங்கள் எல்லாரும் எப்போதோ மறந்துபோன, மரத்துப்போன ராஜி என்ற ஒரு பெயர் பத்து வருடங்களாக ஒரே அதிகாரத்தில், ஒரே வசனத்தில் இருப்பதுதான் எனக்குப் பேரதிர்ச்சியாக இருக்கிறது.

'யோசுவா அதிகாரம் 1-ல் ஐந்தாவது வசனம்.

‘நீ உயிரோடு இருக்கும் நாளெல்லாம் ஒருவனும் உனக்கு முன்பாக எதிர்த்து நிற்பதில்லை. நான் மோசேயோடே இருந்ததைப்போல, உன்னோடும் இருப்பேன். நான் உன்னைவிட்டு விலகுவதுமில்லை, உன்னைக் கைவிடுவதுமில்லை!’

ராஜிக்கு என்ன நடந்தது, அவள் இருக்கிறாளா இல்லையா என்று எந்த உண்மையும் தெரியாமல் அக்கா இன்னும் ராஜியின் பெயரை பைபிளில் மறைத்து வைத்து ஜெபித்துக்கொண்டிருக்கிறாள். ராஜிக்கு என்ன நடந்தது என எல்லாவற்றையும் தெரிந்துகொண்டு, தெரியாததுபோல நாங்கள் செய்த பாவத்துக்காக ஜெபிக்கிறாளா, அல்லது எதுவும் தெரியாமல் கண்டிப்பாக ராஜி ஒருநாள் வந்துவிடுவாள் என்ற அவளது நம்பிக்கை, அப்படியே தொடர்ந்து ஜெபிக்க அவளைப் பழக்கி வைத்திருக்கிறதா என்று தெரியவில்லை.

ராஜி என்பவள் எங்களின் கடைசித் தங்கை என்று நினைத்து விடாதீர்கள்.ஒருவேளை ராஜி என்பவள் என் பதின்மூன்று காதலிகளில் ஒருத்தியாக இருக்கக்கூடும் என்றும் நினைத்துவிடாதீர்கள். ராஜி என்பவள் நாங்கள் வளர்த்த நாய்கூட இல்லை. அது செந்திலாம் பண்ணையில் இருந்து அக்கா கல்லூரிப் படிப்பு முடிந்து வீட்டுக்கு வரும்போது கொண்டுவந்த ஒரு பூனைக்குட்டி.

அந்தப் பூனைக் குட்டி சீனி தாத்தா அவளுக்குக் கொடுத்த பரிசு. அப்படியே சீனி தாத்தாவின் முடிபோல அவ்வளவு வெள்ளையாக இருக்கும். பேருந்தில் இருந்து தவறி விழுந்து இறந்துபோன தன் பள்ளித் தோழி ராஜியின் பெயரை அந்தப் பூனைக்குட்டிக்கு வைத்துவிட்டிருந்தாள் அக்கா. சினிமா பார்க்காத, பாட்டு கேட்காத கர்த்தரின் குழந்தை ஆன பின்பு, அக்காவுக்கு ராஜிதான் எல்லாமும் எப்போதும்.

ராஜி எங்களுக்கு நல்ல சினேகிதிதான். மூர்த்தியோடு அவள் போட்டிபோட்டுச் சாப்பிடுவாள். அப்பாவோடு போட்டிபோட்டுக் குறட்டை விடுவாள். அம்மாவோடு போட்டிபோட்டுப் பாத்திரங்களை உருட்டுவாள். அண்ணனோடு போட்டிபோட்டு வீட்டில் கருவாடு தேடுவாள். அக்காவோடு போட்டிபோட்டு ஜெபிக்க கூடச் செய்வாள். என்னோடு போட்டிபோட்டு வீட்டில் திருடுவதிலும் அவள் கில்லாடி.

ஒரு பூனையும் ஒரு பெண்ணும் வீட்டில் தனியாக இருந்தால் அப்படி என்னதான் பேசிக் கொள்வார்கள்? அக்காவும் ராஜியும் பேசிக் கொண்டே இருப்பார்கள். அக்கா ராஜியின் முடிகளை வருடிவிட்டபடிதான் பைபிள் படிப்பாள். ராஜி அக்காவின் பாலியஸ்டர் தாவணியில்தான் கிடந்து உருளும். நன்றாகப் பழகிவிட்ட பூனைகள் கைக் குழந்தைகளைப் போல உங்களை எப்போதும் தடவச் சொல்லும், தூக்கச் சொல்லும், விளையாடச் சொல்லும். நாம் அதைக் கவனிக்காமல் இருந்தால் கத்தும். கையை வந்து அப்படிக் கவ்வும். நாம் கண்டுகொள்ளாமல் நடக்கும்போது கால்களுக்கு ஊடாக வந்து நகத்தைப் பிராண்டும். அதுவும் நன்றாகச் செல்லம் கொடுத்த பூனை என்றால் கேட்கவா வேண்டும்? ராஜி தனி ராஜ்யமே நடத்துவாள்.

ஒருநாள் வீட்டுக்குள் வந்துவிட்ட ஓணானை ராஜி விரட்டிப் பிடித்துக் கடித்துக் குதறியபோது அக்கா அவ்வளவு பயந்துவிட்டாள். அவளால் நம்ப முடியவில்லை. பூனைகள்தானே எலி, ஓணான், பல்லி எல்லாவற்றையும் வேட்டையாடும். ஆனால், ராஜி ஏன் அப்படி நடந்துகொள்கிறது என்பதை அவளால் நம்பவே முடியவில்லை? ஏனெனில், ராஜியை அவள் ஒரு நாளும் பூனையாகப் பார்த்ததே இல்லை. அன்று முதல் ராஜிக்குக் கருவாடு சுட்டுக்கொடுப்பதை அக்கா நிறுத்தி விட்டாள். வீட்டில் இருந்து யார் வெளியே கிளம்பினாலும் வாசலில் நின்று மியாவ்...மியாவ்... ஆனால் அக்கா டைப்ரைட்டிங்

கிளாஸ் கிளம்பினால் மட்டும் தொழுவு வரைக்கும் வந்து மியாவ்... மியாவ்.

அக்கா ராஜியை நன்றாக பிஸ்கட் தின்னப் பழக்கியிருந்தாள். எப்போது அவள் வெளியே போனாலும் பிஸ்கட்தான் வாங்கிவருவாள். "ஒரு பிஸ்கட் உனக்கு... ஒரு பிஸ்கட் எனக்கு" என்று இருவரும் வாசலில் படுத்துக்கிடந்து சாப்பிடும்போது அம்மா, "ஏ புள்ள ராசி... இங்க பாரு எங்கிட்ட கருவாடு இருக்கு" என்று சமையலறையில் இருந்து சுட்ட கருவாட்டை உயர்த்திக் காண்பிப்பாள். ராஜி அம்மாவைப் பார்க்கும். முறைக்கிற அக்காவையும் பார்க்கும். மூன்று முறை 'மியாவ்.. மியாவ்... மியாவ்..'! இப்போது அம்மா சத்தம்போட்டு, 'ஏக்கி இங்க வாக்கி கருவாடு தாரேன். இப்ப வந்தா கருவாடு. அப்புறம் வந்தா திருவோடுதான் போ' என்று சொல்லும்போது வீட்டுக்குள் வேகமாகச் சென்று, நடு உத்திரம் வழியாக வேகமாக ஏறி சென்று, கீழ் வீட்டுக்குள் புகுந்து சமையலறையின் பின்பக்க வாசலில் வந்து நின்று மெதுவாக அம்மாவைப் பார்த்துக் கத்தும் 'மியாவ்... மியாவ்...'!

"ஏ புள்ள முருவம்மா... இங்க வந்து பாரு உன் ராசிய! எப்படி நாக்கத் தொங்கப் போட்டுக்கிட்டு கருவாட்டுக்கு வந்திருக்குன்னு" என்று அம்மா சொல்ல, "ஏ புள்ள ராசி, நாக்க சொட்டாங்கியாப் போடுற! இந்தா வாரேன். அடுப்புல காய வெச்சிருக்கிற தீமுட்டி குழல எடுத்துட்டு வந்து வாயில ஒரு இழு இழுக்கிறேன்'னு அக்கா மெதுவா எழுந்திருப்பா. அவ்வளவுதான். சமையற்கட்டு வாசலில் இருந்து வேப்ப மரத்துக்கு ஒரு தாவு. அப்படியே அடுத்த வீட்டு ஓட்டுக்கு ஒரு தாவு. அங்க நின்னுகிட்டு மொத்த வீட்டையும் பார்த்து ஒருநாள் முழுக்க மியாவ்...மியாவ்...மியாவ்! அப்புறம் அக்கா மண்டியிட்டு ஜெபிக்கும்போதுதான் வந்து அவள் உள்ளங்காலைத்

தன் பூனை முடிகளால் உரசிக்கொண்டிருக்கும். அக்கா எப்போது ஜெபித்துக் கண் திறந்தாலும் எதிரில் இருப்பவர்களுக்கு ஒரு முத்தம் கிடைக்கும். அந்த முத்தம் ராஜிக்கும் கிடைக்குமென்று ராஜிக்குத் தெரியும். அந்த ராஜிதான் இந்த ராஜி. எங்கே போனாள்? என்ன ஆனாள் என்று எதுவும் தெரியாமல் பத்து வருடங்களாகப் பெயர் எழுதி பைபிளுக்குள் வைத்து அக்காவால் ஜெபிக்கப்பட்டுக்கொண்டிருக்கும் ராஜி. எப்படியும் ஒருநாள் திரும்பி வந்துவிடும் என்ற நம்பிக்கையில் அக்கா ஜெபித்துக்கொண்டிருக்கும் ராஜி!

ராஜி காணாமல் போனதாக அக்காவுக்கு நாங்கள் சொன்ன அன்று, நான்கு அடுப்புக் கட்டிகளில் வைத்து பெரிய கொப்பரைகளில் நெல் அவித்து அம்மா இறக்கினாள். அந்த நெல்லை உலர்த்துவதற்காக நானும் அப்பாவும் சிமெண்ட் குளத்துக்கு எடுத்துக்கொண்டு போனோம். அப்போது அக்கா டைப்ரைட்டிங் கிளாஸுக்கு போயிருந்தாள் என்பதால் அவள் வீட்டில் இல்லை. மற்ற எல்லாருமே இருந்தோம். அப்பாவும் நானும் கொப்பரையில் இருக்கும் அவித்த நெல்லை அப்படியே கவிழ்த்துக் கொட்டினோம்.

மனதைத் திடப்படுத்திக் கொள்ளுங்கள்... கொட்டிய நெல்லில் ராஜி வெந்து அவிந்து வந்து விழுந்தது! முதலில் பார்த்த அப்பா அப்படியே அலறி நடுங்கிக் கத்திவிட்டார். நானும் மூர்த்தியும் அப்படியே நின்றோம். அம்மா பக்கத்தில் வந்து பார்க்க. பயந்து தூரத்தில் நின்று அழுதவாறு அப்பாவைத் திட்டத் தொடங்கினாள்.

'ஐயோ பாவி.... வீட்டுக்கு வந்த சீதேவிய இப்படி நெல்லுக்குள்ளே வெச்சி அவிச்சி எடுத்துப் போட்டுட்டியே.. இனிமே என் குடி எப்படி தழைக்கும்? என்று அவள் திட்டியபோது அப்பா பித்துப் பிடித்தவராக இருந்தார். ராஜி ஒரு பொம்மையைப் போல வெந்து ஊதியிருந்தது. அந்தப் பூனைக் கண்கள் அப்படியே வெந்து வெளுத்துப்போய்

இருந்தன. யாருக்கும் எதுவும் தெரியவில்லை. எப்படிக் கொப்பரையில் விழுந்தது, எப்படி அதைப் பார்க்காமல் நெல்லை நாங்கள் கொப்பரையில் கொட்டினோம். எப்படித் தீயை மூட்டினோம் என்று எதுவும் புரியவில்லை.

அடுப்புமூட்டி அம்மா நெல் அவித்துக்கொண்டிருந்த தொழுவுக்கு மேலே உள்ள பரணில் நாங்கள் வைத்திருக்கும் கம்புகளில் எப்போதும் போல நடந்து போகும்போதோ, அல்லது ஓடிப் போகும்போதோ, ராஜி தவறி விழுந்து எழ முடியாமல் கிடந்திருக்கிறது. இதைப் பார்க்காத அப்பா, நெல் மூட்டையைக் கொண்டு வந்து கொட்டியிருக்கிறார். ராஜி நெல்லுக்குள் மாட்டிக்கொண்டிருக்கிறது. வெந்து நெல்லோடு நெல்லாக அவிந்து போயிருக்கிறது.

''யப்பா... என் மவ வர்றதுக்குள்ள அதப் புதைச்சிடுங்கப்பா. அவ பாத்தா தாங்க மாட்டாப்பா. தெரிஞ்சிச்சி அவ்வளவுதான்! என்னைய அவ வெச்சிப் பாக்க மாட்டா. அவகிட்ட மூச்சு விட்றாதீங்க. புள்ள துடிச்சிப் போய்டுவாப்பா!'' என்று அம்மா அழுது கூப்பாடு போட, மூர்த்தியும் நானும் ராஜியை ஒரு பையில் எடுத்துப் போட்டுக்கொண்டு சாத்தான்கோவிலுக்குப் பின்னாடி உள்ள ஒடங்காட்டுக்குள் சென்று குழி தோண்டினோம். அப்பாவிடம் அம்மா ஒரு சொம்பு பாலும், ஒரு குவளைப் பச்சரிசியும் கொடுத்துவிட்டிருந்தாள். ராஜியைக் குழிக்குள் வைத்ததும் அப்பா பாலை ஊற்றிப் பச்சரிசியைப் போட்டார். மூர்த்தி குழியை மூடினான். ராஜி கண்களிலிருந்து வேகமாக மறைந்துபோனது. அக்காவிடம் ராஜி இறந்ததை யாரும் சொல்லவில்லை.

அன்று ராஜியைக் காணாமல் அக்கா தேடத் தொடங்கினாள். அம்மாவிடம் அப்படி சண்டை போட்டாள். ''ஒரு பூனைக்குட்டிய பத்திரமா பாத்துக்கத் தெரியாத நீயெல்லாம் எப்படிப் புள்ள குட்டி பெத்து வளத்த?'' என்று வாய்க்கு வந்தபடி பேசினாள். பக்கத்து

வீடுகளுக்குப் போய்ப் பார்த்தாள். ராஜியின் பூனை சிநேகிதியான வெள்ளையம்மாளிடம்போய் கேட்டு வந்தாள். மாடத்தி அக்கா வளர்க்கும் பெரிய பூனை. திடீரென்று ஏதோ சந்தேகம் வந்தவளாக என் வாயைப் பக்கத்தில் வந்து நுகர்ந்து பார்த்தாள். பூனைக் கறியின் வாடை அடிக்கிறதா என்று! அவளை அவளால் சமாதானம் செய்துகொள்ள முடியாமல் தவித்தாள். அதற்குப் பிறகான அவளின் இரவுகள் அவ்வளவு நிசப்தம் நிறைந்ததாக இருக்கும். நடு இரவில் எங்கோ, எந்தத் தெருவிலோ கேட்கும் ஒரு பூனையின் மியாவ்... மியாவ் அவளை எழுப்பி விடும். அவள் எங்களை எழுப்புவாள். ''யம்மோவ்... ராஜி வந்துடுச்சினு நினைக்கிறேன். வடக்குப் பக்கம் சத்தம் கேட்குது!'' என்று மண்ணெண்ணெய் விளக்கைத் தூக்கிக்கொண்டு பின்வாசல் வழியாகச் சென்று, அடுத்த தெருவைக் கொஞ்சநேரம் உற்றுப் பார்த்துக் கொண்டிருப்பாள். அப்புறம் அவளாகவே வந்து விளக்கை ஊதி அணைத்துவிட்டுப் படுப்பாள். அசந்து மறந்து எப்போதாவது தூங்கிக்கொண்டிருக்கும் அவளின் காதுக்கு அருகே போய் சிலநாள் மூர்த்தி, 'மியாவ்...மியாவ்...' என்பான். அவ்வளவுதான். பதறி எழுவாள். மூர்த்தி சிரிப்பான். அவன்மீது பூனை போலப் பாய்ந்து பிராண்டுவாள் அக்கா.

எப்படியாவது ராஜி ஒருநாள் திரும்பி வந்துவிடும் என்று அவள் பிஸ்கட் வாங்கி வருவதைக் கூட நிறுத்தவில்லை. ஒரு நள்ளிரவு அவளின் திடீர் ஜெபத்தின்போது எங்களையும் கட்டாயப்படுத்தி எழுப்பி வைத்துக்கொண்டு ராஜியின் பெயரை எழுதி, பைபிளுக்குள் சொருகி, அக்கா சத்தமாக ஜெபிக்கத் தொடங்கினாள்.

''பரலோகத்திலிருக்கும் எங்கள் பிதாவே... எங்கள் ராஜியை எங்களுக்குத் திருப்பி தந்துவிடுவீராக. வழி தவறி திசைமாறிப் போன அவளை மிகச் சரியாக வழிகாட்டி எங்களிடம் கொண்டுவந்து

சேர்ப்பீராக. அவளைப் பிரிந்த நாங்கள் மிகவும் தவிப்பவர்களாகவும், விசனப்படுகிறவர்களாகவும் இருக்கிறோம் அல்லேலுயா''! நாங்கள் அல்லேலுயா மட்டும்தான் சொன்னோம். எப்போதும் அதை மட்டும்தான் சத்தமாகச் சொல்லுவோம். அதற்காக அவளிடமிருந்து எப்போதும்போல எங்களுக்கு ஒரு முத்தம் கிடைத்தது. அப்போதுகூட நானோ மூர்த்தியோ, அம்மாவோ, அப்பாவோ யாரும் அக்காவிடம் ராஜி இறந்துவிட்டாள் என்பதை இன்னும் சொல்லவில்லை.

இப்போது என் மடியில் இருக்கும் இந்த பைபிளில் எழுதிச் சொருகியிருக்கிறது ராஜியின் பெயர்! அநாதையாக கோவில்பட்டியில் என்னை விட்டுவிட்டு அப்படியே காணாமல் போன ஜோ எனக்குக் கொடுத்த பைபிளிலும் இருக்கிறது. கருங்குளத்தில் வைத்துக் கண் தெரியாத எபனேசர் ஜெயசெல்வி கொடுத்த அந்த ஊதாக் கலர் பைபிளிலும் இருக்கிறது. கடைசியாக ஆரல்வாய்மொழியில் வைத்துக் காற்றைக் கிழித்துக்கொண்டு றெக்கைகளைச் சுழட்டிக் கொண்டிருந்த அந்தப் பெரிய காற்றாலை கோபுரத்தின் அடியில் வைத்து தோழி ஜோதி கண்ணீரோடு கொடுத்த பைபிளிலும் ராஜியின் பெயர் நிச்சயமாய் இருக்கக் கூடும்.

ஆகவேதான் இன்னும் ஒரு பைபிளைப் படிக்க முடியாதவனாகக் கிடைத்த எல்லா பைபிள்களையும் வெறுமனே மடியில் வைத்துத் திரிகிறவனாக நான் அலைந்து கொண்டிருக்கிறேன்!

5

அம்மாவின் சிரிப்பைவிட, அவள் அடிக்கடி அழுவதால்... அழுகையே அவளுக்கு அழகாக இருப்பதாக எனக்குத் தோன்றும். அழுது அழுது அழகானவள் அம்மா. ராகம் போட்டு அழுவாள். கதை சொல்லியபடி அழுவாள். அப்போது நாங்கள் அவளிடம் எங்களுக்குத் தேவையான ரகசியத்தை, கதையை, கேட்டுத் தெரிந்துகொள்ளலாம். நான் ரொம்ப நாட்களாகவே தெரிந்துகொள்ள ஆசைப்பட்டது. எங்களைப் பெத்தெடுத்து,பேர் வெச்சி அவள் வளத்த கதையைத்தான். நாங்கள் கேட்டவுடன் அவ்வளவு எளிதாக அம்மா சொல்லிவிட மாட்டாள். அவளுக்கு அது சொல்ல வேண்டும் என்று தோன்ற வேண்டும். அப்போதுதான் சொல்வாள்.

‘‘போங்கடா நீங்களும் ஆச்சு... உங்க நிமோட்டும் ஆச்சு...’’ என்று டி.வி.ரிமோட் கன்ட்ரோலை வீசி எறிந்துவிட்டு, கட்டிலில் போய் விழுகிறவளை ஒரு பூனையைக் கொஞ்சுவதைப் போலக் கொஞ்சநேரம் கொஞ்சிக்கொண்டிருந்தால். அவளாகவே வார்த்தைகளைப் போட்டு ஒரு டியூனைப் பிடித்து, சோகக் கதைகளைப் பாடுவாள்.

‘‘நான் பட்ட கதையச் சொல்லட்டா, நான் பெத்த கதையச் சொல்லட்டா, இந்தப் பாவி வயித்துல வந்து நீங்க பிறந்த கதையச் சொல்லட்டா, எந்தக் கதையச் சொல்ல..?’’ ‘‘அம்மா இப்படித்தான்

எதையும் ராகம் போட்டுத்தான் ஆரம்பிப்பாள். அப்படி ஒரு நாள், அவள் ராகம் போட்டுப் பாட ஆரம்பிக்கும்போது, ‘‘நாங்க பொறந்தப்போ நடந்த கதையச் சொல்லு...’’ என்று அம்மாவிடம் கேட்டேன்.

‘‘மொதப் பிள்ள, தலப்பிள்ள... அதான் உங்க அண்ணன் பொறக்கும்போது கொஞ்சப் பாடாப்படுத்தினான்? கார்த்திக மாசம் எனக்குக் கல்யாணம், கார்த்திக ஒண்ணு, மார்கழி ரெண்டு, தை மூணு, மாசி நாலு, பங்குனி அஞ்சு, பங்குனி மாசம் உங்க அண்ணன் வயித்துல ஜனிச்சான். அதுலேர்ந்து பத்து மாசம் மார்கழி மாசம் அவன் பொறக்கணும். பாத்தா, மொத்த ஊரையும் வெள்ளம் சுத்தி நிக்குது. ஊரைவிட்டு யாரும் எங்கயும் போவ முடியாத அளவுக்குத் தண்ணி கழுத்துவர வந்துட்டு. எனக்கு எப்ப வேணும்னாலும் வலி வரலாம்போல, வயிறு மொறுமொறுங்குது. நல்ல மத்தியானம். நிறை மாசம் குளிச்சிட்டு நம்ம வாசல்ல தலைய வெச்சி இப்படி ஒருச்சாச்சிப் படுத்துக் கிடக்கேன். தெற்கேருந்து நல்ல வெள்ளக் குதிர... பாத்துக்கோ, ராணுவ உடுப்புல சும்மா ஜம்முனு ஒரு கிழவன், போலீஸ் வெச்சிருக்கிறமாரி, பெரிய ரிவால்வாரை வெச்சிக்கிட்டு டக்டக்குனு சத்தத்தோட ராசாமாரி வாரான். வந்தவன் நம்ம வீட்டுக்குக் கீழ்ப்பக்கம் அப்போ ஒரு வேப்பமரம் பெருசா வளந்து நின்னுச்சி. அதில போய் அந்தக் குதிரையைக் கட்டிட்டு, நம்ம வீட்டுக்கு முன்னாடி வாசலப் பாத்து வர்ற மாதிரி இருக்கு எனக்கு. என்னடா இது. குதிரையில பட்டாளக்காரன் நம்ம வீட்டுக்கு வாரானேன்னு நா முழிச்சுப் பாக்குறதுக்குள்ள.. ஒரு சாட்டக் கம்ப எடுத்து ஓட்ல அடிச்சு, ‘‘பொறக்குற பிள்ளைக்குப் பேரு சிவனைஞ்சான்தான்’’னு டப்டப்னு அடிக்கிறான். நான் முழிச்சிட்டேன். எம்மா, இது என்ன கொடுமையாப் போச்சுனு உங்க தாத்தங்கிட்ட போய், ’’ஏ மாமா... நான் இப்படிலா ஒரு கனவு கண்டேன்னு’’ சொன்னேன்.

‘‘எம்மா... உங்க சாஸ்தா நம்பி பெருமாள் பேரு கேட்டு குதிரையில வந்திருக்கான். அப்படியே வெச்சிருவோம். பொல்லாத சாஸ்த்தால்ல அவன்’’ னு உங்க தாத்தன் சொல்லி முடிக்கிறதுக்குள்ளாவே வயிறு வலிக்க ஆரம்பிச்சிட்டு. எம்மா, ஒங்க வீட்டு வலியா எங்க வீட்டு வலியா...? அப்படி வலிக்குது பாத்துக்கோ. உங்க அப்பன் பாவம் அங்கிட்டு ஓடுறாவ, இங்கிட்டு ஓடுறாவ. யார்தான் என்ன செய்ய முடியும்? ஊரச் சுத்தி வெள்ளம் பெருகிலா நிக்குது.

‘‘எம்மா... எம்புள்ள தலப்பிள்ளைப் பறிகொடுத்துரும் போல இருக்கே..’’ ன்னு எங்க சித்தப்பன்... அதான் உங்க மாயாண்டி தாத்தன். தாதன்குளத்துக்குப் போய் ஒரு வில் வண்டியப் பூட்டிக் கிட்டுக் கருங்குளத்துலேர்ந்து தண்ணிக்குள்ள வில் வண்டியோட நீந்தி வாரான். மாயாண்டி தாத்தன் நம்ம வீட்டுக்கு வர்றதுக்கு முன்னாடி வெள்ளம் நம்ம வீட்டு மாட்டுத் தொழுவத் தொட்டுட்டு.

‘‘தாயையும் புள்ளையையும் வெள்ளத்துல போவதுக்கா... நீ அப்படி வெள்ளக் குதிரையில வந்து எங்கிட்ட பேர் கேட்டே ’’ ன்னு நம்ம சாஸ்தாவ நினைச்சு நினைச்சு நான் கண்ணீர் வடிக்கிறேன். எல்லாரும் வந்து, தூக்கி வில் வண்டியில போட்டாங்க. உங்க கண்ணாடி தாத்தனும் மாயாண்டித் தாத்தனும் ’’ஆவுறது ஆவட்டும், நீ வண்டிய விடுடா பாப்போம்’’ னு தண்ணிக்குள்ள வில் வண்டிய விடுறாவ. வண்டியும் மாடும் தண்ணிக்குள்ள நீந்திப் போவுது.

வண்டி கிணத்தாங்கரையத் தாண்டல, வண்டிக்குள்ளயே ஒங்க அண்ணன் அந்த மூத்தக் கொள்ளி பொறந்துட்டான். சொல்லிவெச்ச மாரி அப்படியரு ஆச்சர்யம், வெள்ளமும் வடியத் தொடங்கிடுச்சி..’’ இப்படித்தான் இந்த மூத்தக் கொள்ளியப் பெத்து எடுத்தேன் என்று அம்மா அண்ணன் புகைப்படத்தைக் கொஞ்சநேரம் பார்த்தாள். அவளுக்குக் கண்ணீர் கசிந்திருந்தது. எனக்குத் தெரியும்.. அது ஆனந்த

கண்ணீராகத்தான் இருக்கும். ஏனெனில், அண்ணன் இப்போது ஸ்ரீவைகுண்டம் அரசு மகளிர் மேல்நிலைப் பள்ளியில் வரலாற்று ஆசிரியராக இருக்கிறான்.

அவனிடம் ஒருநாளும் இந்த வரலாற்றை அம்மா சொன்னது இல்லை. அவனும் அதைக் கேட்டது இல்லை.

அவ்வளவுதான். கொஞ்சநேரம் அம்மா எதுவும் பேச மாட்டாள். அப்புறம் அவளைப் பேசவைக்க, மறுபடியும் நாம் கொஞ்ச வேண்டும். நடிகை ராதிகாவைப் பற்றியோ அல்லது ரம்யாகிருஷ்ணனைப் பற்றியோ, தேவயானியைப் பற்றியோ அவர்கள் நடிக்கப் போகும் சீரியல்கள் பற்றியோ நமக்குத் தெரிந்த தகவல்களை அவளிடம் பேசி விளையாட வேண்டும். அல்லது அவளைச் சண்டைக்காவது இழுக்க வேண்டும்.

"யம்மோவ்! சொல்லும்மா, நம்ம அக்காவுக்கு எதுக்கும்மா முருகம்மான்னு பேரு வெச்சே?" னு கேட்டா, கொஞ்ச நேரம் அதை யோசித்துப் பார்த்துவிட்டு, பக்கத்தில் முகம் பார்க்கும் கண்ணாடி ஏதும் கிடந்தால் அதை எடுத்து கொஞ்சநேரம், 'ம்ம்ம்... அதுவா...ம்ம்ம்...' னு தன் முகம் பாத்துவிட்டுத்தான் மறுபடி பேச ஆரம்பிப்பாள்.

"புள்ள ஆறு மாசக் கருவா வயித்துல இருக்கா. நம்ம மூணாங்கிணத்து வயல்ல நானும் உங்க சித்தி ராசக்கனியும் வேல பாத்துட்டு நிக்கிறோம். அண்ணணைத் தொட்டில் கட்டி, பக்கத்துல போட்ருக்கேன். மேக்க கருங்குளத்துலேர்ந்து ஒழவுக்கு மாட்டப் பத்திக்கிட்டு நம்ம பெரிய நம்பி மாமனும், ரேடியோ செட் மணியும் வாராவ. அப்படி வரும்போது கருங்குளத்துக்காரன் வயல்ல நம்ம மாடு இறங்கிட்டு. வயக்காரன் போய் நம்ம நம்பி மாமனப் பிடிச்சி அடிக்கப் போறான். "எம்மா... நம்ம தம்பியலா அடிக்காவன்னு நான் ஓடிப்

போய், ''எய்யா, விட்ருங்கய்ய. மாடு தெரியாம இறங்கிடுச்சி' ன்னு கெஞ்சுறேன்.

ஆனா, அவன் மாமன அடிச்சிட்டு இருக்கான். நான் போய் அவன் கையைப் பிடிச்சேன்லா, ஒரு பெரிய ஓழவு நோக்கால எடுத்துக்கிட்டு, அந்த சண்டாளப் பாவிப் பய, என் வயித்துல வேகமா இடிச்சி சவுதிக்குள்ள தள்ளிட்டான். விழுந்தவளுக்கு மூச்சும் இல்ல... பேச்சும் இல்ல. என்ன நடந்துச்சுனுகூடத் தெரியல. ஒங்க சித்தி ஓடிப் போய் உங்க அப்பாகிட்ட சொல்லியிருக்கா. எல்லாரும் ஓடிவந்து பாத்தா, பொணமா சவுதிக்குள்ள கிடந்திருக்கேன். ''ஐயையோ தாயையும், பிள்ளையையும் அடிச்சுக் கொன்னுட்டானுவளே' ' ன்னு உங்க அப்பன் நெஞ்சுல அடிச்சிட்டு அழுதுருக்கான். உங்க அப்பனுக்கு அழறதுக்குச் சொல்லியா கொடுக்கணும். அப்படி அழுதுருக்கான். 'ஐயோ பாவம். ஒரு பிள்ளையத் தொட்டில்ல போட்டுட்டு, இன்னொரு பிள்ளைய வயித்துல வெச்சிக்கிட்டு இப்படிப் போய்ச் சேந்துட்டாளே' ' ன்னு எல்லாரும் தூக்கிக்கொண்டு போய் ஊருக்கு மத்தியில போட்டுட்டாவ. ஒங்க அப்பனும், 'மவராசி போய்ட்டாளே' ன்னு எங்க கல்யாணப் பட்ட எடுத்துட்டு வந்து என் மேலப் போட்டு வெச்சிட்டான். ஊருக்கு மத்தியில வயித்தத் தள்ளிக்கிட்டு, ராசாத்தி நான் பட்டுச் சேலைக் கட்டுன பொணமாக் கிடக்குறப்ப, நல்லவேளையா சாராய வேட்டைக்கு வந்த ஒரு போலீஸ்காரன் வந்து, 'என்னடா இது?' ன்னு எட்டிப் பாத்திருக்கான். பாத்தவன் என்ன நினைச்சானோ தெரியல. என்னைத் தூக்கிப் புரட்டிப் பாத்துட்டு, 'அடப்பாவியளா.. தொண்டைக்குள்ள உசுரு இறங்காமக் கிடக்குடா, முதுகுல முட்டி வர்மம் விழுந்துருக்கு' ன்னு சொல்லி, என்ன குப்புறப் படுக்கப்போட்டு வர்மத்த நீவி எடுத்துவிட்டிருக்கான். அப்போதான் எனக்கு மூச்சியே வந்திருக்கு. முழுச்சிப் பாத்தா, மொத்த ஊரும் முன்னாடி நிக்குது. எல்லாரும் பேயைப் பார்த்த மாதிரி என்னப் பாக்காவ. இன்னும் நல்லா ஞாபகம்

இருக்கு அந்த போலீஸ்காரன் மொகத்த. அப்பவே முடிவு பண்ணிட்டேன். புள்ள ஆம்பிளையாப் பொறந்தா அதுக்குப் பேரு, முருகன். பொம்பளயாப் பொறந்தா... அதுக்குப் பேரு, முருகம்மா. ஏன்னா, அந்த போலீஸ்காரன் பேரு ''முருகன்!''

அக்கா முருகம்மாள் இப்போது ஸ்டேட் பாங்க் ஆஃப் இந்தியாவில் பணிபுரிகிறாள். அவளும் அம்மாவிடம் இந்தக் கதையை அடிக்கடி கேட்டிருக்கிறாள். ''அந்த போலீஸ்காரன் ஊரையாச்சும் கேட்டு வெச்சிருக்கலாம்லா நீ'' என்று அம்மாவிடம் கோபித்திருக்கிறாள்.

அடுத்து உச்சினிமாகாளி அக்கா. அக்கா இப்போது எங்களோடு இல்லை. அவள் இறந்து 12 வருடங்கள் தாண்டிவிட்டன. பிறகு, நானும் சின்ன அண்ணன் மாரிராஜாவும்தான். சின்ன அண்ணன் பிறக்கும்போதுதான் நாம் முதன்முதலில் ஒரு வயலை நமக்கென ரோட்டடியில் வாங்கியதாக அம்மா சொல்வாள். டாக்டர் 'எம்மா உன் வயித்துக்குள்ள ரெண்டு பேபி இருக்கும்போல இருக்கே' ன்னு சொல்ற மாதிரி வயிறு முழுசா நிறைஞ்சி இருந்தான் அந்தப் பய சரி எந்தப் பிரச்சனையும் இல்லாம, நாலாவது புள்ள நல்ல மாரி பொறந்திருக்குன்னு சொல்லி, எங்க அப்பா பேர் சுப்பையான்னு ஆச ஆசயா வெச்சேன். அதையும் கொலகாரப் பாவி நீதான் வந்து அடிச்சிக் கெடுத்துட்ட' என்று சொன்னபோது எனக்கு ஆச்சரியமாக இருந்தது.

நான் அண்ணன் பிறந்து இரண்டு வருடங்கள் கழித்துப் பிறக்கிறேன். பிறகெப்படி நான் அவன் பெயரை மாற்றியிருப்பேன்? அதையும் அம்மாதான் சொன்னாள்.

நீ உண்டான உடனேயே ஒங்க ஆச்சி அழ ஆரம்பிச்சிட்டா, ''போதும் தாயி. பொறக்குற புள்ள அஞ்சாவது புள்ள. அது ஆம்பிளப் புள்ளையா இருந்துட்டா, அவ்வளவுதான். அது குடும்பத்துக்கே ஆகாது. போய் கலைச்சிட்டு அப்படியே குடலக் கழுவிட்டு வந்திரு'னு

தினமும் நச்சரிப்புதான். நான் முடியவே முடியாதுன்னு உன்னய வயித்துல வெச்சிக்கிட்டு அலையிறேன். அவ சொன்ன மாரியே நீ பொறக்கதுக்கு முன்னாடியே எனக்கு, அப்பாவுக்கு, அண்ணனுக்கு, அக்காவுக்கு, எல்லாத்துக்கும் முத்து முத்தா... கொத்து கொத்தா அம்ம அள்ளிப் போட்டுடிச்சி.

எல்லாரும் வீட்டோட வேப்பிலைய அரச்சிக் குடிச்சிக்கிட்டுக் கெடக்கோம். வேலைக்குப் போவ முடியல. வாங்குன வயலையும் வித்தாச்சி. கஞ்சி தண்ணி வெச்சித் தரக்கூட ஆளில்லாம குடும்பம் தவியாத் தவிச்சிக்கெடக்கு. உன்ன வயித்துல வெச்சிக்கிட்டு வேப்பிலையை அரைச்சி அரைச்சிக் குடிச்சிக்கிட்டுக் கிடக்கிறேன் நான். ஆளாளுக்கு வந்து, புள்ள திரிகோணம் நட்சத்திரத்துல ஜனிச்சிருப்பான் போல, அழிச்சிரு தாயி, இல்லைன்னா குடும்பத்த அழிச்சிருவான்போல இருக்கே'ன்னு கெஞ்சிராவ.

கூட்டுடன்காட்லயிருந்து ஜெயபால் மாமாதான் வந்து வீட்ல வேலை பாத்துக்கிட்டு கெடக்கான். சரியா மாசி மாசம் நீ வயித்துக்குள்ள முட்ட ஆரம்பிச்சிட்ட. உங்க அப்பா ஐம்பது ரூவாயக் கொடுத்து ஆஸ்பத்திரியில போய் காட்டிட்டு வாம்மான்னு அனுப்பி வெச்சாரு. அங்க போனா, இன்னைக்கே புள்ள பொறந்திரும்னு டாக்டர் சொல்லியாச்சு. அந்தப் பக்கமா வந்த நம்ம ஊர் ஆளுங்ககிட்ட சொல்லிவிட்டுட்டு நான் போய்ப் படுத்துக்கிட்டேன். உங்க அப்பா அஞ்சாறு துணிமணிய அள்ளிக்கிட்டு, ஆச்சியக் கூட்டிக்கிட்டு வந்தாரு. அவங்க வந்து பாத்தா நல்ல கருந்தேளி மாதிரி நீ பொறந்துகெடந்ததைப் பாத்துட்டு, அங்கேயே உங்க ஆச்சி அழ ஆரம்பிச்சிட்டா.

''யம்மா... அஞ்சாவது புள்ள ஆம்பிள... என் குடியப் பஞ்சாப் பறத்தப்போறானே'ன்னு ஒரே அழுவ உங்க ஆச்சி. கூட வந்த ராசமணி

அக்காவும்,எந்தாயி... வேண்டாம் தாயி... புள்ள அழிக்கிறதுக்குன்னே அஸ்வினி நட்சத்திரத்துல அம்புட்டு கறுப்பாப் பொறந்திருக்கான். பாலக் கொடுக்கும்போது ஒரு நெல்லப் போட்டு கொன்னுடு. பாவம் நெல்லோடு போவட்டும்'ன்னு சொல்லுதாங்க. நடக்கிற எல்லாத்தையும் வேடிக்கை பாத்துக்கிட்டு உங்க அப்பன் கல்லு மாதிரி நிக்கிறாரு. அவர் என்னைக்கு அய்யா, அம்மைய எதுத்துப் பேசியிருக்காரு. நான் அப்படியே உன்ன கையில தூக்கிப் பாத்தேன். ஐயோ, முத்தம் கொடுத்தா மூக்குல ஒட்டிக்கிற மாதிரி அப்படியே உங்க அப்பா கலர் உனக்கு. ''இங்க பாருங்க..இதுக்கு முன்னாடி நான் நாலு புள்ளையள பெத்தேன். அஞ்சாவதா எனக்குன்னு ஆசப்பட்டு அப்படியே நா என் புருசனையே பெத்திருக்கேன். என் குடியே அழிஞ்சாலும் சரிதான். இத நான் கொல்ல மாட்டேன்'' னு தூக்கிட்டு வீட்டுக்கு வந்துட்டேன். வீட்டுக்கு வந்து பாத்தா பச்சக் குழந்த உனக்கு உடம்பெல்லாம் முத்து முத்தா போட்டுத் தள்ளிட்டு அம்ம.

எல்லாரும் மறுபடியும் வந்து சொல்லுறாவ, ''வேண்டாம் பாப்பா இந்தப் புள்ள... மொத்தக் குடும்பத்தையும் வேப்பிலைய அரைச்சிக் குடிக்க வெச்ச அபசகுனப்புள்ள இது''ன்னு சொல்லச் சொல்ல. எனக்கு அம்புட்டு வேகம் எங்கிருந்து தான் வந்துச்சோ தெரியல. புள்ளையத் தூக்கிக்கிட்டு நம்ம அம்மன் கோயில்ல போய்ப் படுக்கப் போட்டுட்டேன். 'எம்மா தாயி...ஒண்ணுக்கு ரெண்டு பிள்ளைக்கு உன் பேர விடுறேன்.... நீதான் என் குடும்பத்தக் காப்பாத்தணும்'னு உனக்கு மாரிசெல்வம்னும் அதுக்கு முன்னாடி சுப்பையான்னு பேரு வெச்சிருந்த உங்க அண்ணனுக்கு மாரிராஜான்னும் பேரு வெச்சேன். அன்னைக்கே அவ்வளவு பேரும் சொன்னாங்களேன்னு உனக்கு மட்டும் பால்ல ஒரு ஒத்தப் நெல்லப் போட்டுருந்தா, நீ இப்படி எங்கிட்ட வந்து, 'யம்மோவ்! கத சொல்லு...யம்மோவ்! கத சொல்லு' ன்னு என்ன இப்படிப் பாடாப்படுத்தி எடுப்பியா'ன்னு அம்மா சொல்லிச் சத்தம் போட்டுச்

சிரித்தபோது, எனக்கு அழுகை பீறிட்டு வந்துவிட்டது. அம்மா பயந்தே போய்விட்டாள்.

'அந்தக் கடவுளே வந்து சொன்னாலும் உன்னக் கொன்னுருப்பனா ராசா? நீ என் கவர்மெண்ட் துரைலா, கறுப்புத் தங்கம்லா! என்று தோன்றியது.'

நான் தாமிரபரணியில் கொல்லப்படாமல் தப்பித்தவன் மட்டும் இல்லை, என் தாயின் தண்ணீர்க் குடத்திலும் கொல்லப்படாமல் தப்பித்தவன்.

6

தூத்துக்குடி ஜில்லாவுல
திருவைகுண்டம் தாலுகாவாம்
புளியங்குளம் கிராமத்திலே
புள்ளி மானாய்த் துள்ளி ஆட
நாங்கள் புறப்பட்டு வந்தோமையா!

எனக்கு நன்றாக நினைவிருக்கிறது. அவ்வளவு கூட்டம் அப்படி ஓர் ஆரவாரமாக கூடியிருக்கும்போது, மேளக்காரர்கள் தங்கள் தவில்களைச் சின்னக் குச்சிகளால் தட்டிக் கூட்டத்தைக் கிளர்ச்சியடையச் செய்துகொண்டிருந்தபோது, அவர்கள் ஒரு பெரிய மஞ்சள் கலர் பட்டுப் பாவாடையை எனக்குக் கட்டிவிட்டார்கள். அதன்பின் ராணி அக்காவின் ஜாக்கெட்டைப் போட்டுவிட்டார்கள். அதற்குள் இரண்டு பெரிய தேங்காய் சிரட்டைகளை அவர்களாகவே திணித்தார்கள்.

அதன்பின் கூட்டத்தில் முதல் வரிசையில் உட்கார்ந்திருந்த பெண் குழந்தைகளிடம் வாங்கிய பாசிமணிகளை என் கழுத்தில் அணிவித்தார்கள். மேலும் ஒரு சிவப்பு கலர் தாவணியை எங்கிருந்தோ வாங்கி வந்து, என் உடலைச் சுற்றிச் சொருகினார்கள். பட்டறைப் பாட்டியிடம் வாங்கிய கொண்டையை ஜெகன் அண்ணன் என்

தலையில் வைத்துக் கட்டி, முடியைப் பறக்க அவிழ்த்துவிட்டான். முத்து ஓடிப்போய் யாரிடமோ வளையல்களை வாங்கி வந்து அணிவித்தான். கடைசி நேரத்தில் ஊத்திக் கூடுகளைக்கொண்டு கட்டப்பட்ட சலங்கையை என் இரு காலிலும் கட்டிவிட்டார்கள். கொஞ்சம் அசைந்தால் சத்தம் நிஜமான சலங்கையை மிஞ்சிவிடும். எல்லாரும் அப்படியே சுற்றி நின்று ஒரு முறை எல்லாவற்றையும் சரிபார்த்தார்கள். ‘‘ஆட்டத்தப் பாத்துருக்கலா... அப்படியே ஆடிடு... ஆமா’’ என்றான் ஜெகன் அண்ணன். நான் அந்த நொடி அந்தக் கரிசக்குளத்தாவை நினைத்துக்கொண்டேன். கரிசக்குளத்தா நிஜமாக ஒரு பெண் இல்லை. பெண் வேடமிட்டு ஆண்களோடு சரிக்குச் சமமாக தூசி பறக்கப் பறந்து பறந்து அத்தனை ஆண்களையும் ஆட்டு மந்தைபோல ஆட்டுவித்து ஆடும் ஒரு சம்படி ஆட்டக்கார ஆண்.

சம்படி ஆட்டம் என்பது வெறுமனே ஆண்களால் ஆடப்படும் ஒரு வகை நாட்டுப்புற ஆட்டம். அதில் மூன்று ஆண்கள் பெண்ணாகவும் நான்கு ஆண்கள் ஆணாகவும் ஆடுவார்கள். ‘‘ஏல... வரும்போது ஏழு ஆம்பிளதான வந்தானுவ... இப்போ இந்த மூணு பொம்பளைங்க திடுதிப்புனு எங்கிட்டுருந்துல வந்தாளுவ?’’ என்று ஆட்டத்துக்கு அட்வான்ஸ் கொடுத்த பெருசுகளையே குழப்பிவிடும் அளவுக்குப் பெண்ணாக ஆடும் ஆண்கள் நயமாக வேடமிட்டு ஆடுவார்கள். அதில் அன்றைய நாட்களில் சிறுசு முதல் பெருசு வரை கிறுக்குப் பிடிக்க வைத்திருந்தவள்தான் இந்தக் கரிசக்குளத்தா. உட்கார்ந்து, எழுந்து, ஒரு காலைத் தூக்கி தரையில் நச்சென்று ஓர் அடி அடித்து ஆடும் அவளின் ஆட்டத்துக்கு விசில் பறக்கும். தவில்காரனைக் கடைசியில் மண்ணைக் கவ்வ வைக்கும். ஆடிக்கொண்டு இருக்கும்போதே திடீரென்று மைக்குக்கு முன்னால் நின்றுகொண்டு ‘‘ஏலேய்... ஏய்... பொம்பளப் பின்னாடி நாக்கத் தொங்க போட்டு அலையிற பொறம்போக்கு ஆம்பிளப் பயலுவளா... எல வாங்கலே, ஒருத்தன்னாலும் வாங்க..

இல்ல ஒம்போது பேருன்னாலும் வாங்கல. எவனுக்கும் இந்தக் கரிசக்குளத்தா அசையவும் மாட்டா, அஞ்சவும் மாட்டா'' என்று சொல்லி, உடம்பை ஒரு குலுக்குக் குலுக்கும்போது பெண்கள் கூட்டத்தில் குலவை தெறிக்கும். அப்படிப்பட்ட கரிசக்குளத்தா வேடத்தைத்தான் எனக்கு இப்போது போட்டிருக்கிறார்கள். கரிசக்குளத்தாவாக மாறியிருந்த என் உடலைக் கொஞ்சம் அப்படி இப்படி அசைத்துப் பார்த்தேன். ஊத்திக்கூடுகள் குலுங்க உடல் சிலிர்த்துக் கூச்சலிடுவதைப்போல இருந்தது எனக்கு.

கடலாடி முத்துவின் மேளம் கடவுள் வாழ்த்தோடு முழங்கத் தொடங்கியது. நாங்கள் அத்தனை பேரும் ஆடுகளத்துக்குச் செல்வதற்கு வசதியாக, கூட்டத்தைப் பிளந்துகொண்டு ஒரு வழி செய்திருந்தார்கள். அந்த வழியாக நாங்கள் வரிசையாக நடந்தோம். பெண்வேடமிட்டவர்கள்மட்டும்முகத்தைமறைத்து முக்காடிட்டிருந் தோம். கூட்டம் எங்கள் கையைப் பிடித்து இழுத்தது. கூட்டம் எங்கள் பாவாடையைப் பிடித்துக்கொண்டு கேலி செய்தது. எங்கிருந்தோ ஓடி வந்த என் அம்மா என் முக்காடை விலக்கி திருஷ்டி முறித்து, முத்தம் கொடுத்து, கொஞ்சம் கனகாம்பரம் பூவைத் தலையில் சூடிவிட்டாள். ஆடுகளத்தைச் சுற்றிக் கட்டியிருந்த கயிற்றுக்குள் வந்ததும் கூட்டம் அப்படியே அமர்ந்தது. ஒரிஜினல் சம்படி ஆட்டக்காரர்கள் செய்வதைப் போலவே கூட்டத்தை வணங்கி, ஒவ்வொரு மேளக்காரரையும் தொட்டுக் கும்பிட்டு முக்காட்டை விலக்கிக் கூட்டத்தை ஒருமுறை பார்த்தபோது, உடம்பில் தீப்பற்றிக் கொண்டதைப் போல இருந்தது. இதற்கு முன் சாவு வீடுகளில், பள்ளிக் கூடங்களில் ஆடியிருக்கிறேன் என்றாலும், பெண் வேடமிட்டு இவ்வளவு கூட்டத்தின் முன் வந்து நிற்பது ஒரு மாதிரியாகத்தான் இருந்தது.

ஆண்களாக வந்தவர்கள் அப்படி இப்படி என்று சும்மா தங்களுக்குத் தெரிந்த ஆட்டத்தை ஆடிக்கொண்டிருக்க, பெண் வேடமிட்ட நாங்கள்

கூச்சப்பட்டு நின்றோம். எல்லாரும் கத்திக் கூச்சலிட்டு எங்களை ஆடச் சொன்னார்கள். எங்களை மறைத்திருந்த துணிகளைப் பிடுங்கி கொண்டார்கள். ''ஏய்யா முத்து, பிள்ளைய வெட்கப்படுதுலா. அந்தச் சித்தாட கட்டிக்கிட்டுச் சிங்காரம் பண்ணிக்கிட்டு பாட்ட வாசி. தன்னால அதுகளுக்கு ஆட்டம் வரும்' என்று ஒரு பெருசு யோசனை சொல்ல, கடலாடி முத்து வாசிக்க, மேளக்காரர்கள் அடித்து நொறுக்க, ஆளாளுக்கு விறுவிறுவென ஆடத் தொடங்கினார்கள். மேளம் அத்தனை ஆவேசமாக முழங்க முழங்க, என் நாடி நரம்புகள் முறுக்கேறுவது எனக்கே தெரிந்தது. என் கால்கள் தானாகவே ஒரு நேர்த்தியான சம்படி ஆட்டக்காரனின் ஆட்ட நுணுக்கத்தில் சுழன்றன. மேளம் சூடுபிடிக்கப் பிடிக்க, என் ஆட்டத்தில் வெறி பிடித்ததை என்னாலயே உணர முடிந்தது. ஆனால், நான் அந்தக் கரிசக்குளத் தாவைப் போல ஆடவில்லை. யாரோ போல ஆடினேன். அந்த 'யாரோ', ஒரு நேர்த்தியான சம்படி ஆட்டக்காரன் என்பது மட்டும் நிச்சயம் என்பதைக் கூட்டத்தின் ஆர்ப்பரிப்பு உணர்த்தியது. என்னால் என்னைக் கட்டுப் படுத்திக் கொள்ள முடியாத ஒரு வேகத்துடன், விசையுடன் ஆடினேன். தானாகவே பாவாடையை இடுப்பில் எடுத்துச் சொருகிக்கொண்டு, குனிந்து நிமிர்ந்து குலுக்கி ஆடினேன். ஒரு புள்ளியில் மேளமும் நாதஸ்வரமும் உச்சத்தில் இருந்தபோது ஓடிச் சென்று அமர்ந்து, நான் காலைத் தூக்கித் தரையில் நச்சென்று ஊன்றி அப்படியே உடலைத் திருப்பி ஒரு வட்டம் போட்டு, நிமிர்ந்து நெளிந்து ஆடிய போது கூட்டம் வாய் பிளந்தது எனக்குத் தெளிவாகத் தெரிந்தது. என் காலில் கட்டியிருந்த ஊத்திக் கூடுகள் அடித்து ஆடியதில் சிதறித் தெறிக்க, கூட்டம் கூடிக் குவிந்து குலவையிட, மேளக்காரர்கள் அடித்து ஓய்ந்தார்கள்.இப்போது ஒரு கூட்டம் ஓடிவந்து என்னை அள்ளிக்கொண்டது.

''எம்மா, பாப்பா மவன் எப்படி ஆடிட்டான் பாரு! அப்படியே கரிசக்குளத்தாவைக் கொன்னுபுட்டான் ஆட்டத்துல!'' என்று

ஆளுக்காள் கூச்சலிடும்போதுதான் கூட்டத்தில் அதுவரை எனக்குத் தெரியாத ஓர் உண்மையை யாரோ ஒருவர் சொல்லக் கேட்டேன்." "அப்பன் செல்வராசு ஆடுன ஆட்டத்த, அவன் மவன் அப்டியே வாங்கி ஆடிப்புட்டானே! சும்மாவா சொன்னானுவா, 'கை எடுக்க எடுக்கக் களையும் வளரும். கால் எடுக்க எடுக்கக் கலையும் வளரும்னு" என்று யாரோ சொன்னபோதுதான் எனக்குத் தெரிந்தது என் ஆட்டத்தில் தெரிந்த அந்த 'யாரோ' ஒரு சம்படி ஆட்டக்காரனின் நேர்த்தி, என் அப்பாவுடையது என்று! ஆம், என் அப்பா ஒரு நேர்த்தியான சம்படி ஆட்டக்காரர்.

அன்று இரவே ஊத்திக்கூடுகள் குத்திக் கிழித்த என் கால்களைத் தன் மடியில் தூக்கிவைத்துக்கொண்டு மருந்திட்ட அப்பாவிடம் கேட்டேன். "நீங்க நிஜமாகவே ஒரு சம்படி ஆட்டக்காரராப்பா?" அதற்கு அப்பா மிச்சம் கிடந்த ஊத்திக் கூடுகளை எடுத்துக் கையில்வைத்து, ஒரு குலுக்குக் குலுக்கி, "ஆமா, எல்லாருக்கும் பிடிச்ச ஒரு நல்ல சம்படி ஆட்டக்காரன்!" என்று சொல்லிவிட்டு, அந்த ஊத்திக் கூடுகளைத் தன் காலில் கொஞ்ச நேரம் கட்டிக்கொண்டு அப்படி இப்படி கொஞ்ச நேரம் அசைத்துப் பார்த்தார். அப்புறம் அப்படியே எழுந்து உறங்குவதற்காகச் சென்றுவிட்டார். அதன் பிறகு, அப்பாவிடம் எதையும் நான் கேட்கவில்லை. அவரால் அதைச் சொல்ல முடியுமெனில் நான் கேட்காமலேயே சொல்லியிருப்பார். அப்பாவோடு சேர்ந்து சம்படி ஆட்டம் ஆடிய சுப்பு சித்தப்பா, பெருமாள் பெரியப்பா, ஆறுமுகம் மாமா போன்றவர்களைத் தேடிப் பிடித்துக் கேட்டேன்.

ஊரே பசியும் பட்டினியுமாகப் பஞ்சத்தில் கிடந்த காலமாம் அது. சாப்பாட்டுக்கு அரிசி இல்லாமல் குளத்தின் அடியில் இருக்கும் தாமரைக் கிழங்குகளைப் பிடுங்கி, அதற்கு உள்ளே சிவப்பு நிறத்தில் அரிசி போலிருக்கும் விதைகளை எடுத்துச் சோறாக்கித்தான் சாப்பிடுவார்களாம். ஒருநாள் வெளியூரில் போய் யாருடனோ

கூத்தாடிவிட்டு வந்த ஆறுமுகம் மாமா ஒரு பை நிறைய அரிசியோடு வந்திருக்கிறார். அவர் கொண்டுவந்த ஒரு பை அரிசிதான், அப்பாவை சுப்பு சித்தப்பாவை, பெருமாள் பெரியப்பாவை எல்லாரையும் சம்படி ஆட அழைத்துப் போயிருக்கிறது. பெருமாள் பெரியப்பாவும், சுப்பு சித்தப்பாவும் கொஞ்சம் பரவாயில்லாத நிறத்தில் இருந்ததால், அவர்களுக்கு பெண் வேடம் கொடுத்திருக்கிறார்கள். அதோடு மட்டுமில்லாமல், ‘மூணு செவத்த பொம்பளைக்கு மத்தியில ஒரு கறுத்த பொம்பள கண்டிப்பா வேணும்‘ என்று நல்ல கறுப்பான அப்பாவுக்கும் பெண் வேடமே கிடைத்திருக்கிறது. பெண் வேடம்தான் இனி என முடிவான அன்றே அப்பா மீசையை மழித்துவிட்டார்.

அதோடு, தன் தலைமுடியைப் பெண்களைப் போலச் சுருட்டிக் கொண்டை போடும் அளவுக்கு வளர்த்திருக்கிறார்.

‘‘ஏல.. என்ன அந்தக் கருவாச்சி இன்னைக்கு வரல போலிருக்கு?’’

‘‘அட, குருட்டுப் பயலே.. நல்லா பாரு அந்தா மேளக்காரனுக்கு அந்தப் பக்கம் இடுப்ப ஆட்டிக்கிட்டு நிக்கா பாரு நம்ம கருவாச்சி!’’

இப்படி அப்பா ஆடப் போகிற ஊர்களில் அப்பாவுக்கு என்று தனி ரசிகர் பட்டாளமே இருந்திருக்கிறது. என்னதான் அரிசிக்காகவும் கேப்பைக்காகவும் ஆடினாலும் சலங்கையைக் கட்டிக்கொண்டு துள்ளிக் குதித்து ஆட ஆட அண்ணன், தம்பிகளுக்கு அந்த ஆட்டம் அவ்வளவு பிடித்துப்போய்விட்டதாம். இப்படியாக இனி கொட்டோ கொட்டென மழை கொட்டித் தீர்த்தாலும், பரணி வெள்ளம் புரண்டு ஓடினாலும், காடு கரை எல்லாம் பச்சச் சேலை கட்டி, வா... வா.. என்று ஆடினாலும், அணைத்துவிட முடியாத ஒரு பெரும்தீ வீட்டு அடுப்பில் எரிந்து, பாயாசமாகச் சோறு கொதித்தாலும். இனி சம்படி ஆட்டம்தான் என முடிவு செய்து சந்தோஷமாக ஆடி வந்திருக்கிறார்கள்.

அப்படியான சூழலில் ஓர் ஊரில் அப்பா, சித்தப்பா எல்லாரும் ஆடிக் கொண்டிருந்திருக்கிறார்கள். நல்ல கூட்டம் இருந்திருக்கிறது.

அதனால் ஆர்ப்பரிப்பும் விசில் சத்தமும் அன்றைக்குக் கொஞ்சம் அதிகமாகவே இருந்ததாம். அப்பா, சுப்பு சித்தப்பா, பெரியப்பா எல்லாரும் தங்களை மறந்து ஆடியிருக்கிறார்கள். அப்பா ஒரு பெண் மானைப் போலத் துள்ளிக் குதித்து ஆடியிருக்கிறார். அப்படி ஆடும்போது, அப்பாவின் கால் திடீரென்று சுளுக்கியிருக்கிறது. அதனால், அப்பாவைக் கூட்டத்தில் ஒரு ஓரமாக உட்காரவைத்து விட்டு ஆட்டம் நிற்காமல் நடந்து கொண்டிருந்திருக்கிறது. எல்லாரும் ஆட்டத்தையே வேடிக்கை பார்க்க, மூன்று உள்ளூர் இளைஞர்கள் ஆள் இல்லாத இருட்டுக்குள் அப்பாவைக் குண்டுகட்டாகத் தூக்கிச் சென்றுவிட்டார்கள். அப்பா எவ்வளவோ கத்திக் கூச்சல் போட்டும் யாருக்கும் கேட்காததால், ஒரு கட்டத்தில் பொறுமையிழந்த அப்பா தன் பாவாடையை மடித்துக் கட்டிக்கொண்டு, கீழே கிடந்த பெரிய கம்பை எடுத்து அந்த மூன்று பேரையும் வெறி பிடித்த மாதிரி அடித்திருக்கிறார். அடி தாங்க முடியாமல் அந்த மூன்று பேரும் அலறியடித்து ஓடிவந்ததைப் பார்த்ததும் கூட்டத்துக்கு எல்லாம் புரிந்துவிட்டது. அந்த மூன்று இளைஞர்களையும் பிடித்துக்கொண்டு வந்து ஆட்டம் நடந்த மைதானத்தில் முட்டிபோட வைத்திருக்கிறார்கள் ஊர் மக்கள்.

"ஏம்மா...பயலுவ நீ பொம்பளனு நினைச்சிட்டானுவோ போலிருக்கு. வாம்மா... இப்படி வந்து அத்தனையும் கழட்டிக் காட்டும்மா. அந்தப் பயலுவளுக்கு மூளை தெளியட்டும்!" என்று மொத்த ஊருக்கும் முன்னால் அப்பாவிடம் பெண் வேஷத்தைக் கலைக்கச் சொல்லியிருக்கிறார்கள். அப்பா நடுநடுங்கிக்கொண்டே கூச்சத்துடன் ஆடைகளை ஒவ்வொன்றாகக் கழட்டக் கழட்ட, ஊர் கை தட்டியிருக்கிறது. அதைப் பார்ப்பதற்கு, அப்பா தன் உடலுக்குள் கையைவிட்டு இருதயம், நுரையீரல் என ஒவ்வொன்றாக எடுத்து அனைவர் முன்னும் பாவமாக வைப்பதுபோல இருந்ததாம். அனைத்து ஆடைகளையும் அவிழ்த்த பிறகு, 'எதற்கும்' பயன்படாத ஒரு

மாரி செல்வராஜ் 85

திடகாத்திரமான கறுத்த ஆண் அப்பாவிடமிருந்து வெளிப்பட்டதைப் பார்த்து, 'இங்க பாருடி.. இந்தக் கருவாச்சி எப்படிப்பட்ட ஆம்பிளையா இருக்கான்னு' என்று மொத்த ஊரும் வாயைப் பிளந்து நின்றிருந்திருக்கிறது. ஆனால், அப்பாவோ தோலை உரித்த கோழியாட்டம் கூனிக் குறுகி உடல் நடுங்க நின்றிருந்தாராம்.

"அதான்... அத்தனையும் ஊருக்கு மத்தியில அவுத்து, நான் பொம்பள இல்ல... "ஆம்பிள தான்னு அப்பட்டமாக் காமிச்சிட்டியே, அப்புறம் எப்படி நீ இன்னும் பொம்பளையா ஆட முடியும்!" என்று அதன்பிறகு அப்பாவைப் பெண்ணாக ஆட யாரும் அனுமதிக்கவில்லையாம். ஆணாக சும்மா துணைக்கு அவ்வப்போது ஆடச் சொல்லியிருக்கிறார்கள். ஆனால், அப்படி ஆடிக் கொண்டிருக்கும்போது ஒருநாள், 'ஏலே, அங்க பாருல கருவாச்சி எப்படிக் கருவாயனா மாறிட்டான்னு! என்று சில இளவட்டங்கள் கேலி பேசியிருக்கிறார்கள். அவ்வளவுதான், அப்பா எப்போதும் ஆடிக்கொண்டிருந்த, ஆடத் துடித்த, ஆட அழைத்த, ஆடக் கெஞ்சிய, தன் கால்களை வலுக்கட்டாயமாக அதட்டி, மடக்கி, ஒடுக்கி வெறுமனே நடக்கும், ஓடும், நிற்கும், நீட்டும் கால்களாக மட்டும் மாற்றிக்கொண்டாராம்.

இப்போதும் சொல்கிறேன், எனக்கு நினைவு தெரிந்த நாளிலிருந்து எத்தனையோ சாவு வீடுகளில், பள்ளியில், பொங்கல் விழாக்களில், கட்சிக் கூட்டங்களில், கல்லூரி கலாசார விழாக்களில், கடைசியாக சென்னை ஸ்டார் ராக் பப் என எல்லா இடத்திலும் என் அப்பாவைப் போலவே, ஒரு துளி சாராயம் கலக்காமல் வியர்வை சிந்த நான் ஆடிய ஆட்டம் அத்தனையும் என் அப்பா அடக்கி, ஒடுக்கி ஆடாமல் வைத்திருந்த சம்படி ஆட்டம்தான்.

ஏனெனில், நான் ஒரு நேர்த்தியான சம்படி ஆட்டக்காரனின் மகன். ஒரு நேர்த்தியான சம்படி ஆட்டக்காரன்.

7

"நீங்கள் என்னிடமிருந்து நான் என்ற எனக்கான என் சுதந்திரத்தைப் பறித்துக் கொண்டீர்கள். நான் உங்களிடமிருந்து நீங்கள் என்ற எனக்கான ஆறுதலையும் அழித்துவிட்டேன். பின் இனி எப்படிப் புழங்கும் நமக்கிடையே நாமென்ற அந்தப் பரிசுத்தமான சொல்? கொஞ்ச நாட்களுக்கு முன் கிறிஸ்துவப் பாதிரியார் ஒருவர் என் இயக்குநரைப் பார்ப்பதற்காக எங்கள் அலுவலகத்துக்கு வந்திருந்தார்.

அவர் ஒரு தொடக்கப் பள்ளிக்குச் சென்று 100 குழந்தைகளிடம் க்ரேயான் பென்சில்களைக் கொடுத்து அவரவர் விருப்பப்படி தீவிரவாதிகளை வரையச் சொன்னாராம். அப்போது அந்தக் குழந்தைகள் வரைந்த ஓவியங்கள் இவை என்று சொல்லி ஒரு ஆல்பத்தை எங்களிடம் நீட்டினார். அதைப் பார்த்ததும் அதிர்ச்சி. 100 குழந்தைகளும் 100 தீவிரவாதிகளை வரைந்திருந்தாலும், அந்த 100 தீவிரவாதிகளிடமும் சொல்லிவைத்து வரைந்ததுபோலக் காணப்பட்ட ஒற்றுமைகள்தான் அதிர்ச்சிக்குக் காரணம். ஆம்.... அத்தனை தீவிரவாதிகளும் இஸ்லாமியர்கள் அணியும் குல்லா அணிந்திருந்தார்கள். தாடி வளர்த்திருந்தார்கள். சில தீவிரவாதிகள் முழங்கால் வரை வேட்டி கட்டியவர்களாகக் கூட இருந்தார்கள்.

அதோடு, அந்தப் பாதிரியார் கிளம்பிப் போயிருக்கலாம். போகிறபோக்கில் ஒரு கேள்வி கேட்டார்.

''உங்கள் எல்லாருக்கும் எத்தனை இஸ்லாமிய நண்பர்கள் இருப்பார்கள்?'' என்பதே அந்தக் கேள்வி.

என் நட்பு அலமாரியின் டிராயர்களைத் திறக்கத் தொடங்கினேன். கல்லூரிக் காலங்களில் இரண்டு, மூன்று நெருக்கமான இஸ்லாமியப் பெண் தோழிகள் இருந்தார்கள். ஆசையாக பிரியாணி செய்துவந்து கொடுத்திருக்கிறார்கள். இப்போது அவர்கள் இருப்பது குவைத்திலா, துபாயிலா, தெரியாது. அதுபோக மீதம் இருந்த இஸ்லாமிய நண்பர்கள் பார்த்தால் சிரிப்பது, முறைப்பது, அதோடு சரி. நெருக்கமான பழக்கம் இல்லை. அப்படியென்றால், எனக்கு நெருக்கமான இஸ்லாமிய நண்பனே இல்லையா? இருந்தான். என் பள்ளிக் காலங்களில் ஒருத்தன் இருந்தான். எனக்கு ரொம்பவே நெருக்கமாக, என்னை எப்போது பார்த்தாலும் கட்டித் தழுவுகிற, என் உடைகளை மாற்றிப் போட்டுக்கொள்கிற உரிமையோடு, எனக்கு மிகவும் பிடித்த தர்பூசணிப் பழத்தை அப்படியே என் வாயில் திணிக்க முயல்கிற நட்போடு ஒரு நண்பன் இருந்தான். அவன் பெயர் ரசூல்!

தூத்துக்குடியில் எனக்குக் கிடைத்த பள்ளி நண்பன்.

எனக்கும் ரசூலுக்குமான அறிமுகம் ரொம்பவே சுவாரஸ்யமானது. எங்கள் விடுதியில் இருக்கும் சின்னப் பையன் ஒருவனை அழுதபடி கூட்டிக்கொண்டுதான் ரசூல் முதன்முறையாக எங்கள் விடுதிக்கு வந்தான். விசாரணையில் அவன் எங்களிடம் சொன்னது, ''பையன் காசு இல்லாம வடை எடுத்துத் தின்னுருக்கான். கடைக்காரர் பிடிச்சு சட்டயக் கழட்டி அங்கேயே நிப்பாட்டிட்டாரு. நாங்க அங்க பக்கத்துலதான் கறிக்கடை வெச்சிருக்கோம். அதான் வாப்பா, பையன் சாப்பிட்டதுக்குக் காசு குடுத்துட்டு, கொண்டுபோய் ஹாஸ்டல்ல

விட்டுட்டுவாடா '' ன்னு அனுப்பி வெச்சாரு என்று அழுது கொண்டிருந்த சிறுவனின் கண்ணீரைத் துடைத்துவிட்டுக் கிளம்பினான். எனக்கு அப்போதே, அந்த இடத்திலேயே ரசூலைப் பிடித்துப் போனது.

எங்கள் பள்ளியிலேயே ரசூல் பதினொன்றாம் வகுப்பு படித்துக்கொண்டிருந்தான். நாங்கள் இருவரும் ஒரே சாலை வழியாகத்தான் இவ்வளவு நாள் அந்தப் பள்ளிக்குச் சென்றுவந்திருக்கிறோம் என்று எங்கள் இருவருக்குமே தெரிந்த ஒரு நல்ல நாளில் தொடங்கியது எங்கள் நட்பு. அந்த ரசூல்தான் முதல்முறையாக எனக்கு பிரியாணி சாப்பிடக் கொடுத்தது. அந்த ரசூல்தான் எனக்கு ஆட்டுத்தோலை உரிக்கக் கற்றுக்கொடுத்தது. அந்த ரசூல்தான் எனக்கு தூத்துக்குடி புது பஸ் ஸ்டாண்டைக் காண்பித்தது, அந்த ரசூல்தான் பனிமயமாதா கோயில் திருவிழாவுக்குக் கூட்டிப் போனது, அந்த ரசூல்தான் சார்லஸ் தியேட்டருக்கும் அழைத்துப்போனது, அந்த ரசூல்தான் மூணாம் மைல் சுடுகாட்டுப் பயத்தைப் போக்கியது, அந்த ரசூல்தான் பைக் ஓட்ட சொல்லிக் கொடுத்தது. அந்த ரசூல்தான் தெரு கிரிக்கெட் டீமில் என்னைச் சேர்த்தது. ரசூலுக்கு என்னை ரொம்பப் பிடித்திருக்கிறது. எனக்கு ரசூலை ரொம்ப ரொம்பப் பிடித்திருந்தது.

எப்போது பார்த்தாலும் ஓடிவந்து கட்டித் தழுவுகிற ரசூலை யாருக்குத்தான் பிடிக்காது? எங்கள் பள்ளியில் எல்லாருக்கும் ரசூலை அவ்வளவு பிடித்திருந்தது. எனக்கு ரசூலை ரொம்ப ரொம்பப் பிடித்திருக்கிறது. இப்படியான ரசூலை என்னால் ஏன் அவ்வளவு எளிதாக நினைவுக்குக் கொண்டுவர முடியவில்லை என்று கேட்கிறீர்களா? அவன் என் நினைவில்தான் எப்போதும் இருக்கிறான். ஆனால், அதை நான் வெளியே சொல்ல முடியாதபடி இருக்கிறேன். இனி, அதைச் சொல்லித்தான் ஆக வேண்டும், அதை நினைத்துத் தான்

ஆக வேண்டும். நினைத்தால்தான் மறக்க முடியும். மறக்கத்தான் நினைக்கிறேன். ஆனால், அது கண்டிப்பாக என்னைக் கட்டித் தழுவிய என் ரசூலை அல்ல!

கட்டித் தழுவுகிற ரசூலும் எட்டி விலகுகிற நாங்களும் நண்பர்களாக இருந்த இந்தியாவின் பனிபடர்ந்த வெள்ளை எல்லையில், கார்கில் யுத்தம் அப்போது உச்சத்தில் இருந்தது. தினமும் பள்ளிக் கூட்டத்தில் நாங்கள் இந்திய ராணுவ வீரர்களுக்காகப் பிரார்த்தனை செய்து கொண்டிருந்தோம்.

‘எங்கள் நாட்டை, எங்கள் வீரர்கள் நம்புகிறார்கள். நாங்கள், எங்கள் வீரர்களை நம்புகிறோம். ஜெய்ஹிந்த்!’

எங்கள் பிராத்தனையைக் கேட்காமல் கடவுள் காது குடைந்து கொண்டிருந்த ஒரு நேரத்தில்தான் அது நடந்திருக்க வேண்டும்.

தூத்துக்குடியைச் சேர்ந்த அருணாச்சலம் என்கிற ஒரு ராணுவ வீரர் அன்று எல்லையில் சண்டையின்போது கொல்லப்பட்ட செய்தி தூத்துக்குடி வந்து சேர்ந்தது. ஒட்டு மொத்த நகரமும் ஒரு பெரும் சோகத்தில் ஆழ்ந்தது. எல்லாரும் சுவரொட்டிகள் மூலமாகவும் பேனர்கள் மூலமாகவும் ராணுவ வீரர் அருணாசலத்துக்குத் தங்கள் இரங்கலைத் தெரிவித்தவண்ணம் இருந்தனர். நகரத்தில் உள்ள எல்லா பள்ளி மாணவ-மாணவிகளும் அந்த ஊர்வலத்தில் கலந்துகொள்ள முடிவு செய்தோம்.

எங்கள் பள்ளியில் இருந்து 50-க்கும் மேற்பட்ட மாணவர்கள். கட்டித் தழுவுகிற ரசூலின் தலைமையிலான எங்கள் குழு முழுக்க முழுக்கப் பூக்களால் அலங்கரிக்கப்பட்ட ஒரு பிரமாண்ட மலர்வளையம் வைக்க வேண்டும் என்று முடிவு செய்து, ஆளுக்கு 10 ரூபாய் வசூல் செய்தோம். வசூல் செய்த பணத்தோடு மலர்வளையம் வாங்க

சைக்கிளில் போனது நானும் என்னைக் கட்டித் தழுவுகிற ரசூலும்தான். நாங்கள் கொண்டுபோன பணத்தைக்காட்டிலும் இன்னும் அதிகமான பணம், நாங்கள் விரும்புகிற மாதிரியான மலர்வளையம் வாங்கத் தேவைப்பட்டது. நான் என்ன செய்வதென்று யோசித்துக் கொண்டிருந்தேன். ஆனால், எங்களைக் கட்டித் தழுவுகிற ரசூல் எதையும் யோசிக்கவில்லை. சைக்கிளை அவர்களின் கறிக்கடையை நோக்கி மிதித்தான். அங்கே கடையில் அவன் அப்பா இல்லை. வேலை ஆள்தான் இருந்தார். அந்த வேலை ஆள் பார்க்காத நேரத்தில் கடையின் கல்லாப் பெட்டியில் இருந்து ஒரு புது 100 ரூபாய்த்தாளை எடுத்து பாக்கெட்டில் சொருகிக்கொண்டு வெளியே வந்தான். இப்போது எங்கள் சைக்கிள் மறுபடியும் அந்த மலர் வளையம் வாங்கும் கடை நோக்கிச் சிட்டாகப் பறந்தது!

ராணுவ வீரர் அருணாசலத்தின் வீட்டில் மொத்த தூத்துக்குடியும் கூடியிருந்தது. ஆட்சித்தலைவர், சட்ட மன்ற உறுப்பினர்கள், காவல்துறை அதிகாரிகள், கல்லூரி முதல்வர்கள், வழக்கறிஞர்கள், மருத்துவர்கள், வணிகர்கள், கட்சிக்காரர்கள், பொதுமக்கள், மாணவ-மாணவிகள் என எல்லோரும்.

சின்னக் குழந்தைகள் பூக்களை அள்ளிஅள்ளி தேசியக்கொடி போர்த்தப்பட்ட வீரரின் உடல்மீது தூவினர். நாங்களும் ரசூலின் தலைமையில் கம்பீரமாகச் சென்று எங்கள் மலர்வளையத்தை வைத்தோம். அப்போது வீரரின் உடல் அருகில் இருந்தவர்கள் எங்கள் சட்டைகளில் இந்திய தேசியக் கொடியைக் குத்தி வணக்கம் செய்து அனுப்பினார்கள். அந்தத் தருணம் எங்களைச் சிலிர்ப்படையச் செய்தது. நாங்கள் அனைவரையும் பார்த்து மிடுக்குடன் சல்யூட் வைத்தோம். அரசு மரியாதையுடன் வீரரின் இறுதி ஊர்வலம் தொடங்கியது. தேசியக்கொடி போர்த்தப்பட்ட வீரரின் பூத உடல்

ஏற்றிய வாகனம் முன் செல்ல, அதன் பின்னால் ஒவ்வொரு குழுவாக, வரிசையாக வீர வணக்கம் செலுத்தும் கோஷங்களை எழுப்பியவாறு சென்றோம். எங்கள் பள்ளி மாணவன் கோஷமிட, நான் ரசூல் உட்பட எல்லாரும் கோஷமிட்டோம்.

மாணவன்: "பாகிஸ்தான் டவுண் டவுண்!"

நாங்கள்: "பாகிஸ்தான் டவுண் டவுண்"

மாணவன்: "நவாஸ் ஷெரீப் டவுண் டவுண்"

நாங்கள்: "நவாஸ் ஷெரீப் டவுண் டவுண்"

மாணவன்: "துலுக்கன் டவுண் டவுண்"

நான், ரசூல் உட்பட நாங்கள்: "துலுக்கன் டவுண் டவுண்!"

இன்னொரு முறையும் மாணவனும் நாங்களும் "துலுக்கன் டவுண் டவுண்" சொல்லும்போதுதான் எங்களுக்கு உறைத்தது. அருகில் நடந்துவந்த பெரியவர்கள் சிலர் திட்டினர். கூட்டம் சலசலத்தது. கோஷம் போட்ட மாணவனின் சட்டையைப் பிடித்து, "எதற்கு, ஏன் அப்படிச் சொன்னாய்" என்று கேட்டோம். கோபத்தில் அப்படிச் சொன்னதாகச் சொன்னான். "பாகிஸ்தான் ஒழிக என்றால், நவாஸ் ஷெரீப் ஒழிக என்றுதானே அர்த்தம். நவாஸ் ஷெரீப் ஒழிக என்றால், முஸ்லிம்கள் ஒழிக என்றுதானே அர்த்தம்" என்று அவன் விளக்கம் கொடுத்தபோது, மிகச் சரியாக அவன் கன்னத்தில் ஓர் அறை விழுந்தது. அடித்தவர் குல்லா அணிந்த ஒரு மனிதர். அடித்ததோடு மட்டும் இல்லாமல், "இப்போ இந்த நொடியில் என் மகன் இப்ராஹிம் உன் இந்தியாவுக்காகவும் என் இந்தியாவுக்காகவும் சண்டை போட்டுக்கிட்டு இருக்கான். கண்டிப்பா நாளைக்கோ நாளை மறுநாளுக்கோ அவன் தேசியக்கொடி மூடின பொணமாத்தான்

வருவான். அவன் சாவு ஊர்வலத்துலயும் நீ கோஷம் போட்டுக்கிட்டு வருவேன்னு எனக்குத் தெரியும். அப்போ 'யார் ஒழிக ன்னு கத்துவ நீ? சொல்லு யார் ஒழிகன்னு கத்துவ நீ? சொல்லு 'யார் ஒழிகன்னு கத்துவ நீ?' என்று அவன் உடலைக் குலுக்கினார். எங்களது இதயம் கூனிக் குறுகி சுருங்கிப்போய் எங்கோ உடம்பின் ஒரு மூலையில் ஒட்டிக்கொண்டதுபோல இருந்தது. அப்போதுதான் திடீரென்று உறைத்தது. எங்களை எப்போதும் கட்டித் தழுவுகிற ரசூலை நாங்கள் தேடினோம். அங்கு ரசூல் இல்லை. ரசூல் அங்கு இல்லவே இல்லை. அந்த இடத்தில் இருந்து ரசூல் மறைந்துவிட்டான். அவனுடைய அப்பாவோடு இருக்கும்போது பார்த்து எப்படி இந்த விஷயத்தைப் பற்றி அவனிடம் பேசுவது என்று தெரியாமல் நாங்கள் அவன் பள்ளி வரும் நாளுக்காகக் காத்திருந்தோம். ஒரு வாரத்துக்குப் பிறகுதான் எங்களுக்கு ஒரு செய்தி தெரிந்தது. எங்களை எப்போதும் கட்டித் தழுவுகிற எங்கள் ரசூல், ஓர் இஸ்லாமியப் பள்ளியில் சேர்ந்துவிட்டான்.

அதற்காக எப்படிச் சும்மா இருக்க முடியும்? அவனுடைய புதுப் பள்ளியில் போய் அவனுக்காகக் காத்திருந்தோம். ரசூல் வந்தான். எங்களால் அடையாளம் கண்டுபிடிக்க முடியாத ரசூலாக. தலையில் குல்லா அணிந்து, தோளில் ஒரு வெள்ளை கர்சீப்பைப் போட்டபடி வந்தான். எங்களைப் பார்த்தான். சிரித்தான். எங்களைப் பார்த்ததும் எப்போதும் கட்டிப்பிடிக்கும் ரசூல் அதிசயமாக அப்போது முதன்முறையாக எங்கள் கைகளைப் பிடித்துக் குலுக்கியது என்னவோபோல் இருந்தது.

கோஷம் போட்ட மாணவன் அவனிடம் மன்னிப்புக் கேட்க அவன் சிரித்துக்கொண்டே, 'இனி ஒருபோதும் என்னால் உங்களைக் கட்டிப்பிடிக்க முடியாது. உங்களைக் கட்டிப் பிடிக்காம உங்களோடு எனக்குப் பழகவும் வராது!' என்று சொல்லிவிட்டு, எங்களை

விட்டுவிலகி, அந்தப் பெரிய இஸ்லாமியப் பள்ளியின் காம்பவுண்டுக்குள் சென்று மறைந்தான். அவ்வளவுதான். அதன் பிறகு இன்றுவரை நான் ரசூலைப் பார்க்கவில்லை. ரசூலும் என்னைப் பார்க்கவில்லை. அது மட்டும் இல்லாமல், நானும் அவனும் இப்போது நண்பர்களும் இல்லை.. எப்படி என்று கேட்கிறீர்களா.?

எங்கோ அவன் இறையை மட்டும் மதிக்கும் இஸ்லாமியத்தில் இறுக்கமாக இருக்கிறான். நானோ அடிக்கடி அல்லாஹ்வின் கையிலே ஆயுதத்தைத் திணிக்கும் சினிமாவில் நெருக்கமாக இருக்கிறேனே!

8

இந்த ஆண்டின் பன்னிரெண்டாம் வகுப்புக்கான தேர்வு முடிவுகள் வந்த அந்த வியாழக்கிழமை. நான் சொர்ணாவுடன்தான் இருந்தேன். சொர்ணா இயல்பாக இல்லை. நோட்டுகளையும் புத்தகங்களையும் வினாத்தாள்களையும் புரட்டிப் புரட்டி மனக்கணக்குப் போட்டாள். திடீரென்று ஓடிவந்து இரண்டு விரல்களை நீட்டி, ஒரு விரலைத் தொடச் சொன்னாள். அந்த இரண்டு விரல்களில் பெரிய விரலை நான் தொட்டுவிட, ''நான் எப்பவும் சின்ன விரல்லதான் நல்லது நினைப்பேன்னு உங்களுக்குத் தெரியாதா மாமா?'' எனக் கோபித்துக்கொண்டு, ''கண்ணை மூடிக்கிட்டு இப்பயாச்சும் கரெக்டா சின்ன விரலத் தொடுங்க.'' என்றாள். காலையிலேயே எழுந்து குளித்து, கணினி முன் அமர்ந்தவள், தேர்வு முடிவுகள் வெளியிடப்படும் 10 மணி வரையில் பச்சத் தண்ணிகூட வேண்டாம் என்றிருந்தவள், தேர்வில் 1089 மார்க் எடுத்த பிறகும்கூட இயல்பு நிலைக்குத் திரும்பவில்லை. இவை எல்லாவற்றுக்கும் மேலாக, ''ஹிஸ்ட்ரி சப்ஜெக்ட்ல இன்னும் ஒரு மார்க் போட்டிருந்தா, நான் ஸ்கூல் ஃபர்ஸ்ட் வாங்கியிருப்பேனே.'' என்று அவள் அழுத அழுகையைத்தான் என்னால் தாங்க முடியவில்லை. அதைவிடக் கொடுமை, அழுது அழுது வீங்கிய கண்களோடு அவள் என்னைப் பார்த்து ''நீங்க ப்ளஸ் டூ வுல எவ்வளவு மார்க் மாமா.'' ? என்று கேட்டது!

அதை எப்படிச் சொல்வது அவளிடம்?

ஆதிச்சநல்லூர் பறம்பு. அதுதான் தொல் தமிழ்குடியின் மூத்த முதல் இடுகாடு. அங்குதான் நள்ளிரவில் மெழுகாக உருகிக்கொண்டிருக்கும் முழு நிலவின் கீழ் நான், முருகன், சதீஷ், முத்து அப்புறம் ரவி ஐந்து பேரும் அமர்ந்திருந்தோம். விடிந்தால் ப்ளஸ் டூ ரிசல்ட். அதை எப்படி எதிர்கொள்ளப்போகிறோம் என்பதை விவாதிக்கத்தான் அந்த ஐவர் பொதுக்குழு கூட்டம்.

முருகன், சதீஷ், முத்து மூன்று பேரும் சொல்லிவிட்டார்கள். "எப்பா எங்களுக்கு மட்டும் இல்லை. எங்க வீட்டுக்கும் தெரியும். நாங்க ஃபெயிலுதாம்னு. ஒருவேளை திடீர்னு பாஸானாத்தான் எங்களைப் பாத்துச் சிரிப்பாங்க. அதனால எங்களுக்கு ஒண்ணும் பயமில்ல. பாவம்! நீங்க ரெண்டு பேரும்தான் என்ன செய்யப் போறீங்களோ?" என்று நான் ரவியைப் பார்த்தேன். ரவி தலையைக் குனிந்தபடி இருந்தான்.

"ஃபெயிலானா, மாரி அண்ணன் மாரியைக் கொன்னுடுவாம்லா?"

"அவனே பயந்து போயிருக்கான். சும்மா எதுனா சொல்லி அவனை இப்பவே அழவெச்சிடாதீங்க,"

இழுக்கிற பீடிக்கு எதையாவது பேச வேண்டுமே. இருந்தாலும் அவர்கள் பேசியது அனைத்தும் அப்படியே நடப்பதற்கான சாத்தியங்கள் இல்லாமல் இல்லை. பத்தாம் வகுப்பு ஃபெயிலாகி, கோழி மடத்துக்குள் ஒளிந்துகிடந்தவனைக் கண்டுபிடித்து, ஃபெயிலான முட்டாப் பயலுக்கு எதுக்கு ரெண்டு கிட்னி? என்று இரண்டில் ஒரு கிட்னியை நிஜமாகவே உருவிவிடும் முனைப்புடன் வெளுத்தெடுத்தது என் நினைவுக்கு வந்துபோனது. கொஞ்ச நேரம் யோசித்துப் பார்த்தேன். என் படிப்பின் மீதான என் சிறு நம்பிக்கை, வெற்றியின் மதில்மேல் வந்து ஒற்றைக் காலில் ஊனப்பட்ட பூனையாக நின்றது. ஒரு

மறக்கவே நினைக்கிறேன்

பக்கம், ''அவன் எங்கடே...பாஸாவப் போறான்?'' என்பவர்கள் நிற்கிறார்கள். இன்னொரு பக்கம், ''அவன் ஒருத்தன்தான் மேத்ஸ் குரூப்லயே ஃபெயிலாவாம்னு நினைக்கிறேன்'' என்று சொல்பவர்கள் நிற்கிறார்கள். இதில் எந்தப் பக்கம் குதித்தாலும் அவமானம்தான், தோல்விதான்.

ஆனால், வேறு வழியே இல்லை. ஒற்றைக் காலில் எவ்வளவு நேரம் நிற்பது? ஏதாவது ஒரு பக்கம் குதித்துதான் ஆக வேண்டும்.

''எப்படியும் ஃபெயிலானதுக்கு அப்புறம் சரவணா ஸ்டோருக்கோ, திருப்பூர் பனியன் கம்பெனிக்கோதான் நம்மளை வேலைக்கு அனுப்பப் போறாவ. அதுக்கு நாமளே நாளைக்கு ரிசல்ட் பாத்துட்டு அப்படியே கிளம்பிட்டா என்ன?''

''ஆமா... ஆமா. பயலுவ ஃபெயிலானாலும் ரோஷத்தோட வேலைக்குக் கிளம்பிட்டானுங்கள்ல. அந்தப் புத்தி போதும், அவனுங்க பொழைக்கிறதுக்குன்னு பேசுவாங்கள்ல.''

''ஆனா, அதுக்குப் பணம்?''

''இப்பப் போய் ஆளாளுக்கு அவனவன் வீட்ல எவ்வளவு கிடைக்குதோ எடுத்து வெச்சிக்கோங்க. காலையில வண்டியைத் தட்டிரலாம். என்ன... ஐடியா சரிதான?''

''எங்களுக்குச் சரி, மாரிக்குச் சம்மதமா?''

ஒரு ரூபாயை எடுத்துச் சுண்டிப் போட்டேன். நிலவின் பால் ஒளியில் அது பூவாகத்தான் தெரிந்தது. ''மொச பிடிக்கிற நாய் மூஞ்சியப் பாத்தா தெரியாதாடே....'' எல்லாரும் சிரித்தார்கள்.

ஐந்து பேரும் விடியற் காலையிலேயே கிளம்பி, ஸ்ரீவைகுண்டம்

போய்விட்டோம். நான் வீட்டிலிருந்து வரும்போதே இரண்டு சட்டை, இரண்டு பேண்ட், அப்புறம் ஒரு சாரம், அது போக 300 ரூபாயும் எடுத்து வந்திருந்தேன். இப்படி எல்லாருமே கொஞ்சம் துணிகளோடும் கிடைத்த பணத்தோடும் வந்திருந்தார்கள். அப்போதெல்லாம் ரிசல்ட்டை வெளியிட்ட உடனே தெரிந்துகொள்ள முடியாது. மதியம் 12 மணிக்குதான் நாளிதழ்களின் சிறப்புப் பதிப்புகள், ஒரு வெள்ளை டாக்ஸியில் வேகமாக வரும். அந்த ஒரு வெள்ளை டாக்ஸிக்காக ஸ்ரீவைகுண்டம் பஸ் ஸ்டாண்ட் முழுக்க மாணவர்களும் அவர்களின் பெற்றோர்களும் காத்துக்கிடப்பார்கள். வெள்ளை டாக்ஸி வர நேரம் ஆகிக்கொண்டே போனதால், கையில் இருக்கும் பணம் கொஞ்சம் கொஞ்சமாக பூரியாக, இட்லியாக, பீடியாகக் காலியாகிக் கொண்டிருந்தது.

இப்போது தேர்வு முடிவுகளின்மீது இருந்த பயம் போய், ஒருவிதமான சுவாரஸ்யம் தொற்றிக் கொண்டது. வருகிற வெள்ளை டாக்ஸியை எல்லாம் ஓடிஓடிப்போய்ப் பார்ப்பது. டாக்ஸிக்காரர்கள் எங்களைத் திட்டுவது. மாணவர்கள் எல்லாரும் கத்துவது எனப் பேருந்து நிலையமே அல்லோல கல்லோலம்.

"ஏய்... அந்தா வந்துட்டு வெள்ள ப்ளஸ்ஸர். இந்தா வந்துட்டு வெள்ள ப்ளஸ்ஸர்..." என அங்கும் இங்குமாக அலறித் திரிய, சத்தமே இல்லாமல் ஒரு மகேந்திரா வேனில் வந்து பத்திரிகைக் கட்டுகளை, அப்படியே அள்ளித் தூக்கி வீசிவிட்டுப் போனார்கள்.

"ஏலேய்! பேப்பர் வந்துட்டுல, ஓடியாங்களே..." என்று ஒரு சத்தம்தான். மூன்றாம் உலகப் போருக்கு நிகரான களேபரமாகிவிட்டது நிலவரம். அவ்வளவு தள்ளுமுள்ளுக்கு இடையில், எப்படியோ போய் முருகன் ஒரு பேப்பரை வாங்கி வந்துவிட்டான். அங்கு வைத்துப் பார்த்தால் ஒரு பெரும் கூட்டமே எங்கள் பேப்பரில் ரிசல்ட் பார்க்கக்

கூடிவிடும் என்பதால், பேப்பரை எடுத்துக்கொண்டு செல்வம் சலூனை நோக்கி ஓடினோம். மறுபடியும் தேர்வு முடிவு குறித்த பயம் மனதில் அப்பியது.

செல்வம் சலூனுக்கு இடதுப்பக்கம் உள்ள அந்தச் சின்ன முடுக்கில் நின்றுகொண்டு, ‘‘ஏல லூஸு... அங்க என்னல தேடுத? முதல்ல தூத்துக்குடி கல்வி மாவட்டம் எடுல...’’ என்று வாய் அவசரப் படுத்தினாலும், மனசு ‘‘எதுக்கு அவ்வளவு அவசரம்? கொஞ்சம் மெதுவாகத்தான் தேடேன்...’’ என்று கெஞ்சியது. முதலில் சதீஷ்தான் பார்த்துச் சொன்னான், ‘‘ஏலேய்! நாங்க மூணு பேருமே சொன்ன மாதிரியே ஃபெயிலு’’ என்று. சதீஷ், முருகன், முத்து மூன்று பேருமே இன்ஜினியரிங் குரூப். ‘‘சரி... மாரி உன் நம்பரச் சொல்லு... பாப்போம்’’ என்று கேட்கவும், நான் எனக்கு முன்னாடி உள்ள சுந்தரமூர்த்தி என்கிற நல்லாப் படிக்கும் மாணவனின் நம்பரைச் சொன்னேன். ‘‘ஏலேய்... அடிச்சிட்டுல உனக்கு லக்கு. நீ பாஸுல... நீ மட்டுமில்ல... உனக்கு முன்னாடி இருந்தவன் பின்னாடி இருந்தவன் எல்லாவனுமே பாஸுடே... கலக்கிட்டியே!’’ என்று அவர்கள் சொல்ல, அடித்து உடைத்து உள்ளே ஒளித்துவைத்திருந்த கொம்புகளின் குருத்துகள் படக்கென்று மண்டையின் மேல் முளைத்துவிட்டதைப் போல் இருந்தது எனக்கு.

‘‘மாரி செல்வத்த மட்டும் இந்த வருஷம் எக்ஸாம் எழுதவிடாமப் பண்ணா, நம்ம ஸ்கூல்ல அட்லீஸ்ட் மேத்ஸ் குரூப்பாவது சென்ட்டம் வாங்க வாய்ப்பிருக்கு...’’ என ஹெட்மாஸ்டரிடம் போய் சொன்ன ஆசிரியர்களின் ஒவ்வொருவர் முகமும் அச்சுப் பிசகாமல் வந்துபோனது, அண்ணனிடம் இருந்து என் கிட்னியைக் காப்பாற்றியதைவிட, ஆசிரியர்களிடம் இருந்து என் மானத்தைக் காப்பாற்றியதுதான் எனக்கு அவ்வளவு சந்தோஷமாக இருந்தது.

''மச்சான்! அப்படியே தென்காசிக் கல்வி மாவட்டத்தையும் பாரு, ரவி, உன் நம்பரச் சொல்லு..?''

இப்போது ரவி நம்பரைத் தேடினோம்.

''என்னடா ரவி, உங்க வரிசையே காணல?''

''வரிசை மட்டுமில்லடா... எங்க ஸ்கூல் ரிசல்டே இதுல வரலடா. வேற பேப்பர் இருந்தா வாங்குங்கடா...'' என்று ரவி சொல்ல, எல்லா பேப்பர்களையும் வாங்கிப் பார்த்துவிட்டோம். எதிலும் அவன் ஸ்கூல் ரிசல்ட் மட்டும் வரவில்லை. எல்லாருக்குமே அதிர்ச்சி. கொஞ்சநேரம் என்ன செய்வது என்று தெரியாமல் யோசித்த ரவி, கடைசியாக அவன் பள்ளிக்கே போன் செய்தான்.

''சார்... வணக்கம். என் பேர் ரவி. நான் நம்ம ஸ்கூல்லதான் மேத்ஸ் குரூப் படிக்கிறேன். நம்ம ஸ்கூல் ரிசல்ட் மட்டும் எந்தப் பத்திரிகையிலேயும் வரலையே சார்...''

''மொதல்ல போனைக் கீழ வை. அது எந்தப் பத்திரிகையிலேயும் வராது.'' ''முண்டம். அத்தன முண்டங்களுமே ஃபெயிலானா... எப்படிடா பேப்பர்ல வரும்? நாளைக்குப் பாரு... தனியாக் கொட்டெழுத்துல போடுவான் 'எல்லா நாயும் ஃபெயிலான ஒரே பள்ளி'னு... வைடா போனை.'' போனைக் கீழே வைத்ததும், ரவி அப்படியே நடந்ததைச் சொல்ல, ரிசல்ட் மீதிருந்த முழு பயமும் போய் எல்லாருடைய முகத்திலும் அப்படி ஒரு சிரிப்பு. திருப்பூர் போகும் பிளானை மறந்துவிட்டு, இருக்கிற காசுக்கு நன்றாகச் சாப்பிட்டோம். எனக்குச் சட்டைக் காலரைத் தூக்கிவிட்டபடி பள்ளிக்குப் போக வேண்டும் என்று தோன்றிக்கொண்டே இருந்தது.

''மாரி, பள்ளிக்கூடத்துல கொஞ்ச வெடியப் போட்டுட்டு, மீதிய உங்க வீட்டுக்குப் போய், உங்க அண்ணன் முன்னாடி போடுவோம்.

சரியா, சும்மா அவன் கிட்னி அப்படி கதறணும்..'' என்று முருகன் ஐடியா கொடுக்க, உற்சாகமாகப் பள்ளிக்குக் கிளம்பிப் போனோம். ''முருகா மொதல்ல நீ போய் மார்க் லிஸ்ட் வந்துட்டான்னு பாத்துட்டு வா....'' என்று முருகனை முதலில் அனுப்பிவைத்தோம்.

''இப்போதான் வந்துச்சாம். அட்டெண்டர் வெச்சிருந்தார். அவர்கிட்ட மேத்ஸ் குரூப் அக்யூஸ்ட் மாரி மார்க் மட்டுமாவது சொல்லுங்களேன்னு கேட்டேன். அதுக்கு அவர் 605-ன்னார். பின்னிட்டடா, மேத்ஸ் குரூப்ல 605 மார்க்குன்னா, எவ்வளவு பெரிய விஷயம்?''

''நிஜமாவா? 605 மார்க்குன்னா பெரிய விஷயமா? அப்படின்னா போடுடா வெடியை.'' கையில் இருந்த பட்டாசுகளைக் கொளுத்தத் தொடங்கினோம்.

பள்ளிக்குள் இருந்தபடி பாஸான ஃபெயிலான மாணவர்கள், அவர்களுடைய பெற்றோர்கள், ஆசிரியர்கள், தலைமை ஆசிரியர் உட்பட எல்லாரும் எங்களையே பார்த்துக்கொண்டிருந்தார்கள்.

திடீரென இரண்டு ஆட்டோக்கள் பள்ளிக்கூட வாசலில் வந்து நின்றன. எல்லா ஆசிரியர்களும் வெளியில் வந்து எங்களைப் பார்த்து ஒருமுறை முறைத்துவிட்டு, அதில் ஏறிச் சென்றார்கள். தலைமை ஆசிரியர்கூட ஒரு ஆட்டோவில் ஏறி எங்கோ சென்றார். முருகன் ஓடிப்போய் அட்டெண்டரைப் பிடித்து இழுத்துக்கொண்டு வந்தான். '' எல்லாரும் வேகமா எங்கண்ணே போறாங்க?''

''சுந்தரமூர்த்தின்னு ஒரு பய மேத்ஸ் குரூப் படிச்சாம்லா. அவன் 999 மார்க்தான் எடுத்திருக்காம், 1000 மார்க் தாண்ட முடியலையேன்னு விஷத்தக் குடிச்சிட்டானாம். அவன் வீட்டுக்குத்தான் எல்லாரும் போறாங்க''

"என்னது... 999 மார்க் எடுத்ததுக்கு சுந்தரமூர்த்தி மருந்தக் குடிச்சிட்டானா? அப்படின்னா 605 மார்க் எடுத்தவன்?"

"ம்ம்ம்.. நியாயமாப் பார்த்தா, ஓடுற ரயில்ல விழுந்து சாவணும்!" - சொல்லிவிட்டு, என்னைத் திரும்பிப் பார்க்காமல் அட்டெண்டர் வேகமாக நடந்துபோனார். எல்லாரும் என்னைப் பார்த்துச் சத்தம் போட்டுச் சிரித்தார்கள். ஆனால், எனக்கோ அழுகை முட்டிக்கொண்டு வந்தது. காரணம், "தெரியாத கணக்கா இருந்தாலும் பயப்படாத மாரி. அதோட வகையை மட்டும் கரெக்ட்டா எழுதி, ஏதாவது ஒரு ஆன்ஸரைக் கொண்டுவந்துடு. எப்படியும் பாதி மார்க் போடுவாங்க" என்று சொல்லி, என் பக்கத்துல உக்காந்து, சிரித்த முகத்துடன் பரீட்சை எழுதிய என் நண்பன் சுந்தரமூர்த்திதான் இறந்துபோயிருக்கிறான்!

9

நீங்கள் பாவைக்கூத்து பார்த்திருக்கிறீர்களா? எல்லா ஊர்களிலும் பாவைக் கூத்து, தோல் கூத்து என்பதை, எங்கள் ஊரில் பாக்கூத்து என்றுதான் சொல்வார்கள். புது நெல்மணிக் கதிர்களிலிருந்து நல் மஞ்சள் ஒளி, ஊருக்குள் பரவும் அறுவடைக் காலங்களில், 10 நாட்கள் ராமாயணக் கூத்து நடக்கும். அப்பாக்களும், அம்மாக்களும் ராமருக்காகவும் சீதைக்காகவும் வந்தார்கள், தாத்தா,பாட்டிகள் வானத்திலிருந்து பறந்து வரப்போகும் அனுமனுக்காக வந்து காத்திருப்பார்கள்.

''கண்மணியே கலங்காது வா... கடலுக்கு அந்தப் பக்கம் உனக்காக என் காதல் கோட்டை இருக்கு...'' என்று ராவணன் சீதாப் பிராட்டியைப் பார்த்து அழைக்கும்போது, அண்ணன்கள் பக்கமும் அக்காக்கள் பக்கமும் விசிலும் கைத்தட்டலும் பறக்கும். ஆனால், திரை முன்னாடி அம்மணமாகவும் அரை நிர்வாணத்தோடும் குவிந்துகிடக்கிற சிறுசுகளிலிருந்து வெத்தலை உரலில் பாக்கு இடித்துக்கொண்டே பாக்கூத்துப் பார்க்கிற கிழடுகள் வரை. மொத்த ஊரே சிரித்து உருள வேண்டும் என்றால், அது உளுவத் தலையனும் உச்சிக் குடும்பனும் திரையில் வந்த பின்தான் நடக்கும்.

உளுவத் தலையன் என்பது சின்ன உடலும் பெரிய தலையும் கொண்ட ஒரு பொம்மை. உச்சிக் குடும்பன், 'அலாவுதீனும் அற்புத விளக்கும்'படத்தில், 'ஆலம்பனா, நான்தான் உங்கள் அடிமை!' என்று சொல்லும் நடிகர் அசோகன் சாயலில் அப்படியே அச்சுஅசலாக இருக்கும் பெரிய பொம்மை. அந்தச் சின்ன வெள்ளை வேட்டி திரையில் மஞ்சள் வெளிச்சம் பாய்ந்ததும் முதலில் உளுவத் தலையன்தான் வருவான். கூடியிருக்கும் மக்களைப் பார்த்து, அம்மணமாக வந்து முன்னாடி உட்கார்ந்திருக்கிற அத்தனை சிறுசுகளுக்கும்... அழுக்கு வேட்டியோட பின்னாடி உட்கார்ந்ருக்கிற அத்தனை பெருசுகளுக்கும்.. வணக்கம்!'

'ஏலேய்... உளுவத் தலையா! ஒன் குளத்து வாயைக் கொஞ்சம் மூடு. வந்தனம் பாடுறானாம்... வந்தனம். வாக்கரிசிக்குப் பொறந்த பய..' என்று சொல்லிவிட்டு, கணீர்க் குரல் எடுத்துப் பாட ஆரம்பிப்பான் உச்சிக் குடும்பன். ஊர் அப்படிச் சிரிக்க, அவனைப் பின்தொடர்ந்து உளுவத் தலையனும் கொஞ்ச நேரம் ஆமாம் சாமி பாடுவான்.

'என் பேரு உச்சிக் குடும்பன்,'
'இவன் பேரு உளுவத் தலையன்,'
'ஆமா... உளுவத் தலையன்.'
நாங்க ரெண்டு பேரும்
எதுக்கு வந்திருக்கிறோம்?
'உங்களுக்கு வணக்கம் சொல்ல...'
'ஆமா வணக்கம் சொல்ல.'
'வணக்கம்!'
'ஆமா... வணக்கம்!'
'ராமர் வந்தா மாலை போடுங்க!'
'ஆமா... பண மாலை போடுங்க,'
'ராவணன் வந்தா சீலை போடுங்க,'

மறக்கவே நினைக்கிறேன்

'ஆமா.. ச்சீ... தூரப்போனு சத்தம் போடுங்க,'

'அனுமன் வந்தா அரிசி போடுங்க,'

'ஆமா.. நல்லா அரிசி அள்ளிப் போடுங்க,'

'அப்படியே உளுவத் தலையன் உங்ககிட்ட வந்தா,

நல்லா உதைகொடுங்க,'

ஆமா... உதை கொடுங்க!

கூட்டம் சிரித்து உருளும்.

என்னடா சொன்னே..? என்று உளுவத் தலையன், உச்சிக் குடும்பனைச் சத்தம் போட்டு விரட்டுவான். அந்த நேரத்தில் யாருக்கும் தெரியாமல் சத்தம் வரும் அந்தச் சின்ன கூடாரத்துக்குள் எட்டிப் பார்த்தால், உள்ளே முழு மண்டையும் நரைத்து உடல் ஒடுங்கிப்போன கிழவர் ஒருவர் இரண்டு பொம்மைகளையும் இரண்டு கைகளால் ஆட்டிக்கொண்டு, இரண்டு குரல்களில் மாறி மாறி உளுவத் தலையனாகவும், உச்சிக் குடும்பனாகவும் பாடிக்கொண்டிருப்பார். அவரைச் சுற்றி ராமர், லட்சுமணன், சீதை, அனுமன், ராவணன் எனப் பொம்மைகள் குவிந்து கிடக்கும். இரண்டு பெண் குழந்தைகள் அவர் கேட்கக் கேட்க...பொம்மைகளை எடுத்து எடுத்துக் கொடுத்தபடி இருப்பார்கள். அவ்வளவு பெரிய அனுமன் பொம்மையை எடுத்து மடியில் வைத்தபடி, பத்துத் தலை ராவணன் பொம்மையைத் தோளில் வைத்தபடி, அழகான சீதாப் பிராட்டி பொம்மைக்குப் பொட்டுவைத்த படி விளையாடிக்கொண்டிருக்கும் அந்தக் குழந்தைகளைப் பார்த்தால் அவ்வளவு பொறாமையாக இருக்கும்.

ஊரில் பாவைக் கூத்து நடக்கிறபோது எல்லாம் அந்தப் பொம்மைகளில் ஏதாவது ஒரு பொம்மையைத் திருடி பள்ளிக்கூடத்துக்குப் கொண்டுபோவதற்கு ஒரு கூட்டமே அலையும். அதில் நான் ரொம்ப முக்கியமானவன். இரவு முழுவதும் கூத்து நடத்திவிட்டு, பகலில் கூடாரத்துக்குள் அவர்கள் உறங்கிக்

கொண்டிருக்கும்போது, அந்தக் கூடாரத்தையே சுற்றிச் சுற்றி வருவோம். சில்லறைக் காசுகளைக் கொடுத்து சிறுவர்களுக்கான சின்னத் தலையாட்டிப் பொம்மைகளை அவர்களிடம் வாங்குகிற மாதிரி கூடாரத்தை நோட்டமிட்டபடி அலைவோம். அந்தப் பொம்மைகளின் கை சிக்கும், கால் சிக்கும், முழுப் பொம்மை மட்டும் சிக்கவே சிக்காது.

ஒருநாள் அந்தத் தாத்தா இல்லாத மதியத்தில் நல்லவேளையாக நல்ல மழை வந்தது. கூடாரத்துக்குள் இருக்கும் அட்டை பொம்மைகள் நனைந்துவிடக் கூடாது என்று குழந்தைகளும் அதன் அப்பா, அம்மாவும் வேகவேகமாக அள்ளிக்கொண்டு பக்கத்தில் இருந்த வாசக சாலைக்குள் ஓடினார்கள். அருகில் இருந்தவர்கள் எல்லாரும் ஓடிப் போய் அவர்களுக்கு உதவினர். நானும் சென்று உதவினேன். என் இரு கைகளையும் நீட்டச் சொல்லி இத்தனை நாளாக நான் தொட்டுப் பார்ப்பதற்காக ஏங்கிக்கொண்டிருந்த அந்தப் பொம்மைகளைக் கொத்தாக அள்ளிவைத்து வேகமாக ஓடச் சொன்னார்கள்.

நிஜமாகவே எனக்குப் பிடித்தமான அந்தப் பொம்மைகள் ஒரு பொட்டுகூட மழையில் நனைந்துவிடக் கூடாது என்பதற்காக அவ்வளவு கவனமாக மழையின் ஊடாக நான் ஓடினேன். வாசக சாலைக்குள் போனதும் பொம்மைகளை ஒரு மூலையில் வைத்தவன், ஏற்கனவே திட்டமிட்டு இருந்தபடி, அவசரமாகக் கையில் அகப்பட்ட ஒரு பொம்மையை எடுத்து வாசக சாலையின் ஜன்னல் வழியாகப் பக்கத்தில் இருக்கும் ராமைய்யா பெரியப்பாவின் தொழுவுக்குள் நனைந்து விடாமல் வீசி எறிந்தேன். பின்பு எதுவும் தெரியாதவன்போல எல்லாருடனும் சேர்ந்து மழை நிற்கும் வரை அவர்களோடு ஒட்டி நின்றுகொண்டேன்.

மழை நின்றது. இடி நின்றது. ஆனால், என் மனசோ பள்ளிக்கூட மணிக்கட்டையைப் போல அச்சத்தில் கணகணவென அடிக்கத்

தொடங்கிவிட்டது. ராமைய்யா பெரியப்பாவின் தொழுவுக்கு வேகமாக ஓடினேன். நல்லவேளை நான் வீசிய பொம்மை மாட்டுச் சாணத்தில் விழவில்லை. கைகள் நடுங்க, கண்கள் விரிய ஆசையாக அந்தப் பொம்மையை எடுத்துப் பார்த்தேன்.

என் மனதின் குட்டிச்சாத்தானுக்கு அவ்வளவு சந்தோஷம்! என் பிரியமான, யாராலும் தொட முடியாத பாக்கூத்தின் கதாநாயகப் பொம்மை உச்சிக் குடும்பனையே நான் திருடி வந்திருக்கிறேன். தொழுவுக்கு மேலே கட்டிவைத்திருக்கும் வைக்கோல் கட்டுக்குள் உச்சிக் குடும்பன் பொம்மையை ஒளித்துவைத்தேன். இரவு கூத்து முடிந்து எல்லாரும் போன பின்னால், நள்ளிரவில் வீட்டுக்கு எடுத்துப்போவது என்பது என் திட்டம்.

அன்று கூத்தின் கடைசி நாள். காட்டிலிருந்து திரும்பும் ராமருக்குப் பட்டாபிஷேகம் நடைபெறும் நாள். ஊரில் உள்ள ஆண், பெண் எல்லாரும் பயபக்தியுடன் குளித்து, ராமர் பொம்மைக்கும் சீதாப்பிராட்டி பொம்மைக்கும் போடுவதற்குக் கை நிறைய மலர் மாலைகளோடு வந்திருந்தார்கள். பட்டாபிஷேகம் முடிந்து, ஊர் மக்கள் தங்களால் இயன்ற மொய்யை எழுதிவிட்டார்கள் என்றால், கூத்து இனிதே நிறைவடைந்துவிடும்.

14 வருடங்கள் வனவாசம் முடிந்து அயோத்திக்குள் ராமர் வருவதை, உளுவத் தலையனும் உச்சிக் குடும்பனும்தான் பொதுமக்களுக்குச் சொல்ல வேண்டும். ஆனால், உச்சிக் குடும்பனோ ராமைய்யா தாத்தாவின் தொழுவுக்குள் வைக்கோலுக்கு உள்ளே அல்லவா இருக்கிறான்! இப்போது என்ன செய்யப்போகிறார்கள்?

உளுவத் தலையன் மட்டும் வந்து உச்சிக் குடும்பன் இல்லாமல் கதை சொல்வானா? நடுங்கும் முழு உடலையும் போர்வைக்குள் ஒளித்துவைத்தபடி அம்மா மீது சாய்ந்தபடி வேடிக்கை பார்த்தேன்.

உளுவத் தலையன் வந்தான். எல்லாரும் கை தட்டினார்கள். வந்த கொஞ்ச நேரத்திலே திரையில் அழ ஆரம்பித்துவிட்டான். ‘‘அய்யா, சாமி மக்களே... யாராவது இந்த உச்சிக் குடும்பனைப் பாத்தீங்களா? அவன ஆளைக் காணோம். யாராவது தேடிப் பிடிச்சுத் தந்தீங்கன்னா, உங்களுக்குப் புண்ணியமாகப் போகும்ங்க!’’ என்றபோது எதுவும் தெரியாத எல்லாரும் சிரிக்க, எனக்கு முகம் வேர்த்து ஒழுகியது.

‘‘ஐயா... யாராவது என்னோட உச்சிக் குடும்பனைப் பார்த்தா அனுப்பி வைங்கய்யா! உங்களுக்குப் புண்ணியமாப் போகும்’’ என்று இரண்டு கைகளையும் உளுவத்தலையன் பொம்மை அந்தக் கூட்டத்தைப் பார்த்து விரித்தபோது, கூடாரத்துக்குள் இருந்தபடியே அந்த நரைத்த கிழவன் இரு கைகளையும் நீட்டி என்னைப் பார்த்துக் கெஞ்சுவதைப் போலிருந்தது. கை, கால் எல்லாம் இன்னும் நடுங்க, போர்வையை இழுத்து மூடி அம்மாவின் மடிக்குள் புதைந்து கொண்டேன்.

திடீரென்று அம்மா குலவையிட, எழுந்து பார்த்தால், ராமபிரானும், சீதாப்பிராட்டியும் அயோத்தி நகருக்குள் வந்து கொண்டிருந்தார்கள். வனவாசம் முடித்து வெற்றிக் களிப்போடு கடவுள் நகர் திரும்பும் நேரத்தில் அபசகுனமாக உளுவத் தலையன் அழுது கொண்டிருந்தது எல்லாருக்கும் அதிர்ச்சியாக இருந்தது. அப்படி அதிர்ச்சி அடைந்தவர்களில் ஒருவரான ராமபிரானே, உளுவத் தலையனைப் பார்த்து கேட்டார்.

‘‘எனக்கு பட்டாபிஷேகம் நடக்கும் இந்த நாளில், எதற்காக இப்படி நீ அழுகிறாய்?’’

‘‘சாமி... என் நண்பன் உச்சிக் குடும்பனை நான் தொலைச்சுட்டேன். அவன் இல்லாம என்னால வாழ முடியாது. வாழத் தெரியாது. அவன் எங்கே போனான்? அவனை யார் கூட்டிட்டுப் போனாங்க? எதுவுமே

எனக்குத் தெரியாது. அவன் திரும்பி வரலைன்னா, நான் இங்கே இருந்து எந்தப் பயனும் இல்லை. அதான் கதறி அழறேன்!''

கூட்டம் என்ன நடக்கிறது என்று தெரியாமல் குழம்பியது. எந்த வருடமும் ராமாயணத்தில் இப்படி ஒரு கதை வந்தது இல்லை. உளுவத் தலையனோ உச்சிக் குடும்பனோ அழுது அவர்கள் பார்த்ததே கிடையாது. அவர்களுக்கு இந்தக் கதை புதிதாகவும் சுவாரஸ்யமாகவும் இருந்திருக்கும்போல.

''உச்சிக் குடும்பனைத் தொலைத்துவிட்டு உளுவத் தலையன் அழும் இந்த அபசகுன வேளையில், எனக்குப் பட்டாபிஷேகம் வேண்டாம். எத்தனை நாளானாலும் சரி, எப்போது உச்சிக் குடும்பன் வருகிறானோ, அப்போதுதான் எனக்குப் பட்டாபிஷேகம் நடக்கும்!'' என்று சொல்லிவிட்டு, ராமபிரான் மறுபடியும் காட்டுக்குத் திரும்ப கூட்டம் சலசலத்துவிட்டது. ஊர்ப் பெரியவர்கள் அதிர்ச்சியடைந்து விட்டார்கள். என்ன கூத்து, என்ன நடக்கிறது இங்கே என்று எல்லாரும் அந்தக் கூடாரத்துக்குள் செல்ல, இப்போது விஷயம் எல்லாருக்கும் தெரிந்து விட்டது. உச்சிக் குடும்பன் பொம்மையை யாரோ திருடிவிட்டார்கள்.

''உச்சிக் குடும்பன்தானே! அவன் எதுக்கு? அது ஒரு வேடிக்கை பொம்மை. அந்தப் பொம்மை இல்லாம, பட்டாபிஷேகத்தை நடத்துங்கள்'' என்று எல்லாரும் சொல்ல, கிழவர் அத்தனை ஆவேசமாகிவிட்டார்.

''முடியவே முடியாது. உளுவத் தலையனும் உச்சிக் குடும்பனும் இல்லாம, நாங்க கூத்து நடத்துனதே இல்லை. நீங்க என்னடான்னா, பட்டாபிஷேகத்தை நடத்தச் சொல்றீங்க. நடக்கவே நடக்காது''

''உச்சிக்குடும்பன் என் பாட்டன். அவன் இல்லாம, அவன் ஆசீர்வாதம் இல்லாம, ராமனுக்கு என்னால பட்டாபிஷேகம் நடத்த

முடியாது. அதையும் மீறி அவன் இல்லாம நான் கூத்து நடத்தினா, என் குடி கூத்தே நடத்தாது '' என்று திட்டவட்டமாகக் கூறியபடி கூடாரத்தைப் பிரிக்கத் தொடங்க, கூட்டம் அவரைச் சுற்றி வளைத்து, ''எப்பா.. நீ இப்படித் திடுதிப்புன்னு பட்டாபிஷேகத்தை நடத்தாமக் கிளம்பிப்போனா, வெளஞ்சுகிடக்கிற ஊர்வெள்ளாம வூடுவந்து சேருமா? நாசமாப்போயிடாதா? எப்படியாவது நடத்துப்பா. நடத்தாம இங்கே இருந்து போக முடியாது'' என்று ஊர்ப் பெரியவர்கள் கிழவரை மறித்துக்கொண்டு நின்றார்கள். எனக்கு வயிறு கலக்கியது.

''வேறு வழி இல்லை. உளுவத் தலையனும் உச்சிக் குடும்பனும் இல்லாமல் பட்டாபிஷேகத்தை நடத்தித்தான் ஆக வேண்டும்'' என்று எல்லோரும் சொல்ல, கிழவர் ''உங்கள் விருப்பம் நடத்திக் கொள்ளுங்கள்'' என்று சொல்லிவிட்டு வெளியேறிவிட்டார். ராமருக்குப் பட்டாபிஷேகம் நடந்தது. ஊர்ப் பொதுமக்கள் ராமர் பொம்மைக்கும், சீதாப்பிராட்டி பொம்மைக்கும் மலர் மாலைகளையும் காணிக்கைகளையும் கொண்டுபோய்க் குவித்தனர். என் அப்பா என்னைத் தேடிப்பிடித்து, என் நடுங்கும் கைகளால் ராமபிரானுக்கும், சீதாப்பிராட்டிக்கும் மாலைகளை அணிவிக்க வைத்தார். உச்சிக்குடும்பன் இல்லாமல் முதல்முறையாகப் பாக்கூத்தில் ராமருக்குப் பட்டாபிஷேகம் எங்கள் ஊரில், என்னால், அன்று நடந்து முடிந்தது என்பது, பாக்கூத்தில் அவ்வளவு முக்கியமான ஒரு வரலாறு என்று எனக்கு அப்போது தெரியாது.

காலையில் யாரிடமும் எதுவும் சொல்லாமல், கூடாரத்தைப் பிரித்துக்கொண்டு கிழவர் கிளம்பிக் கொண்டிருந்தார். அதற்கு முன்னரே ஊருக்கு வெளியே அவரின் ஒற்றை மாட்டு வண்டி திரும்பி வரும் நடுவழியில் சரியாக நான் உச்சிக்குடும்பன் பொம்மையைப் போட்டுவிட்டு, அருகில் உள்ள பாறைக்குப் பின்னால் ஒளிந்து கொண்டேன். நடுரோட்டில் கிடந்த பொம்மையைப் பார்த்ததும் பதறி

வண்டியை நிறுத்தி இறங்கிய கிழவர், அந்த பொம்மையை எடுத்தார். சுற்றுமுற்றும் பார்த்தார். வண்டியில் இருந்த எல்லோரும் ஓடிவந்து பொம்மையை வாங்கிப் பார்த்தார்கள். பாறைக்குப் பின்னால் நான் ஒளிந்திருப்பதைக் கண்டுபிடித்துவிட்டதைப் போல வேகமாக அந்தப் பாறையை நோக்கி வந்தார் அந்தக் கிழவர். எழுந்து ஒரே ஓட்டமாக ஓடி, நிற்பது யாரென்று தெரியாத உச்சிபறம்பில்தான் போய் நின்றேன். தூரத்தில் அந்த ஒற்றை மாட்டு வண்டி நகர்ந்துபோவது தெளிவாகத் தெரிந்தது. வண்டி மறைந்ததும் பறம்பிலிருந்து இறங்கி சாலைக்கு வந்தேன்.

உச்சிக் குடும்பன் பொம்மையை நான் போட்ட அதே இடத்தில், குழந்தைகள் காசு கொடுத்து வாங்கும் கலர் கலரான சிறுசிறு தலையாட்டிப் பொம்மைகள் கொத்தாகக் குவிக்கப்பட்டிருந்தன. அந்தக் கிழவர் இந்தத் திருடனுக்கு தந்த பரிசு அவை. 15 பொம்மைகள் இருக்கலாம். நடுங்கிய கைகளால் அவற்றை அள்ளியெடுத்து நெஞ்சுக்கு அருகில் கொண்டுவரும்போது எனக்கு அழுகையே வந்துவிட்டது. அத்தனை பொம்மைகளையும் அப்படியே கொண்டுவந்து பெரிய குலுக்கைக்குள் போட்டு மூடிவைத்தேன். அடுத்த வருடம் பாக்கூத்துக் கிழவர் வந்ததும் அவரிடம் அப்படியே அந்தப் பொம்மைகளைக் கொடுக்க வேண்டும் என்று காத்திருந்தேன்.

ஆனால், அதன் பிறகு எந்தப் பாக்கூத்துக்காரர்களும் எங்கள் ஊருக்கு வரவே இல்லை. எங்கள் ஊருக்கு மட்டுமல்ல; நான் போன எந்த ஊருக்கும் அவர்கள் வரவில்லை. இப்போது அந்த உச்சிக் குடும்பனும் உளுவத் தலையனும் எங்கு இருக்கிறார்கள்? என்ன செய்து கொண்டிருக்கிறார்கள் என்று உங்கள் யாருக்காவது தெரியுமா?

10

எங்கள் ஊரில் பள்ளிக்கூடம் பக்கமே போகாத டாக்டர் ஒருவர் இருந்தார். அவர்தான் மூக்கையா தாத்தா. கிராமத்து வைத்தியர் என்று நினைத்துவிடாதீர்கள். நாங்கள் அவரை அழுத்தந்திருத்தமாக டாக்டர் என்றுதான் சொல்லுவோம். 60 வயதைத் தாண்டிய அவர் தெருவில் வருகிறார் என்றால், 80 வயதைத் தொட்டுவிட்ட கிழடுகள் எல்லாம் ஊர்ந்து வீட்டுக்குள் போய்விடும்.

"கிடக்க கெடயப் பாத்தா, கட்ட இன்னும் ஒரு வருசத்துக்கு சிவனேன்னு இப்படித்தான் கெடக்கும்போலிருக்கே! பாவம் பாக்காத, நல்லா ஓடி ஆடி வாழ்ந்த உடம்பு. இப்படி கெடையில போட்டு சீரழிச்சி அனுப்பப் போறியா? பேசாம நம்ம டாக்டரக் கூட்டிட்டு வந்து காட்டிடு. அதான் நல்லது!"

இப்படிச் சொல்லித்தான் கடைசியில் மூக்கையா டாக்டரை அழைத்து வருவார்கள். காணாமல்போன ஆட்டுக்குட்டியைத் தேடி தெருத்தெருவாக அலையும் ஒரு சாதாரண மேய்ப்பனின் முகச்சாயலில், வெற்றிலையை வாயில் குதப்பிக்கொண்டு மூக்கையா தாத்தா வந்ததும், எல்லாரும் அந்த வீட்டைவிட்டு வெளியே வந்துவிடுவார்கள். ஒரு டம்ளர் பாலோடு அந்த வீட்டுக்குள்

போகிறவர் வெளியே வருகிறவரை, வீட்டுக்குள் போக யாருக்கும் அனுமதி இல்லை. சுமார் அரைமணிநேரம் கழித்து மூக்கையா தாத்தா பால் இல்லாத டம்ளரோடு வெளியே வருவார். அவர் வெளியே வந்ததும் அவரிடம் யாரும் உடனே போய்ப் பேசிவிட மாட்டார்கள். வெளியே ஒதுக்குப்புறமாக ஒரு சட்டியில் வைத்திருக்கும் தண்ணீரில் போய் அவர் கைகழுவும்வரை, அத்தனை பேரும் அப்படியே பார்த்துக்கொண்டு இருப்பார்கள்.

தாத்தா அந்தப் பால் இல்லாத டம்ளரை அப்படியே கவிழ்த்துவிட்டு, அந்தத் தண்ணீரில் கைகளைக் கழுவி உதறிவிட்டால் போதும், வெளியே நின்ற கூட்டம் நெஞ்சில் அடித்துக்கொண்டு அழுதபடி உள்ளே ஓடும். அப்புறம் அது ஒரு துஷ்டி வீடாக மாறிவிடும். அந்த வீட்டுக்குள் அவர் என்ன செய்தார், எப்படிச் செய்தார் என்பதை எல்லாம் யாரும் இதுவரை கேட்டதும் இல்லை. அவரும் யாரிடமும் அதைச் சொன்னதும் இல்லை.

சிறு வயதில் இந்த மூக்கையா தாத்தாவைப் பார்த்துப் பயந்து ஓடியிருக்கிறேன். கடைக்குப் போய் வெத்தலை வாங்கி வரச்சொல்லிக் கூப்பிட்டால், ‘‘போடா... கொலைகாரக் கிழவா’’ என்று கல்லை எடுத்து எறிந்துவிட்டு வீட்டுக்கு ஓடி வந்திருக்கிறேன். அம்மாக்கள்கூட வீட்டில் சேட்டை செய்கிற பிள்ளைகளிடம் எல்லாம் ‘‘மூக்கையா தாத்தாவிடம் பிடித்துக் கொடுத்துவிடுவேன்’’ என்று சொல்லித்தான் மிரட்டுவார்கள். ஆனால், வளர வளர... பழகப் பழக... எனக்கு மூக்கையா தாத்தாவை அவ்வளவு பிடித்திருந்தது. ஒரே ஒரு மாட்டையும் கன்னுக்குட்டியையும் மேய்ப்பதற்காக எங்களோடு மேய்ச்சலுக்கு ஓட்டி வருவார். பால் கறக்கும் கறவை மாட்டையும் அதன் கன்னுக்குட்டியையும் ஒன்றாகவே மேய்ச்சலுக்கு ஓட்டிவரும் அவரைப் பார்க்க எனக்கு அதிசயமாக இருக்கும்.

‘‘என்னப்பா இது… கறவை மாட்டையும் கன்னுக்குட்டியையும் ஒண்ணா மேச்சிக்கிட்டுத் திரியிற?’’ என்று யாராவது கேட்டால் போதும், ‘‘ஏலேய்…உங்க அம்ம பால உனக்குத் தராம, கறந்து காசுக்கு வித்தா நீ சகிச்சிக்குவியா?’’ என்பார் சுள்ளென.

‘‘பால் கறக்க மாட்டேன்னு சொன்னா, அப்போ எதுக்குத்தான் மாடு வளர்க்கிறீயாம்?’’ என்று மறுபடியும் யாராவது கேட்டால், ‘‘புள்ள குட்டி இல்லாதவன், ஆட்ட வளத்து அன்பு வைப்பான். நல்ல புள்ள பெக்காதவன், மாட்ட வளத்து மன்னிப்பு கேட்பான்!’’ என்பார். உள்ளக்கிடக்கையோடு, நாங்கள் மேய்ச்சல்நில நண்பர்களானோம்.

‘‘தாத்தா, நீங்க எப்போ தாத்தா இந்த வேலையைச் செய்ய ஆரம்பிச்சீங்க?’’ ஒரு மதிய உணவுக்குப் பிறகான மந்தமான பொழுதில் நான் அவரிடம் கேட்டேன்.

‘‘வேலையா? போடா பைத்தியக்காரா… கடவுள் எனக்குக் கொடுத்த வரம்டா இது!’’

‘‘அது சரி, எப்போ, ஏன் செய்ய ஆரம்பிச்சீங்க?’’

‘‘ஒருநாள் என்னோட சேக்காளி, அதாம்டே நம்ம பழனியம்மா இருக்காள்ல, அவளோட அப்பன் ராமசாமியும் நானும் சேர்ந்து கருங்குளம் மேலூருக்கு ஓலை ஏத்த வண்டியப் பூட்டிக்கிட்டுப் போனோம். அவனுக்கு அப்போதான் மொதக் கொழந்தையா இந்த பழனியம்மா பொறந்திருந்தா. ரெண்டு பேரும் கிட்ணகுளம் வழியா ஓலைய ஏத்திக்கிட்டு வந்துட்டு இருக்கோம். நான் வண்டியில இருக்கிற ஓலை மேல ஒய்யாரமா இருக்கேன். ராமசாமி வண்டிய அடிச்சிக்கிட்டு வாரான். சொக்கர் கோயிலத் தாண்டி தவனமடைகிட்ட வண்டி வரும்போது, திடீர்னு அச்சு ஒடிஞ்சி குப்புறத் தள்ளிட்டு, நான் மேலயிருந்து குளத்துக்குள்ள குப்புற விழுந்துட்டேன். தண்ணிக்குள்ள

கிடந்து மேல ஏறி வந்து பாத்தா, மொத்த வண்டியும் பாரமும் ராமசாமி மேல கிடக்கு. கத்திக் கூப்பாடு போட்டு சனத்தக் கூட்டி வண்டியத் தூக்குறதுக்குள்ள அவன் உடலு கூழா கொழகொழனு நொறுங்கிப்போச்சு. ஆனாப் பாரு, சனியன் உசிரு மட்டும் மசிராட்டம் அப்பிடியே தங்கி நின்னுடுச்சி. போகாத ஆஸ்பத்திரி இல்ல. காட்டாத வைத்தியன் இல்ல. ரெண்டு வருஷம் எல்லார்கிட்டயும் காட்டிட்டு வந்து வீட்ல போட்டுட்டாங்க. பாவம். ஒரு பொம்பளப் பிள்ளையை வெச்சிக்கிட்டு அவன் பொண்டாட்டி படாதபாடு இல்ல. அவன் அப்படியே நடு வீட்டுக்குள்ள நீட்டி நிமுந்து கிடப்பான். வாய் மட்டும்தான் பேசும். வேற எதுவும் எந்த வேலையும் செய்யாது. நான் அப்பப்போ போய் அவன்கிட்ட பேசி இருந்துட்டு வருவேன்.

அப்படித்தான் ஒருநாள் சொம்புல பால எடுத்துக்கிட்டு அவனப் பாக்கப் போயிருந்தேன். பாலை டம்ளர்ல வாங்குனவன் அப்படியே என் கையப் பிடிச்சிக்கிட்டு, ''ஏலே.. மூக்கையா ஒரு குத்து நெல்ல அள்ளி என் தொண்டைக்குள்ள போடுல.. உனக்குப் புண்ணியமாப் போவும்''னு அழ ஆரம்பிச்சிட்டான். இது என்னடா வம்பாப்போச்சின்னு நான் அவனத் திட்டிட்டு வீட்டுக்கு வந்துட்டேன்! அன்னைக்கு ராத்திரியே அவன் பொண்டாட்டி வந்து என் வீட்டுக் கதவத் தட்டுறா. ''வாங்கண்ணே..வந்து அவர எப்படியாவது அவர் ஆசப்படி அனுப்பிவெச்சிருங்க''ன்னு ஒரே அழுவ அழுவறா.

இந்தக் கழுத ஏன் இப்படிப் பேசுதுன்னு போய்ப் பார்த்தா, அங்க அவன் உசுரு ''போட்டா.. வரட்டா?''ன்னு இழுத்துக்கிட்டுகெடக்குது. நாடிநரம்பு எல்லாம் மேலயும் கீழயும் வேகமா தல அறுபட்ட சேவல் மாதிரி அடிச்சிக்கிட்டுக் கெடக்குது. ''இப்படித்தான் எல்லா ராத்திரியும் இந்த ஒடம்புல அதுல சிக்கிட்டுக் கிடக்கிற கொஞ்சூண்டு உசுரும் இந்தப் பாடுபடுது''ன்னு மடியில இருக்கிற பச்சப் புள்ள கண்ண சிக்குன்னு பொத்திக்கிட்டே கதறி அழுவுறா பொண்டாட்டிகாரி. ஒரு

நேரம் பாக்குற எனக்கே நெஞ்சு அப்படி வலிச்சிச்சின்னா, முழு நேரம் பாக்குற அவன் பொண்டாட்டிக்கு அது எப்டி இருக்கும்? அந்த நேரம் நான் எதையும் யோசிக்காம, அப்படியே அவன் நெஞ்சுல அவன் கையையே எடுத்து வெச்சி, என்னோட கண்ண சிக்குன்னு மூடிக்கிட்டு, அவன் உடம்ப அப்படி ஒரு அழுத்து அழுத்திப் புடிச்சேன். அவனோட உடம்புல எந்தத் துவாரம் வழியாப் போச்சுன்னு தெரியல அவன் உசுரு. ‘நான் போறேன்’' ன்னு போயிடுச்சி! என்று சொல்லி முடித்தபோது, மூக்கையா தாத்தாவின் குரலும் உடம்பும் அப்படி நடுங்கிவிட்டது. அவர் கையை நான் கொஞ்சம் அழுத்திப் பிடித்துக்கொண்டேன். கொஞ்ச நேரம் கழித்து என் கையை எடுத்துவிட்டு அவரே மறுபடியும் பேசத் தொடங்கினார்.

''அப்புறம் எல்லாருக்கும் விசயம் தெரிஞ்சி ‘நல்ல நேரத்துல, நல்ல காரியம் செஞ்ச மூக்கையா’ ன்னு சொல்லி, தூக்கிட்டுப் போய் அவனப் புதைச்சிட்டு வந்தாங்க. அதுக்கப்புறம் அவன் வந்து அழுதான். இவன் வந்து அழுதான்னு அனுப்பிவெச்சது பதினேழு சீவனாகிப்போச்சு'' என்று பேச்சை முடித்துக்கொண்டார்.

''எல்லாரையும் ஒரே மாதிரி இப்படித்தான் பால ஊத்தி நெஞ்சுல வெச்சி அழுத்துவீங்களா?''

''இல்லல்ல. ராமசாமிக்கு மட்டுந்தேன் அப்பிடிப் பண்ணேன். பாவம்! அந்த உசுரு உடனே போட்டும்னு பால ஊத்தி நெஞ்சுல கையவெச்சு அழுத்தினேன். அதுக்குப் பிறகு, இன்னைக்கு வரைக்கும் ஒரு உசுரக்கூட நானா எதுவும் செய்யல!''

''அப்படின்னா, அந்தப் பதினேழு உசுரும் பறந்தாபோச்சு?''

''நான் வீட்டுக்குள்ள போய் நின்னதும் என்னைப் பாத்ததுமே, எப்படியாவது பறந்துடணும்னு நினைக்கிற அந்த உசுரு படக்குனு என்

கை ரெண்டையும் பிடிச்சிக்கிட்டுக் கண்ணீர் வடிச்சிக்கிட்டு ‘அனுப்பிச்சிரு மூக்கையா’ன்னு கெஞ்சும். அதோட கையப் பிடிச்சி எடுத்து என் நெஞ்சுல வெச்சிக்கிட்டு அழுத்திப் பிடிச்சுக்கிட்டு கொஞ்ச நேரம் அழுவேன். உடனே அதுவும் அழுவும். அவ்வளவு நாள் அழுவாத அழுவையைப் பச்சபுள்ள மாரி அப்பிடி அழுவும். எப்படியும் அரைமணி நேரத்துல அழுதுஅழுது கண்டிப்பா கண்ணீர்லயே கரைஞ்சுபோயிடும். அப்புறம் கொண்டுபோன பாலை அந்த வெத்து உடலோட வாயில ஊத்திட்டு வந்திருவேன். இதுதான், இது மட்டும்தான் அந்தப் பதினேழு உசிருக்கும் நடந்திருக்கு. உடம்ப வெறுக்கிற உசுரு அதுவாவே பறந்து போயிடும். நாம கொஞ்சம் அந்த முடிச்சைத் தளர்த்தி, அதுக்குச் சின்னதா ஒரு கொக்கி மாதிரி உதவினாப் போதும்''

''ஒருநாள் நான் ஒரு வீட்டுக்குள்ள போனா, அங்க ஒரு கிழம் எப்படியும் வயசு எம்பது, தொண்ணூறு இருக்கும். மலமும் சளியுமா அப்படியே நாறிக்கிட்டு கிடந்துச்சி. உள்ள போன என்னப் பாத்ததும் ஏதோ சொல்லுச்சு. ‘என்னடா சொல்லுது?’ன்னு போய், அது வாய் பக்கத்துல காத வெச்சிக் கேட்டா,‘இவ்வளவு நாள் வந்து என்னக் கூட்டிட்டுப் போவாம இப்படி நாறப்போட்டுட்டல்ல... நீ நல்லாவே இருக்க மாட்ட’ ன்னு சொன்னதும் எனக்குத் தலையில கொம்பு முளைச்ச மாதிரி ஆயிடுச்சி!'' என்று மூக்கையா தாத்தா சொல்லும்போது, என் உடல் உறைந்துவிட்டது.

''என்னையக் கொன்னுராதீங்க’ன்னு ஒரு உசுருகூட உங்ககிட்ட அழலையா?''

''அதெப்படி அழாம? எப்படியாவது பொழச்சிக்கிடக்கணும்னு நினைக்கிற உசுரு என்னைப் பாத்ததும் தன்னோட ரெண்டு கையையும் எடுத்து படுத்துக்கிடக்கிற கட்டில்ல சிக்குன்னு பிடிச்சிக்கும். அதையும்

மீறிப் பக்கத்துல போய் நான் பார்த்த எத்தனையோ உசுரு புளிச்னு என் மூஞ்சியில காரித் துப்பியிருக்கு. அதுலயே புரிஞ்சிடும் எனக்கு. அப்படியே அதோட ரெண்டு கண்ணையும் கொஞ்சநேரம் பாத்துக்கிட்டே இருப்பேன். அப்புறம் சின்னதா ஒரு சிரிப்பு சிரிச்சிட்டு, கொண்டுபோன பாலை நான் மடக்கு மடக்குன்னு குடிச்சிட்டு வந்துருவேன். வெளிய வந்து, 'எப்பா, இது சீக்கிரத்துல போவாது. வாழ வேண்டிய உசுரு. என்னால முடியாது. ஆள விட்டுறங்க'ன்னு வந்துடுவேன்!' என்று சொல்லிவிட்டு அவர் வெத்தலையைக் குதப்பிக் கொண்டிருந்தார்.

நான் அவரையே உற்றுப் பார்த்தேன். உடம்பில் ஒரு முடிகூடக் கறுப்பாக இல்ல. கையும் காலும் இப்பவே நடுங்கத் தொடங்கிவிட்டன. அத்தனை சதையும் இன்னும் இரண்டு மூன்று வருடங்களில் தொங்கத் தொடங்கிவிடும். நடக்கும்போது ஒரு கல் தடுக்கிக் கீழே விழுந்தால் போதும். எழுந்து உட்கார எப்படியும் இரண்டு நாளாகும். வயது அறுபதைத் தாண்டி ஐந்து வருடங்களுக்கு மேல் இருக்கும். அதற்கு மேலும் என்னால் யோசித்துக் கொண்டே இருக்க முடியவில்லை. கேட்கக் கூடாதுதான்.. ஆனால், படக்கென்று கேட்டுவிட்டேன்.

''ஏன் தாத்தா.. உனக்கும் கொஞ்ச நாள்ல இந்த நிலைமை வரத்தானே செய்யும். அப்போ நீ என்ன பண்ணுவ?''

''ஏலேய்... வசமாக் கேட்டுப்புட்டியே!'' என்றவர் என் தலையைத் தடவிக் கொஞ்ச நேரம் அமைதியாக இருந்துவிட்டுத் தன் வெத்தலைப் பெட்டியை முழுமையாகத் திறந்து காட்டினார். உள்ளே அந்தப் பச்சை வெத்தலைக்குள் பதுக்கி வைத்தபடி வெள்ளை டப்பாவில் செடிகளுக்கு அடிக்கும் பூச்சிக்கொல்லி விஷப் பாட்டில் ஒன்று இருந்தது.

'' எனக்குத் தெரியும். நான் எப்படிச் சாவேன்னுதான் ஊரே காத்துக்கிட்டு இருக்கு, எனக்கு வேற ரெண்டு கொம்பு முளைச்சிருக்கு.

கொம்பு முளைச்சவன் யார்கிட்டயும் சாவுப் பிச்சை கேட்றக் கூடாது. நான் கேட்க மாட்டேன். அவனவன் கொம்புதான் அவனவனக் குத்தும். என் கொம்புதான் என்னைக் குத்தும். இதுக்குப் பேரு தற்கொலை கெடயாது. 'சரிடா.... நீங்க வாழுங்கடா., நான் போறேன். எனக்குக் கொம்பு அரிக்குது' ன்னு அர்த்தம்.

அதன் பிறகு ஐந்தாறு வருடங்கள் அதே டாக்டராக அதே கொம்போடு தன் மரணத்தைத் தன் வெத்தலைப் பெட்டிக்குள் ஒளித்து வைத்துக்கொண்டு திரிந்த மூக்கையா தாத்தா, ஒரு நாள் திடீரென்று காணாமல் போனார்.

''செஞ்ச பாவத்தத் தொலைக்க ஒரு வேளை காசி கீசிக்குச் சந்நியாசம் போய் இருப்பான்'' என்றனர் சிலர். ''அதெல்லாம் இருக்காதுப்பா...எங்கேயாவது தூரத்து ஊர்ல போய் ஆத்துல, குளத்துல விழுந்துபோய்ச் சேர்ந்திருப்பான்'' என்றனர் சிலர். ''ஆமா.. ஆமா. நம்ம கண்ணுக்குத் தெரியாமச் சாவணும்னு எங்கேயாவது ஓடியிருப்பான் கிழவன்!'' என்றனர் பலர்.

ஆனால், என் கனவிலோ ஓர் அடர்ந்த காட்டின் நடுவே கொட்டும் அருவியில் அரை நிர்வாணத்தோடு, தலையில் கொம்புகள் முளைத்த அந்த மூக்கையா தாத்தா வெத்தலை இடித்தபடி இன்னும் வந்துகொண்டேதான் இருக்கிறார்!

11

அரசாங்கப் பள்ளிக்கூடம் ஒன்றுக்கு ஆசிரியர் பயிற்சிக்குச் சென்றிருந்த திவ்யா, 45 நாள் பயிற்சி முடிந்து கிளம்பிய சமயம், 10வது படிக்கும் மாணவன் ஒருவன் அவளிடம் ஒரு புத்தகத்தைக் கொடுத்திருக்கிறான். அந்தப் புத்தகத்துக்குள் கல்யாணப் பத்திரிகைகளில் இருக்கும் இரட்டை மயில்களை, முருகன் வள்ளி படங்களை, அப்புறம் இதயங்களை, ஆண்- பெண் கைகளை வெட்டி ஒரு காகிதத்தில் ஒட்டி, அதனூடாக எழுதப்பட்ட ஒரு காதல் கடிதம் இருந்திருக்கிறது. திவ்யா அந்தக் கடிதத்தை ஸ்கேன் பண்ணி எனக்கு அனுப்பிவைத்தாள். அந்தக் கடிதத்தை பார்த்த நான், அதை லேமினேட் செய்து என் அலமாரியில் வைத்திருக்கிறேன். அந்தக் கடிதம் இதோ...

'ஆயிரம் பூக்கள் பூத்தாலும்

என் மனதில் பூத்த முத பூ நீங்கள்தான்...

கனவு என்பது காலை வரை. ஆனால்

உங்கள் நினைவு என்பது

என் கல்லறை வரை...

மழை மண்ணை நனைக்கும்

‘என் மனமோ உங்களை நினைக்கும்...

குழந்தைகள் காலில் அணிவது கொலுசு

என் தலைவர் பெயரோ தனுசு

நீ விரும்பினால், நான் உங்கள் மவுசு!

என் உடம்பில் ஓடுவது ரத்தம்

நீங்கள் கொடுக்கலாம் ஒரு முத்தம்

அது கேட்கும் ரொம்பச் சத்தம்

அப்புறம் நடக்கும் காதல் யுத்தம்...

உங்கள் மடியில் படுத்து உறங்க ஆசை,

விடியும் வரை அல்ல என் உயிர் பிரியும் வரை’ - இதுதான் அந்தக் கடிதத்தில் எழுதியிருந்த வரிகள்.

என்னைக் கேட்டால், ஒருவனின் ஆகச் சிறந்த பொக்கிஷம் அவனிடம் இருக்கும் அவன் எழுதிய முதல் காதல் கடிதம்தான். மீசை முளைவிட்ட தேதியில் பாதி குழந்தையாகவும் மீதி பருவமாகவும் ஏங்குகிற, தவிக்கிற நேசத்தைக் கடிதமாக எழுதும்போது நாம் அடைகிற பரவசத்தை, உலக மகா இலக்கியங்களில்கூடக் காண முடியாது.

அப்போதேல்லாம் எங்கள் பள்ளியில் எங்கள் ஊரில் இளையராஜா பாடல்களை மனப்பாடமாகப் பாடுகிறவனையும் மோகன், முரளி படக் காதல் தோல்வி வசனங்களை அப்படியே அதே சோகத்தில் கண்ணீர் வடியப் பேசிக் காட்டுகிறவனையும்தான் கவிஞன் என்று

சொல்வார்கள். ஆகவே, அன்றைய காலத்தில் எங்கள் பள்ளியில் இருந்த ஒரே ஆகச் சிறந்த கவிஞன், சந்தேகமே இல்லாமல் அடியேன்தான். எவ்வளவு காதல்கள், எவ்வளவு கடிதங்கள், எவ்வளவு அடி, எவ்வளவு உதை, எவ்வளவு அவமானம்...

ஆனாலும், நண்பர்கள் வாங்கித் தரும் கோத்தையன் கடை இட்லிகளுக்காகவும், சாவிக் கடையில் கிடைக்கும் காய்ந்த சப்பாத்திகளுக்காகவும் நான் எழுதிக்கொடுத்த எத்தனையோ காதல் கடிதங்கள்தான் என் தீரா பால்யம்.

எத்தனை பேருக்கு ஆசைஆசையாக எவ்வளவு கடிதம் எழுதிக்கொடுத்திருந்தாலும் அண்ணன் தீக்குச்சி முத்துக்குமாருக்காக பூர்ணிமாவுக்கு நான் எழுதிக்கொடுத்த கடிதம்தான், எப்போதும் என் நினைவில் தங்கிநிற்கும் பெரும் காவியமும் பதறும் பாவமும்கூட. பீடிக்கு பதிலாக எப்போதும் அண்ணன் முத்துக்குமாரின் வாயில் தீக்குச்சிதான் இருக்கும். அதை வைத்துப் பல் குடைவான், காது குடைவான். அப்புறம் அதை வைத்துதான் நெருப்பில்லாமல் பீடியும் குடிப்பான். பூர்ணிமா பதினொன்றாம் வகுப்பு. முத்துக்குமார் அண்ணன் பன்னிரெண்டாம் வகுப்பு. ஆளு பார்ப்பதற்கு அப்பவே ரகுவரன் மாதிரி அவ்வளவு வளத்தியா, ஒல்லியா, வில்லங்கமா இருப்பான்.

யார் சொல்லி வந்தானோ தெரியவில்லை. என்னைத் தேடி ஒரு நாள் வகுப்புக்கே வந்து, பெருமாள் கோயில் மலைக்குக் கூட்டிப்போனான் முத்துக்குமார் அண்ணன்.

‘‘ஏடே, நீ நல்லா கவிதைல்லாம் எழுதுவியாமே. எங்க எனக்கொண்ணு எழுதித் தாயேன் பாப்போம்.’’

‘‘யாருக்குண்ணே?’’

‘ஆ... நம்ம கிராஃப்ட் வாத்தியானுக்குக் கொடுக்கிறதுக்கு. ஆளையும் சைஸையும் பாரு, கேக்குறான் கேள்வி. ஆள் யார்னு சொன்னாத்தான் கவித வருமோ உனக்கு?’’

‘‘இல்ல... ஆள் முகம் தெரிஞ்சா கொஞ்சம் ஈஸி. அதவெச்சி எழுதிடுவேன்’’

‘‘ம்ம்ம்... அப்படியா!? சரி... உங்க கிளாஸ்ல பூர்ணிமானு ஒரு பிள்ள படிக்கில்லா... அவள நினைச்சு எழுது.’’

‘‘என்னது... பூர்ணிமாவா?’’

‘‘ஆமா, உனக்குதான் நிலா இருக்கால்ல. நீ எதுக்கு பூர்ணிமாவான்னு வாயப் பொளக்குற?’’

கொஞ்ச நேரம் யோசித்துக்கொண்டே இருந்தேன். வசமாக அப்படி ஒன்றும் சிக்கவில்லை. அவனேதான் ‘பூவே பூர்ணிமா பூச்சூட வா’ன்னு எடுத்துக்கொடுத்தான். அவன் ரசனை மட்டத்தின் அளவும், அவன் காதல் தொடங்கிய கால அளவும் எனக்குப் புரிந்துவிட்டது. கவிதை வேகவேகமாக ரெடியானது.

‘என் பூஜைக்கேத்த பூ நீ... பூர்ணிமா

நேத்துதானே பூத்தது நம் காதலும்...

பூவே பூர்ணிமா

என்னைப் பூச்சூடவா...

பாலான என் நெஞ்சில் பால் வார்க்க வா

பூவே பூர்ணிமா நீதான்

என் பூமியம்மா

இனி நீ சுற்ற வேண்டிய சூரியன் நானம்மா

பூவே பூர்ணிமா, நீதான் என் பொன் வசந்தமம்மா

புது ராஜ வாழ்க்கை நாளை நம் சொந்தமம்மா'

இப்படியாக இளையராஜாவின் பாடல்களால் நிறைத்து நீண்டுகொண்டுபோன அந்தக் கவிதையை 'இப்படிக்கு' போட்டு 'முத்துக்குமார்' என்று எழுதத் தொடங்கும்போது படக்கென்று பிடுங்கிக்கொண்டான்.

"போதும் தம்பி போதும்... அண்ணன் பேரை அண்ணனே அட்டகாசமா ஆட்டின் போட்டு எழுதிக்கிறேன்'' என்று சொல்லி எப்படிக் கொடுப்பான். எப்போது கொடுப்பான், என்ன சொல்லி கொடுப்பான் என எதையும் சொல்லாமல் விறுவிறுவெனக் கிளம்பிப்போனான். அந்த நேரத்தில், எப்போதும் ஆண் பையன்களைப் பார்த்தால் பாவமாக சுவரில் பதுங்கும் பூர்ணிமாவை நினைத்துப் பார்த்தேன். 'புரியாத புதிர்' ரேகாவைப் போல விழி பிதுங்கித் தெரிந்தது அவள் முகம். பூவே பூர்ணிமா.. நீ ரொம்ப பாவம்மா!

'இப்படிக்கு' என்பதற்குக் கீழ் எந்தப் பெயரும் எழுதாத அந்தக் கடிதத்தின் கடைசியில் பெருவிரலை முள்ளால் குத்தி வந்த ரத்தத்தால் ஒரு பொட்டு வைத்து, அன்று மதியமே எங்கள் வகுப்பில் யாரும் இல்லாத நேரத்தில்போய் பூர்ணிமாவின் புத்தகப் பைக்குள் முத்துக்குமார் வைத்துவிட்டான் போல. அதற்கான கொடுமையான விளைவுகளை நாங்கள் மறுநாள்தான் பள்ளிக்குப் போய் அனுபவித்தோம்.

காலையில் முதல் வகுப்பு தொடங்கியஉடனே ‘‘பதினோராம் வகுப்பு மேத்ஸ் குரூப் பசங்க எல்லாரும் ஸ்டாப் ரூமுக்கு வரணுமாம். ஹெட்மாஸ்டர் சொன்னாங்க’’ என்று அறிவிப்பு வந்தது. என்ன விஷயத்துக்காகக் கூப்பிடுகிறார்கள் என்று தெரியாமல், எல்லாரும் ஓடிப்போய், உள்ளே முட்டிக்கொண்டு நின்றோம். உள்ளே நிர்மலா டீச்சரும் ஹெட்மாஸ்டரும் சேர்ந்து, பசங்களை எல்லாம் ஒரு பிளாக் போர்டுக்கு முன்னால் ஒரு பிரம்பை வைத்துக்கொண்டு வரிசைப்படுத்தினார்கள். அவர்கள் கையில் ஒரு காகிதம் வேறு படபடத்தது. பக்கத்தில் பாவமாக பூர்ணிமா ஏங்கி ஏங்கி அழுதுகொண்டிருந்தாள். ‘‘ஏல... இங்க பாரு, இந்த லெட்டரை எவன் எழுதி இந்த புள்ள பேக்குக்குள்ள வெச்சான்னு தெரியிற வரைக்கும் ஒரு பய தப்ப முடியாது. வரிசையா ஒவ்வொருத்தனா வந்து நான் சொல்ற வார்த்தைய சாக்பீஸ் எடுத்து இந்த பிளாக் போர்டுல எழுதணும். இது எந்த நாயி எழுத்துனுது தெரிஞ்சதுக்கு, அப்புறம்லா இருக்கு வேடிக்கை’ என்று நிர்மலா டீச்சர் சொன்னபோதுதான் ஆகச் சிறந்த கவிஞனான எனக்கு ஆப்பு காத்திருக்கிறது என்று புரிந்தது.

எனக்கு முன் வரிசையில் எந்தப் பிரச்சனை வந்தாலும் சந்தேக கேஸில் எப்போதும் சிக்கும். வில்லாதி வில்லன்கள் முத்துப்பாண்டி, சிவபெருமாள், கந்தையா, கொம்பையா, ரவி, மகேஷ், சங்கர் என ஒரு பெரிய லிஸ்ட்டே நின்றதுதான் அப்போதைய ஆறுதல் எனக்கு.

முதலில் முத்துப்பாண்டி போனான். ‘நீதானே என் பொன் வசந்தம்’ என்று எழுதச் சொன்னார்கள். தலைவன் வேகமாகப் போய் ‘நீதானே ஏன் போன் வசந்தம்’ என்று எழுதிவைக்க, ‘பதினோராம் வகுப்பு வந்ததுக்கு அப்புறமும் தமிழ் எழுதறதப் பார் நாய்’ என்று விழுந்தது இரண்டு பூசைகள். அடுத்து,சிவபெருமாளை வெறும் பூர்ணிமா என்று எழுதச் சொன்னார்கள். பார்ட்டி கொஞ்சம் பதற்றத்தோடு ‘பூர்னிமா’

என்று எழுதி, வாங்க வேண்டிய பூசைகளை வாங்கியபடி நகர்ந்துபோனான். மகேஷ் எழுதியது எந்த மொழி என்றே யாருக்கும் தெரியாததால், அவன் உச்சி முடியைப் பிடித்து இழுத்து, ஹெட்மாஸ்டர் வெளியே அனுப்பிவிட்டார். அடுத்து சங்கர். நல்ல வேளையாக எனக்கு முன்னாடி நின்றான் அவன். சங்கர்மீது ஏன் அவர்களுக்கு அவ்வளவு பெரிய சந்தேகம் வந்ததோ தெரியவில்லை...'கண்ணே பூர்ணிமா.. நீதான் என் பூமியம்மா' என எழுதச் சொன்னார்கள். அவனும் போய் தைரியமாக எழுதினான். ஆனால், பாவம் அவன் எழுத்தும் காகிதத்தில் இருந்த என் எழுத்தும் ஒரு சாயலுக்கு அப்படியே இருந்ததால், அவனை அப்படியே அமுக்கி வெளுக்க ஆரம்பித்துவிட்டார்கள்.

என் கண் முன்னாடியே சங்கர் எவ்வளவோ சொல்லிக் கதறிப் பார்த்தான். ஆனால், அங்கு யாருமே அதைக் கேட்பதாக இல்லை. பல நாள் திருடன் ஒருநாள் வசமாக மாட்டிக்கொண்டான் என்பதைப் போல 'முளைச்சி மூணு இல விடல... அதுக்குள்ள துரை லவ் லெட்டரா எழுதறீங்க' என்று ஆளாளுக்கு அவனை வெளுத்து வாங்கினார்கள். பூர்ணிமா ஒரு மூலையில் நின்று அழுதாள். நடப்பது எல்லாவற்றையும் அண்ணன் முத்துக்குமார் நாக்கைத் துருத்தியபடி ஜன்னல் வழியாக வேடிக்கை பார்த்துக்கொண்டிருந்தான். இதெல்லாம் போதாது என்று ஒரு மாதத்துக்கு முன் மகேஸ்வரி டீச்சர் பையில் இருந்த கடிதத்துக்கும் சங்கர்தான் காரணமாக இருக்கும் என்று மகேஸ்வரி டீச்சர் தன் செருப்பைக் கழட்டி அடிக்கப் போனபோது, நல்லவேளை ஹெட்மாஸ்டர் சத்தம் போட்டுத் தடுத்துவிட்டார். எல்லாவற்றையும் சொல்லி முத்துக்குமார் அண்ணனைப் போட்டுக்கொடுத்து சங்கரைக் காப்பாற்றலாம் என்றால்,'பூவே பூர்ணிமா.. பூச்சூட வா பூர்ணிமா' என்று கொட்டெழுத்தில் எழுதிக்கொடுத்தது நான். அதுபோக, பட்டுராஜனுக்காக மகேஸ்வரி டீச்சருக்கு கடிதம் எழுதிக்கொடுத்ததும்,

அவ்வப்போது கனகா அக்காவின் பெட்டிக் கடைக்குள் பசங்க வீசி எறிந்த எத்தனையோ கடிதங்களில் பாதிக் கடிதங்களும் அடியேன் எழுதியதுதான். எல்லாவற்றுக்கும் சேர்த்து எவ்வளவு அடி கிடைத்தாலும் பரவாயில்லை... அதை என் மேனி அப்படியே வாங்கி யாருக்கும் தெரியாமல் உதிர்த்துவிடும். ஆனால், ஆகச் சிறந்த என் கவித் திறமையை அம்மணமாக்கி எல்லாரும் அவமானப்படுத்தினால், அதைத்தான் என்னால் தாங்கிக்கொள்ள முடியாது.

பொறுத்துப் பொறுத்துப் பார்த்தான் சங்கர். ஹெட்மாஸ்டர், ''இன்னையோட உன் டீசியக் கிழிக்கறேண்டா பார்'' என்று சொல்லிக் கிளம்பும்போதுதான், தன்னைச் சாதாரணமாக் கடந்து போக முயன்ற ஹெட்மாஸ்டரின் தொப்பையைக் கையை வைத்துத் தடுத்து நிறுத்தி, ''நான் சொல்றத நீங்க கேட்கவேமாட்டீங்களா, நான் வேற பொண்ணக் காதலிக்கும்போது, கல்யாணம் கட்டிக்கிடணும்னு ஆசைப்படும்போது இந்தப் புள்ள பூர்ணிமாவுக்கு நான் எதுக்கு லெட்டர் எழுதணும் சொல்லுங்க?'' என்று ரொம்பச் சத்தமாக சொல்ல, எல்லாரும் ஒரு நிமிஷம் அப்படியே அமைதியாகிவிட்டார்கள். நிர்மலா டீச்சர்தான் மறுபடியும் அவன் உச்சிமுடியைப் பிடித்து அடித்து, ''என்ன தைரியம் பாரு நாய்க்கு, நம்மகிட்டயே எப்படிப் பேசுது, அது யார்டா?'' என்று கேட்டார். எங்கே படுபாவி நம்ம பெயரைச் சொல்லிவிடுவானோ என்ற பயத்தில் மகேஸ்வரி டீச்சர் ஓடிவந்து அட்வான்ஸாகவே நறுக் நறுக்கென்று சங்கர் தலையில் ரெண்டு கொட்டு கொட்டிவிட்டுப் போய் உட்கார்ந்துகொண்டார்.

மொத்தப் பள்ளியும் கண் கொட்டாமல் சங்கரையே வேடிக்கை பார்த்துக்கொண்டிருந்தது. கண்டிப்பாக கொஞ்சம் அழகான டீச்சர்களுக்கு அப்போது இதயத் துடிப்பு எகிறியிருக்கும். 'நம்புனா நம்புங்க... நம்பாட்டி போங்க, நம்ம ஸ்கூலுக்கு வெளிய பெட்டிக்கடை

வெச்சிருக்காங்கல்லா கனகாக்கா, அவங்களத்தான் நான் கல்யாணம் பண்ணிக்கப்போறேன், போதுமா?' என்று சொல்லிவிட்டு, வேகமாக வெளியேறிவிட்டான்.

எல்லாரும் அப்படியே கொஞ்சம் நேரம் உறைந்துவிட்டார்கள். வெளியே தன் ஊனப்பட்ட இரண்டு கால்களையும் இழுத்துக் கொண்டு, கனகாக்கா தன் பெட்டிக்கடையை அப்போதுதான் மெதுவாகத் திறந்துகொண்டிருந்தாள்.

12

சென்னைக்கு முதல்முறையாக வந்து இறங்கும்போது நான் எப்படி இருந்திருப்பேன்? யூகமே வேண்டாம்... நிச்சயமாக, பள்ளிக்கூடத்தில் இருந்து படிக்கப் பிடிக்காமல் ஓடிவந்த ஒரு சின்னப் பையன்போலத் தான் இருந்திருப்பேன். ஆனால், நம்புங்கள் அப்போது நான் ஒரு அடியாள்!

அடியாள் என்றால்...? ஆமாம்! நீங்கள் சினிமாவில் பார்த்துப் பார்த்துச் சலித்த எத்தனையோ மொட்டைகள், கறுப்பன்கள், தடியன்கள், மீசைகளின் வரிசையில் ஏழாவதாக, எட்டாவதாக நின்றுகொண்டு எவனோ, எப்போதோ தனக்குச் சோறு போட்ட விசுவாசத்தைக் காட்ட இருமிக்கொண்டும் முறைத்துக்கொண்டும் நிற்கும் அடியாட்களில் ஒருவனாகக்கூட நீங்கள் என்னைக் கற்பனை செய்துகொள்ளலாம். கையில் பணம் இல்லாமல், மனதில் திட்டம் இல்லாமல் வெறுமனே எங்கேயாவது போய்ப் பிழைத்துக்கிடந்தால் போதுமென்று இருந்தவன் நான். தூத்துக்குடியில் வக்கீல் தாதாவான என் நெருங்கிய நண்பன் ஒருவன்தான் வில்லிவாக்கம் இளங்கோவன் வீட்டுக்கு என்னை அனுப்பிவைத்தான்.

இங்க பாரு மாரி... அவ்வளவு பெரிய மெட்ராஸ்ல நீ யாரையும் தெரியாமப் போய் அங்க ஒண்ணும் பண்ண முடியாது. காசு இல்லேன்னா, அங்கே மூச்சுவிடுறதுக்கு காத்துகூட வாங்க முடியாது. கொஞ்சம் நான் சொல்றதைக் கேளு. எனக்கு வில்லிவாக்கத்துல ஒரு கிளையன்ட் இருக்கான். பேரு இளங்கோவன். நம்ம ஏரல் பக்கம்தான் சொந்த ஊரு. ரெண்டு ஆம்பளப் பயலுக இருக்கானுவ. மேட்டர் என்னன்னா, பார்ட்டியோட பொண்டாட்டி பார்ட்டிய விட்டுட்டுப் போய்டிச்சி. எப்படியாவது பொண்டாட்டியத் தேடிப் பிடிக்கணும்னு அலையிறான்.

அதே சமயத்துல எங்க அவ இவனைக் கொன்ருவாளோன்னு பயப்படுறான். பார்ட்டிகிட்ட பணம் ஜாஸ்தியா இருக்கிறதால, பயமும் ஜாஸ்தி. அவனோட பயத்துலதான் இப்போ என் ஆபீஸே ஓடிக்கிட்டு இருக்கு. நீ அங்கே போய், ஒரு மாசம் நீ நினைச்ச மாதிரி வேலை கிடைக்கிற வரைக்கும் சும்மா இரு. உன்னோட எல்லாத் தேவைகளையும் அவனே பார்த்துக்குவான். சரியா?

எங்கேயோ இருக்கும் வில்லிவாக்கம்தான் மொத்த சென்னையுமே என்று நினைத்துக்கொண்டு வந்து இறங்கினேன். கண்கள் நிறையப் பயமும் கழுத்து நிறைய ருத்ராட்ச மாலையுமாகக் கருகருவென்று நீண்டு வளர்ந்த முடியோடும் தாடியோடும் இருந்தார் இளங்கோவன். டவுசர் போட்ட ஒரு பையன், டவுசர் போடாத இன்னொரு பையன். இரண்டு சிறுவர்களும் அப்பாவின் கைகளை ஆளுக்கு ஒருவராக இறுக்கமாகப் பிடித்தபடி என்னை வெறித்துப் பார்த்தார்கள்.

''தம்பி உங்களுக்குத் தனி ரூம். என்ன வேணும்னாலும் வெட்கப்படாமக் கேளுங்க. என்கூடவும் என் பிள்ளைங்க கூடவும் நீங்க எப்பவும் இருங்க.. அது போதும்!'' என்றார்.

அந்த வீட்டின் முதல் விடியலிலேயே எனக்கு அவ்வளவு பெரிய அதிர்ச்சி காத்திருந்தது. பயணக் களைப்பில் அசந்து தூங்கி சோம்பலாக எழுந்து வந்து கண்களைக் கசக்கிப் பார்த்தால், என்னையும் பள்ளிக்குச் செல்ல வேண்டிய தன் இரண்டு மகன்களையும் எதுவும் சொல்லாமல் வீட்டுக்குள் வைத்து வெளியே பூட்டிவிட்டுப் போயிருந்தார் இளங்கோவன்.

"டேய் என்னடா வெளிய பூட்டியிருக்கு. யார்டா பூட்னா?"

"எங்கப்பாதான். வெளியே பூட்டிட்டு வேலைக்குப் போயிருக்காரு!"

"என்னது... வேலைக்குப் போயிருக்காரா? அப்படின்னா, நீங்க எப்படிடா ஸ்கூலுக்கு போவீங்க?"

"ஸ்கூலுக்கா? அம்மா எங்க அப்பாவை விட்டுப் போனதுக்கு அப்புறம் நாங்க வீட்டுக்குள்ளயேதான் இருக்கோம்!"

"உங்க அம்மா எப்போ போனாங்க?"

"எங்க அப்பாவுக்கு திருப்பதி கோயில்ல போய் மொட்ட போட்டுட்டு வந்தோம்ல, அன்னைக்கே போய்ட்டாங்க!"

"அடப்பாவிகளா, இப்போ உங்க அப்பாவுக்குக் கொண்டை போடுற அளவுக்கு முடி வளந்துருச்சேடா! இவ்வளவு நாளா வீட்டுக்குள்ளேயேவா இருக்கீங்க?"

"ஆமா. வெளியப் போனா, எங்க அம்மா எங்களைத் தூக்கிட்டுப் போயிருவாங்கனு, எங்க அப்பா எங்களை வெளியவிடுறதில்ல!"

இரண்டு குழந்தைகளும் அழுகையே வராதுபோலவும், அடக்க முடியாமல் அவ்வளவு அழுகை வருவதுபோலவும் என்னிடம் பேசியவிதம் எனக்குள் பகீர் அதிர்ச்சியை உண்டாக்கியது. அரை மணி நேரம் ஒரு வீட்டுக்குள் நாம் அடைக்கப்பட்டிருக்கிறோம் எனத் தெரிந்த எனக்கே மண்டை அவ்வளவு சூடானது என்றால், ஆறு

மாதங்களுக்கும் மேலாக சூரிய வெளிச்சமே படாமல் வீட்டுக்குள்ளேயே அடைந்துகிடக்கும் அந்தக் குழந்தைகளின் மனம் எப்படி இருக்கும்? யாரும் எடுத்து ஓங்கி அடிக்காமலே ஒரு சுத்தியல் மண்டையைச் சுளீரென்று பதம் பார்த்தது போலிருந்தது எனக்கு.

"சரிடா, நமக்குச் சாப்பாடு?"

"அதான்... அப்பா மூணு நேரத்துக்கும் மூணு சாப்பாடு வாங்கி வெச்சிட்டுப் போயிருக்காங்களே" என்று ஒரு மூலையில் குவித்து வைக்கப்பட்டிருந்த சாப்பாட்டு மூட்டையைக் காட்டினார்கள். பசங்க ஏற்கனவே கொஞ்சம் பிரித்துக் கொறித்துவிட்டு, அப்படியே போட்டு வைத்திருந்தார்கள். அந்த மொத்த வீட்டையும் மொத்த சாப்பாட்டையும் பார்க்கப் பார்க்க எனக்குத் தலை சுற்றியது. வில்லிவாக்கம்தான் சென்னை என்று வந்தவனுக்கு, வில்லிவாக்கத்தில் உள்ள ஒரு அழுக்கு வீடுதான் சென்னை என்றாகிப் போனது.

இரவு வேலையை முடித்துவிட்டு, கை நிறையப் பண்டங்களோடும் விளையாட்டுச் சாமான்களோடும் திரும்பி வந்தார் இளங்கோவன். அவரிடம் கோபப்பட எனக்குத் துணிச்சல் வரவில்லை. காரணம், கதவைத் திறந்தவுடன் தன் பிள்ளைகளை அப்படியே அள்ளியெடுத்து, முத்தமழை பொழிந்த அந்தத் தகப்பனைப் பார்க்க அவ்வளவு பரிதாபமாகவும், குழப்பமாகவும், அச்சமாகவும் இருந்தது. இளங்கோவனிடம் எப்படிப் பேச வேண்டும், எப்படிப் பேசக் கூடாது என்பதை முன் தீர்மானித்துவிட்டு, ரொம்பவே பழகிய ஏற்றுக்கொண்ட குரலில்தான் கேட்டேன். "எதுக்குங்க என்னை உள்ள வெச்சிப் பூட்டிட்டுப் போனீங்க?"

"அதுவா...? அவள நம்ப முடியாது தம்பி. எப்ப வேணும்னாலும் பிள்ளைங்களத் தூக்கிட்டுப் போய்டுவா... அதான்!"

‘‘சரி... நான் எப்படி வெளியே போறது?’’

‘‘நாளைக்கு நான் ஆபீஸ்கிளம்பும்போதே, என்கூட வந்துடுங்க. அப்புறம் நான் திரும்பி வரும்போது நீங்க வந்தா போதும்!’’

‘‘எல்லாம் சரி... பிள்ளைங்க படிப்பு?’’

‘‘அதுக்கென்ன... ஒரு டிபார்ட்மெண்ட் எக்ஸாம் எழுதியிருக்கேன். அதுல பாஸ் பண்ணிட்டேன்னா, டெல்லி போயிடுவேன். அங்க போய் என் பசங்களை ராஜா மாதிரி படிக்கவைப்பேன்!.

அதோடு சரி! அதன்பிறகு இளங்கோவனிடம் நான் பெரிய விவாதங்கள் எதுவும் வைத்துக்கொள்வில்லை. அவர் கண்களில் நூறு வருடங்களுக்கான முட்டாள்தனமான திட்டமிடல் தெளிவாகத் தெரிந்தது மட்டுமல்லாமல், இனி யாரிடமும் எதற்கும் தோற்கக் கூடாது என்ற அசட்டுத் துணிச்சலும் அப்பட்டமாகத் தெரிந்தது.ஆனால், தொடர்ந்து வரப்போகும் நாற்பத்தெட்டு மணி நேரத்தில் முழுப் பைத்தியமாக மாறிவிடக்கூடிய மனநிலையில் நான் இருந்ததால், இரண்டு நாட்களில் அந்த வீட்டைவிட்டுக் கிளம்பிவிட வேண்டும் என்று உடனே முடிவெடுத்தேன்.

அதன்படியே இரண்டு நாட்களில் அவரிடம் பணத்தை வாங்கிக்கொண்டு, சொல்லாமல் கொள்ளாமல் கிளம்பும்போது அந்தக் குழந்தைகளை மீண்டும் ஒருமுறை கூர்ந்து பார்த்தேன். அந்த இரண்டு நாளில் என்னைப் பார்த்து அச்சடித்தது கணக்காகச் சிரிக்கப் பழகியிருந்தார்கள். அந்தச் சிரிப்புக்காகவே இன்னும் ஒரு வாரம் அந்தப் பூட்டிய வீட்டுக்குள் அவர்களுடனே ஏன் இருந்து பார்க்க கூடாது என்று நினைத்தேன்.

ஒரு முழுவாரம் அந்தக் குழந்தைகளோடு அந்தப் பூட்டிய வீட்டிற்குள் இருக்கும் போதுதான் தெரிந்தது, அந்தக் குழந்தைகள்

இருவரும் அந்த வீட்டுக்குள் எலிகளாக, பெருச்சாளிகளாக வாழ, வாழ்ந்து பழகிக்கொண்டார்கள் என்று! அண்ணனும் தம்பியும் கழிவறை, சாமியறை, சமையலறை என எல்லா அறைகளையும் ஒரே அறையாக்கி உருட்டிப் புரட்டுவார்கள். அவர்களோடு பேச வேண்டும் என்றால், நானும் அழுக்கைப் பூசிக்கொண்டு அவர்கள் பின்னால் ஓட வேண்டும். அப்போதுதான் ஏதாவது, எப்போதாவது பேசுவார்கள். அப்படி பேசிக்கொண்டிருக்கும்போது திடீரென்று ஓடிப்போய், எங்கிருந்தோ அவ்வளவு அழகான அவர்களுடைய அம்மாவின் புகைப்படத்தை எடுத்துவந்து, 'அம்மா வயித்துல நான் இருக்கும்போது' என்று காட்டுவார்கள். அப்படியே அப்பா ஒளித்துவைத்த தங்கள் பள்ளிச் சீருடைகளைத் தேடிக் கண்டுபிடித்து, எனக்கு போட்டுக்காட்டி, டை கட்டிவிடச் சொல்லிக் கெஞ்சுவார்கள். விளையாடிக்கொண்டு இருக்கும்போதே அவர்களாகவே என்னைப் பார்த்து முணுமுணுவென்று ஏதோ சொல்லி, அவர்களுக்குள் சண்டை போட்டுக் கொள்வார்கள். கொஞ்சநேரம் அழுவார்கள். அழக் கூடாது என்று சொல்ல அந்த வீட்டுக்குள் ஆட்கள் யாரும் இல்லாததால், கொஞ்ச நேரத்தில் அழுகையை அவர்களாகவே நிறுத்தி, முறைக்கவும் சிரிக்கவும் பழகியிருக்கிறார்கள்.

"டேய்! உங்க அம்மா எங்கே போயிருக்காங்கனு தெரியுமாடா?"

"தெரியுமே... ஊருக்குப் போயிருக்காங்க!"

"யார்டா சொன்னா?"

"எங்க அம்மாதான். போகும்போது சொல்லிட்டுத்தான் போனாங்க!"

"உங்க அப்பாகிட்ட சொல்ல வேண்டியதுதானே?"

"எங்க அப்பா எங்ககிட்ட கேக்கலியே!"

‘‘இல்லடா... உங்க அம்மா ஓடிப்போய்ட்டாங்க!’’

‘‘பொய் சொல்றீங்க. எங்க அம்மா நடந்துதான் போனாங்க. நாங்க மாடில இருந்து பார்த்தோம்!’’

அவ்வளவுதான்... என் முகத்தில் அந்தச் சிறுவர்கள் காறித் துப்பியதுபோல் இருந்தது. அவர்களின் அம்மா உயிரோடு இருக்கிறாளா, இல்லையா? இருந்தால் எங்கிருக்கிறாள்? என்ன செய்துகொண்டிருக்கிறாள்? அம்மா சொன்னதை நம்பி பூட்டிய வீட்டுக்குள் இன்னும் விளையாடிக்கொண்டிருக்கும் அந்தச் சிறுவர்களின் பாதுகாவலுக்காக அடியாளாக நான் வந்திருப்பதை நினைத்து. என் மீது எனக்கே அசூயையாக இருந்தது.

காலையில் இளங்கோவனிடம் ஆயிரம் ரூபாயை வாங்கிக்கொண்டு, அண்ணா சமாதி பார்த்துட்டு அப்படியே நண்பன் ஒருவனைப் பார்க்கப் போகிறேன் என்று பொய் சொல்லிவிட்டுக் கிளம்பிவிட்டேன். எக்மோருக்கு வந்து அடித்துப் பிடித்து நெல்லை எக்ஸ்பிரஸ் அன்ரிசர்வ்டு பெட்டியில் ஏறி உடம்பைச் சுருக்கிக்கொண்டு கிடந்தபோதுதான், ‘மாமா.. நீங்க கடலைப் பாத்துட்டு வரும்போது, பெரிய கடல்சங்கு வாங்கிட்டு வர்றீங்களா!’ என்று அந்தக் குழந்தைகள் சொல்லி அனுப்பியது நினைவுக்கு வந்தது. கண்கள் இரண்டையும் சிக்கென்று மூடிக்கொள்ள, ஜிவுக்கென நகர்ந்தது அன்றைய என் நெல்லை எக்ஸ்பிரஸ். கடந்த வாரம் எப்படியோ, யாரிடமோ என் அலைபேசி எண்ணைப் பெற்று வில்லிவாக்கம் இளங்கோவன் என்னிடம் பேசியேவிட்டார். இத்தனை வருடங்களுக்குப் பிறகு என்னைக் கண்டுபிடித்துப் பழிதீர்க்காமல் பகை வளர்க்காமல் பேசிய அந்தக் குரல் இப்போதும் என் காலில் விழுந்து கெஞ்சுவதற்க்குத் தயாராகவே இருந்ததுதான், என் குற்றத்தின் மீது பாய்ந்த குத்தூசி.

"என்ன தம்பி... என்னை ஞாபகம் இருக்கா? நான்தான் வில்லிவாக்கம் இளங்கோவன்!"

"சார்... நல்லா இருக்கீங்களா?"

"நல்லா இருக்கேன் தம்பி! பெரிய ஆளாகிவிட்டீங்க போல... டி.வி லக்கூடப் பார்த்தேன். முகம் அப்படியேதான் இருக்கு. பசங்ககூடக் கண்டுபிடிச்சிட்டாங்க!"

"ம்ம்... பசங்க எப்படி இருக்காங்க? எங்கே இருக்கீங்க?"

"நல்லா இருக்கானுங்க. பெரியவன் டென்த். சின்னவன் சிக்ஸ்த். இப்போ பெங்களூர்ல இருக்கோம்!"

"சந்தோஷங்க. உங்க மனைவி என்ன ஆனாங்க? திரும்ப வந்துட்டாங்களா?"

"இல்லை தம்பி..வாழ்றதுக்குத் தேடினேன். அப்பவும் வரலை. கொல்றதுக்குத் தேடினேன். அப்பவும் கிடைக்கலை. எங்க போனா, என்ன ஆனா... கண்டுபிடிக்க முடியலை. அதான் ஊருக்குப் போய் அவ தங்கச்சியைக் கல்யாணம் பண்ணிக் கூட்டிட்டு வந்துட்டேன். பக்கத்துலதான் இருக்கா... பேசுறீங்களா?"

"இல்லை சார்... அப்புறம் பேசுறேன். வெச்சுடுறேன்!"

13

ஆணாகப் பிறப்பவர்கள் என்னவெல்லாம் ஆக முடியும்? அப்பாவாக, மகனாக, அண்ணனாக, தம்பியாக, நண்பனாக, எதிரியாக, துரோகியாக, பைத்தியக்காரனாக... முடிந்தால் தலைவனாக! அதே போல் பெண்ணாகப் பிறக்கிறவர்கள்? மகளாக, அம்மாவாக, அக்காவாக, தங்கையாக, அண்ணியாக, தோழியாக, காதலியாக, மனைவியாக, முடிந்தால் தெய்வமாக!

சரி... அரவாணியாகப் பிறக்கிறவர்கள்?

தூத்துக்குடி பழைய பஸ் ஸ்டாப்புக்கு அருகில் உள்ள எஸ்.ஏ.வி.பள்ளி மைதானத்தில் அன்று ஒரு பிரமாண்ட விழா. அந்த விழாவில் கலை நிகழ்ச்சிகள் நடத்துவதற்காக நிறைய பள்ளிகளிலிருந்து மாணவ- மாணவிகள் குழுமியிருந்தார்கள். எப்போதும் எனக்குப் பிடித்தமான, 'கெடைக்கல.. கெடைக்கல... பொண்ணு ஒண்ணும் கெடைக்கல..' என்ற பாடலுக்கு லாரன்ஸாக வாரியலை வைத்துக்கொண்டு வளைந்து நெளிந்து ஆடி முடித்துக் கீழே இறங்கித் தண்ணீர் பாக்கெட்டால் முகத்தைக் கழுவிக் கொண்டிருந்தேன். திடீரென்று விசில் சத்தமும் கைத்தட்டலும் காதைக் கிழிக்க, திரும்பிப் பார்த்தால் அப்படியே 'படையப்பா' நீலாம்பரி

சாயலில் தகதகவென பரத நாட்டிய உடையோடும் நளினத்தோடும் ஒரு பெண் மேடை ஏறினாள்.

‘மின்சாரப் பூவே.. பெண் பூவே மெய் தீண்ட வேண்டும்’ பாட்டுக்கு அவள் ஆடத் தொடங்க... அந்த நடன நளினங்களும் அவள் காட்டிய முகபாவனைகளும் பார்ப்பதற்குப் பித்துப்பிடித்தது போலிருந்தது எங்களுக்கு. பாடலின் இடையே ரஜினி பாடுவதுபோல வரும்போதெல்லாம், ‘தலைவரை வரச் சொல்லு... தலைவா எங்கே? வா தலைவா.. தலைவா...’ என்று கூட்டம் கத்திக் கிழித்தது. ‘யாராவது ஆடத் தெரிஞ்ச பையன் ரஜினியா மேலே போங்களேன்ப்பா.. சூப்பரா இருக்கும்’ என்று விழா அமைப்பாளர்களே சொல்ல, ‘எங்க லாரன்ஸ்தான் இன்னைக்கு ரஜினி’ என்று நண்பர்கள் அலேக்காக என்னைத் தூக்கி மேடைக்கு ஏற்றிவிட்டார்கள்.

நிஜமாகவே அந்தப் பெண் நீலாம்பரியாக அவ்வளவு ஆவேசமாக ஆடிக்கொண்டிருக்க, நான் உடனே ‘படையப்பா’வாக மாற வேண்டிய கட்டாயம். வேக வேகமாகச் சட்டை பட்டன்களைக் கழட்டி, முடிகளைக் கோதிவிட்டு, முன்னாடி பின்னாடி இரண்டு நடை போட்டு,

‘வெண்ணிலவைத் தட்டித் தட்டி

செய்துவைத்த சிற்பமொன்று கண்டேன்

அதன் விழிகளில் வழிவது அமுதல்ல

விஷமென்று கண்டேன்’

என்ற சரண வரிகளில் சடாரென முழு ரஜினியாக மாறி, அந்தப் பெண்ணின் விரல்களைப் பற்றியபோது எனக்கு உடல் சிலிர்த்தது. கூட்டம் இன்னும் கத்தக்கத்த, அவள் ஆட்டத்தில் சூடு பறந்தது. கடைசியாகப் பாடல் முடியும் தருணத்தில் சொல்லிவைத்தாற்போல

மொத்தக் கூட்டமும் அந்தப் பெண்ணைப் பார்த்து, ‘கிஸ் குடு... தலைவனுக்கு முத்தம் குடு... கிஸ் குடு...’ என்று கத்த, அந்தப் பெண் தயங்கித் தயங்கி கூட்டத்தையும் என்னையும் பார்த்தபடி நின்றாள். அந்த நொடி எதுவும் யோசிக்காமல், அந்தப் பெண்ணின் வலது கன்னத்தில் அழுத்தமாக ஒரு முத்தமிட்டேன்.

அது அவள் வாங்கிய முதல் முத்தமாக இருக்க வேண்டும். அவ்வளவு வெட்கத்துடன் தன் கால் சலங்கைகள் தெறிக்க மேடையை விட்டு அவள் ஓடும்போது கூட்டம் ஆர்ப்பரித்து அடங்கியது. கீழே வந்து தேடினேன். அவள் அந்தப் பக்கம் நின்றாள். நான் இந்தப் பக்கம் நின்றேன். அவள் என்னைப் பார்த்து முறைக்க, நான் அவளைப் பார்த்துச் சிரிக்க, அந்தப் புள்ளியில் அவளுக்கோ, எனக்கோ ஒரு முதல் காதல் கதை தொடங்குவதற்கான எல்லா அறிகுறிகளும் அழகாக, அப்பட்டமாகக் காற்றில் கசிந்து கொண்டிருந்தது.

அந்த நேரத்தில் விழா அமைப்பாளர்கள் மேடையில் கலைநிகழ்ச்சி நடத்திய மாணவ-மாணவிகளுக்குப் பரிசு வழங்க அழைத்தார்கள்.

‘‘படையப்பாவாக மேடையேறிப் பட்டையைக் கிளப்பி அழகான நீலாம்பரி கன்னத்தில் அழுத்தமாக முத்தமிட்ட மாணவர் மாரிச்செல்வம் அவர்களை மேடைக்கு அழைக்கிறோம். அப்படியே, எத்தனை கதாநாயகி வந்தாலும் எங்க நீலாம்பரிக்கு ஈடாகுமா என்பதைப் போல, அப்படியே அச்சு அசல் ஒரு பெண்ணைப் போல, அந்த நீலாம்பரியைப் போலவே அவ்வளவு நளினத்துடன் பரதநாட்டியம் ஆடி படையப்பாவின் ஆசை முத்தத்தைப் பரிசாக வாங்கிய மாணவர் கார்த்தி அவர்களையும் மேடைக்கு அழைக்கிறோம்’’ என்று அவர்கள் ஆரவாரமாகச் சொல்லி முடிக்க, ‘புளிச்’ என்று என் முகத்தில் எச்சமிட்டுப் பறந்தது என் மனப்பட்சி!

நான் ஆசையாக, அழுத்தமாக முத்தமிட்டது, கார்த்தி என்ற ஒரு பையன் என்று தெரிந்ததும் கூனிக் குறுகிவிட்டேன். கசிந்துகொண்டிருந்த காதல் கதையில் நண்பர்கள் கேலியால் மண்ணையும் கல்லையும் அள்ளிப்போட, அந்த கார்த்தி மேடை ஏறுவதற்குள் வேகமாகப் போய் என் பரிசை வாங்கிக்கொண்டு ஓடி வந்துவிட்டேன். 'இனிமேட்டு ஒரு நிமிஷம் அந்த மேடையில் நின்னாலும் அது அந்த ஆறுபடையப்பனுக்கு அவ்வளவு அவமானம்' என்று நினைத்தபடி நண்பர்களிடம் சொல்லிவிட்டு, ஓட்டமும் நடையுமாகக் கிளம்பி அலைந்து திரிந்தேன்.

ராஜ் தியேட்டர் பக்கத்தில் போகையில், ஒரு பெண் சைக்கிளில் வேகமாக வந்து என்னை மறித்து நிறுத்தினாள். வேற யாரு..? அந்த 'நீலாம்பரி' கார்த்திதான்!

''வீடா.. ஹாஸ்டலா? எந்தப் பக்கம்?''

''ஹாஸ்டல் டூவிபுரம் நாலாவது தெரு''

''வா... அதைத் தாண்டி ரயில்ரோடுகிட்டதான் என் வீடு!'' என்ன சொல்வதென்று தெரியாமல் பின்னால் ஏறி உட்கார்ந்துகொண்டேன்.

எதுக்கு இப்படிப் புடவை எதையும் கழட்டாமலே, பொம்பள மாதிரி அப்படியே போற?''

''இல்ல... எங்க அம்மாகிட்ட போய்க் காட்டணும். நீ லாரன்ஸ் மாதிரி, ரஜினி மாதிரிலாம் நல்லா ஆடுன!''

''நீயும்தான். ஆமா, ஒரு ஆம்பளப் பையனா இருந்துக்கிட்டு, எப்படி இப்படிப் பரதநாட்டியம் கத்துக்கிட்ட?''

''படையப்பா படம் பார்த்து!''

''படம் பார்த்தா?''

''ஆமா, எனக்கு பொம்பளைங்க மாதிரி ஆடுறதுன்னா, சின்ன வயசுல இருந்தே ரொம்பப் பிடிக்கும். டி.வியைப் பார்த்து அப்படியே ஆடிருவேன்!''

'உனக்கு எல்லாருக்கும் முன்னாடி முத்தம் குடுத்துட்டேன். தப்பா நினைச்சுக்காத. ஸாரி... சும்மா, ஜாலியாக் குடுக்கணும்னு தோணுச்சு. அதான் கொடுத்துட்டேன்!'

''ஏன் தோணுச்சி? நான் பொம்பளப் பிள்ளைன்னு நினைச்சுத்தான கொடுத்த!''

''ஐயையோ.. அதெல்லாம் இல்ல. நீ ஆம்பளைன்னு எனக்கு முன்னாடியே தெரியும்!''

''பொய் சொல்லாத... முத்தத்த வாங்குன எனக்குத்தான தெரியும், நீ என்ன நினைச்சிக் கொடுத்தேனு!''

அப்படியே ஒரு பெண்ணைப் போலவே அவ்வளவு நளினத்தோடு அவன் பேசிக்கொண்டு வந்தது ஆரம்பத்தில் எனக்கு அவ்வளவு பயமாக இருந்தது. அன்றோடு எனக்கும் அவனுக்குமான உறவு முடிந்துவிட்டது என்றுதான் நினைத்தேன். ஆனால், மறுநாளே என்னைப் பார்க்க விடுதிக்கு வந்துவிட்டான். வந்தவன் என்னிடம் ரொம்ப நாள் பழகியவன் போல ஏதாவது பேசுவான். பேசும்போது அவன் உடல் அசைவினை எல்லாரும் அப்படி நின்று வேடிக்கை பார்ப்பார்கள்.

'இனி, இங்க வராத கார்த்தி. எங்க வார்டன் ரொம்பத் திட்டுறாரு' என்று பொய்கூடச் சொல்லிப் பார்த்தேன். ஆனாலும், அவன் விடுவதாயில்லை. தினமும் வருவான். வரும்போது வீட்டில் செய்த

பண்டங்களை எல்லாம் எடுத்து வந்து கொடுப்பான். அவன் வந்தாலே போதும், விடுதியில் இருக்கும் மற்ற மாணவர்கள் எல்லாரும் அவ்வளவு கேலி பேசுவார்கள்.'என்ன கார்த்தி.. இன்னைக்கு மாமனுக்கு என்ன கொண்டுவந்துருக்க?' என்று அவர்கள் நக்கலாகக் கேட்டால் எதுவும் பேசாமல் சும்மா சிரித்துக்கொண்டு நிற்பான். 'கார்த்தி சிரிப்பப் பார்த்தா, அப்படியே கரகாட்டக்காரி கனகா மாரி இருக்குல்லா' என்று சொன்னால், எதுவும் சொல்லாமல் வெட்கப்பட்டு நெளிவான். 'கார்த்தி நீ மட்டும் பொம்பளையாப் பொறந்திருந்தியோ, நிச்சயமா சினிமா நடிகைதான்' என்று மட்டும் யாராவது சொல்லிவிட்டால் போதும், எந்த இடமென்றும் பார்க்க மாட்டான். அவர்களைக் கட்டிப்பிடித்துக்கொண்டு கலகலவென அப்படிச் சிரிப்பான் கார்த்தி.

சில நாட்கள் அவன் வீட்டில் அம்மா அப்பா இல்லாத நேரங்களில் வலுக்கட்டாயமாக அழைத்துப்போய் அவனே காபி போட்டு ஒரு பெண்ணைப்போல ஆடி அசைந்து வந்து, 'யார் எங்க வீட்டுக்கு வந்தாலும் என் தங்கச்சி இப்படித்தான் காபி குடுப்பா' என்று சொல்லி காபியை நீட்டுவான். திடீரென டேப்ரிக்கார்டரில் சினிமா ஜோடி பாடல்களைப் போட்டு ஆடுவதற்கு அழைப்பான். அவன் விரல்களைப் பற்றி ஆடும்போது, எந்தப் பாட்டுக்கு ஆடுகிறோமோ, அந்தப் பாட்டில் ஆடிய நடிகையின் விரலையே பற்றி நான் ஆடுவதுபோல் இருக்கும். கொஞ்ச நாட்கள்தான் பழகினாலும், பழகப் பழக... எனக்கு அவனைப் பிடித்திருந்தது. காரணம், அந்த நாட்களில் ஏதோ ஒரு புள்ளியில் எங்களுக்குள் ஓர் அழகான சினேகம் நிச்சயமாகத் தொடங்கியிருந்தது.

ராஜாஜி பார்க்கில் வைத்து எத்தனை நாள், எவ்வளவு கதைகள் அழுதபடி சொல்லியிருக்கிறான் கார்த்தி. தன் தங்கச்சி உடைகள் மீது பிரியப்பட்டு, அதில் தனக்குப் பிடித்தமான உடைகளை ஆசையாக யாருக்கும் தெரியாமல் எடுத்து ஒளித்துவைத்ததற்காக அம்மா அவன்

காலில் சூடு வைத்தது. பள்ளியில் நோட்டுப் புத்தகங்களில் எல்லாம் கார்த்தி என்ற தன் பெயருக்குப் பதிலாக கார்த்திகா என்று எழுதிவைத்ததற்காகவும், பெண்கள் பாத்ரூமுக்குள் போனதற்காகவும் ஹெட்மாஸ்டரும், ட்ரில் மாஸ்டரும் ஒருநாள் முழுக்க அடித்துத் துவைத்தது, ஊரிலிருந்து வந்திருந்த பாட்டி முன்னால் அப்பாவிடம் அம்மா சண்டை போடுவதுபோல, அப்பாவை அம்மா கொஞ்சுவதைப் போல நடித்துக் காண்பித்ததற்காக, அப்பா அவனைத் தலைகீழாகத் தொங்கவிட்டது என ஒவ்வொரு நாளும் வந்து ஒவ்வொரு கதை சொல்லி, ஓர் அழகான பெண்ணைப் போல அப்படிச் சிரிப்பான் கார்த்தி. அந்த நேரத்தில் அவனை ஆசையாக கார்த்திகா என்று கூப்பிட வேண்டும் போலிருக்கும் எனக்கு. அப்படிக் கூப்பிட்டால் எங்கே கட்டிப்பிடிச்சு முத்தம் கொடுத்துவிடுவானோ என்ற பயத்தில் கூப்பிட்டதில்லை.

ஒருநாள் பள்ளிக்கூடத்தில் என்னைத் தேடி என் அக்கா வந்திருப்பதாகச் சொன்னார்கள். 'அக்காவா.. இங்கேயா?' என்று பதறி ஓடினால், அப்படியே அச்சுஅசல் ஒரு பெண்ணைப் போல அலங்கரித்துக் கொண்டு கையில் பெரிய பையோடு கார்த்தி பள்ளிக்கூட வாசலில் நின்றிருந்தான். பார்த்தவுடன் அவ்வளவு கடுப்பாகிவிட்டது எனக்கு. நான் திட்டத் தொடங்குவதற்குள்ளாகவே பொலபொலவெனக் கண்ணீர் வடித்துவிட்டான் அவன். அழுதபடியே சொன்னான்.

"எங்கம்மா, அப்பா, தங்கச்சி எல்லாரும் இருக்கன்குடி மாரியம்மன் கோயிலுக்குப் போயிட்டாங்க!"

"அதனால என்னடா?"

"போகும்போது என்ன சொல்லிட்டுப் போனாங்கன்னு தெரியுமா?"

"என்ன சொல்லிட்டுப் போனாங்க?"

மாரி செல்வராஜ் 143

"நாங்க வர்றதுக்குள்ள எங்கேயாவது ஓடிரு. இல்ல ரயில்ல விழுந்தாவது செத்துரு. திரும்பி வரும்போது ஊர்ல மட்டும் இருந்த, நாங்களே உன்னை விஷம்வெச்சிக் கொன்னுருவோம். உன் பாவத்தக் கழுவுறதுக்குத்தான் நாங்க கோயிலுக்கே போறோம்னு சொல்லிட்டு, கைல ஆயிரம் ரூபாயும் குடுத்துட்டுப் போயிருக்காங்க!"

அப்படியே நொறுங்கிவிட்டேன். ஆணாகப் பிறந்து, பெண்ணாக வாழ நினைக்கும் இவன் இப்போதைக்கு சாக வேண்டுமா.. வாழ வேண்டுமா? சாவதென்றால் ஏன் சாக வேண்டும்? வாழ்ந்தால் எங்கு வாழ வேண்டும்? எவ்வளவு யோசித்தும் எதுவுமே புரியாமல் அவன் அழுவதை, கதறுவதை வேடிக்கை பார்ப்பது அவ்வளவு கொடூரமாக இருந்தது எனக்கு.

"இப்ப என்ன பண்ணப்போற?"

"எங்கேயாச்சும் போகப் போறேன்!"

"பேசாம கொஞ்ச நாளைக்கு உங்க சொந்தக்காரங்க யார் வீட்லயாவது போய் இரு!"

"அங்கல்லாம் நான் போனா, எங்க அம்மா, அப்பா செத்துருவாங்கடா!"

"அப்படின்னா எங்கேதான் போவ?"

கண்டிப்பா என்னை மாதிரி எங்கேயாச்சும் நிறைய பேர் இருப்பாங்க. அவங்களைத் தேடிப் போறேன். நீ என்கூட பஸ் ஸ்டாண்டு வரைக்கும் வர்றியா மாரி?"

"எப்ப திரும்ப வருவ?"

"தெரியலடா!"

அது மதுரை பஸ் என்று நினைக்கிறேன். அதில்தான் ஏறினான். இன்னுமென்ன ஏறினான்? 'ஏறினாள்' என் கார்த்திகா!

பஸ் கிளம்பும்போது அவசரமாக என்னை உள்ளே கூப்பிட்டு எந்தக் கூச்சமும் இல்லாமல் யாருக்கும் துளியும் பயப்படாமல் நான் கொடுத்த முத்தத்தை அதே வலது கன்னத்தில் திருப்பிக் கொடுத்துவிட்டு, சிரித்தபடி, மறைந்துபோனாள். 'நீலாம்பரி' கார்த்திகா. அன்றிலிருந்து பத்து வருடங்களாக போகிற ரயிலில் பிச்சை எடுக்கிற, அதிவேக சாலைகளில் கையை நீட்டி மறிக்கிற, ஏதாவது காவல் நிலையத்தின் வாசலில் எப்போதும் காத்திருக்கிற, கிராமத்துத் திருவிழா மேடைகளில் நயன்தாராவாக ஆடுகிற எத்தனையோ திருநங்கைகளின் முகத்தில் கார்த்திகாவைக் தேடி அலைந்தபடிதான் இருந்தேன்.

கடைசியா 'கற்றது தமிழ்' திரைப்படம் வெளியான அன்று தியேட்டர் ரவுண்ட்ஸுக்காக தூத்துக்குடி போனபோது, கார்த்திகா வீட்டுக்குப் போயிருந்தேன். அவளுடைய அம்மாவும் அப்பாவும்தான் இருந்தார்கள். என்னை அவர்களுக்கு அடையாளம் தெரியவில்லை. 'கார்த்தி'யின் நண்பன் என்று சொல்லித்தான் விசாரித்தேன். கார்த்தி என்ற பெயரைக் கேட்டதுமே அவர்கள் கதறி அழத்தொடங்கி விட்டாகள். அப்படியே நிமிர்ந்து பார்த்தேன். வாசலில் பள்ளிச் சீருடையில் இருந்த கார்த்தியின் புகைப்படத்துக்கு ஒரு பெரிய மாலை போட்டிருந்தார்கள்.

கார்த்தி இறந்துவிட்டான். அது எனக்கு எப்பவோ தெரியும்.

என்னோட கார்த்திகா எங்கே போனாள்? அதைச் சொல்லுங்க...

14

உங்களுக்கு எதன்மீது நம்பிக்கை இருக்கிறதோ, அதன்மீது வேண்டிக்கொள்ளுங்கள். இந்த நகரத்தில் உங்களுக்கு என்ன வேண்டுமானாலும் நேரலாம். ஆனால், மரணம் மட்டும் நேர்ந்துவிடக்கூடாது. ஏனெனில், யாருமற்று, காரணமற்று, வாடகை வீடுகளிலோ, பூங்காக்களிலோ, சாலை ஓரங்களிலோ, மனம் இறுகி மரித்துப் போகிறவர்களை என்ன செய்ய வேண்டும் என்பது இன்னும் இந்த நகரத்துக்குத் தெரியவில்லை. கோபமாகக் கேட்டால், 'போய்ட்டாரா? தூங்கிட்டு இருக்கார்னுல்ல நினைச்சேன்' என்று இரக்கம் இல்லாமல் பொய்சாட்சி சொல்வார்கள்.

மணிமேகலை என் ரயில் சினேகிதி. சட்டக் கல்லூரியில் படிக்கும் காலங்களில் திருநெல்வேலி - திருச்செந்தூர் பாசஞ்சர் ரயிலில் எப்போதும் சிரித்த முகத்தோடும் வெள்ளந்திப் பேச்சோடும் வெள்ளரிக்காய் விற்றுக்கொண்டு இருந்தவள். தினமும் அவ்வளவு கனமான வெள்ளரிக்காய் பையோடு ஓடி வந்து மூச்சிரைக்க ரயிலில் ஏறும்போது பாவமாக ஒரு சிரிப்பு. அத்தனை வெள்ளரிக்காய்களையும் விற்று முடித்து வெறும் பையோடு ரயிலில் இருந்து குதித்துக் கீழே இறங்கும்போது திரும்பிப் பார்த்து ஒரு குறும்புச் சிரிப்பு. அவ்வளவுதான் எங்கள் நட்பு. எத்தனையோ வருடங்களுக்குப் பிறகு

தி.நகர் ரங்கநாதன் தெருவில் உள்ள பெரிய ஜவுளிக்கடை ஒன்றில் விலை உயர்ந்த பட்டுப்புடவைகளை விரித்துப்போட்டு அத்தனை பெண்களுக்கும் விளக்கம் கொடுத்துக்கொண்டிருந்த பெரிய மனுஷியாக மணிமேகலையைப் பார்த்தபோது ஆச்சர்யமாக இருந்தது.

பார்த்தவுடன் என்னைக் கண்டுபிடித்துவிட்டாள். ஓடிவந்து, 'நீங்க... நீங்க...' என்றாள். 'ஆமாம்' என்று சொன்னதும் அவளுக்கு அவ்வளவு சந்தோஷம். ஓடிப்போய் யாரிடமோ கெஞ்சிக் கூத்தாடி அனுமதி வாங்கிவிட்டு என்னோடு பேசுவதற்காக வெளியே வந்தாள். அவளுக்கு ஒரு சர்பத். எனக்கொரு சர்பத். கேட்காமலே நிறைய நிறைய பேசினாள். அம்மா இறந்தது, அப்பாவைக் கடன்காரர்கள் டீக்கடையில் போட்டு அடித்தது, அவமானத்தில் அப்பா தற்கொலைக்கு முயற்சித்தது. அப்படியே அப்பாவைக் கூட்டிக்கொண்டு அவள் திருச்சிக்கு வந்து ஒரு கட்டிடத்தில் சித்தாள் வேலை பார்த்தது, அங்கு இருந்த மேஸ்திரி மூலமாக இங்கே ஜவுளிக்கடைக்கு வந்தது, அப்பா மட்டும் இன்னும் அங்கே திருச்சியில் கிடைக்கிற வேலைகளைச் செய்துகொண்டு, ஒரு வாடகை வீட்டில் இருப்பது என நிறையச் சொன்னாள். கடைசியாக எழுதப் படிக்கத் தெரியாத தனக்குக் காதல் கடிதம் கொடுத்த ஒரு பெரிய தொப்பை உள்ள சூப்பர்வைசரைக்கூட அந்த நேரத்தில் எனக்கு அடையாளம் காட்டி, அப்படிச் சிரித்தாள். சர்பத் முடித்ததும் என் போன் நம்பரைக் கொடுத்துவிட்டு வந்தேன்.

எப்படியும் வாரத்துக்கு இருமுறையாவது போனில் அழைத்துவிடுவாள். நான் கேட்காமலேயே, 'அப்பாவுக்கு போன் பண்ணேன். அப்படியே உங்களுக்கும் பண்ணேன்' என்பாள். 'எதுக்கு அப்பாவுக்கு போன் பண்ணும்போதெல்லாம் எனக்கு போன் பண்ற?' என்று கேட்டால், 'எங்கிட்ட இருக்கிறதே உங்க ரெண்டு பேரோட நம்பர்

மட்டும்தான். அதான் ரெண்டு பேருக்கும் ஒண்ணாக் கூப்பிடுறேன்' என்பாள். திடீரென்று சில நாள் காலையிலே அழைப்பாள். 'நானும் மலர்விழியும் இன்னைக்கு உடம்பு சரியில்லன்னு சூப்ரைசர்கிட்ட பொய் சொல்லிட்டு,படத்துக்குப் போலாம்னு இருக்கோம். நீங்களும் வர்றீங்களா?' என்று

கேட்பவளிடம், 'ஐயையோ.. நான் டப்பிங் தியேட்டர்ல இருக்கேன்' என்று சொன்னால், 'நாங்களும் அந்தத் தியேட்டருக்கே வாரோம். என்ன படம் போட்டுருக்காங்க?' என்று கேட்டுச் சிரிக்கவைப்பாள்.

அந்த நாட்களில் எனக்குத் தெரிந்தது ஒன்று மட்டும்தான். என்னோடு பேசும்போது அந்த வெள்ளரிக்காய் சிறுமி அவ்வளவு சந்தோஷமாக இருக்கிறாள். அதனால், நான் தொடர்ந்து பேசினேன். அவளுக்குப் புரிந்ததும் ஒன்றாகத்தான் இருக்க வேண்டும். அது அவளுக்கு ஆறுதலாக இந்த ரயில் ரவுடி இருக்கிறேன் என்று. அதனால், அவளும் தொடர்ந்து பேசினாள். ஒரு கொத்து வெள்ளரிக்காய் பிஞ்சுகளைக் கையில் வைத்துக்கொண்டு, சாலைகளில் நம்மிடையே கை நீட்டிச் சிரிக்கும் எத்தனையோ பிஞ்சுக் குழந்தைகளின் கள்ளங்கபடமற்ற வறுமையின் சிரிப்புதான் மணிமேகலைக்கும் மாரிக்கும் உள்ள நட்பு.

ஒருநாள் மாலையில் அழைத்திருந்தாள் மணிமேகலை. முக்கியமான வேலைகளில் இருந்ததால் பேசவில்லை. காலையில் பேசிக்கொள்ளலாம் என்று விட்டுவிட்டேன். ஆனால், அவளோ இரவுவரை தொடர்ந்து அழைத்துக்கொண்டே இருந்தாள். கொஞ்சம் கோபத்துடன்தான் அவள் அழைப்பை அட்டெண்ட் செய்தேன். 'ஹலோ' என்று சொல்வதற்குள்ளாகக் கதறி அழுதுவிட்டாள். 'அப்பா இறந்துட்டாங்களாம்... வீட்டு ஓனரம்மா போன் பண்ணிச் சொன்னாங்க' என்று அவள் தோழி மலர்விழி போனைப் பிடுங்கிச்

சொன்னபோது ஒரு நொடி நிலைகுலைந்துவிட்டேன். இயக்குனரிடம் விஷயத்தைச் சொல்லி, பணம் வாங்கிக்கொண்டு ஒரு டாக்ஸியை எடுத்துக்கொண்டு தி.நகர் ரங்கநாதன் தெருவுக்குப் போனேன். பகல் எல்லாம் அத்தனை மக்களின் அவசரமான யுத்தத் தெருவாக இருக்கக்கூடிய அந்தத் தெரு, அந்த நேரத்தில் பாலிதீன் பைகளைக் கவ்விக்கொண்டு திரியும் நாய்களின், எலிகளின், பெருச்சாளிகளின் தெருவாகத்தான் இருந்தது. மணிமேகலையும் அவள் தோழி மலர்விழியும் ஒரு மின்கம்பத்தின் கீழ் எனக்காகக் காத்திருந்தார்கள். என்னைப் பார்த்து அவள் அழுவதற்கு ஒரு நொடிகூடக் கொடுக்காமல் இருவரையும் காரில் ஏற்றிக்கொண்டு கிளம்பினேன், திருச்சியை நோக்கி!

காலையில் 4 மணிக்குப் போய்ச் சேர்ந்துவிட்டோம். அது ஒரு சந்து. அதில் மேலே சீட்டுக்கட்டை அடுக்கியதுபோலக் கட்டியிருந்த சின்னச்சின்ன வீடுகள். அதில் மேலே இருந்தது, அவர்களின் வாடகை வீடு. ''வாம்மா... என்னம்மா வீடு பூட்டியிருக்குன்னு பாக்குறியா? நீ எங்கே இருக்க.. என்ன பண்ற.. எப்போ வருவ.. யாருக்கும் எதுவும் தெரியாது''.அதான் அப்பா பாடிய ஆஸ்பிட்டல்ல தூக்கிக் கொடுத்துட்டோம். நீ காலையில் போய்க் கேட்டா, குடுத்துருவாங்க. அவரோட பொண்ணு வந்துட்டு இருக்குன்னு தகவல் சொல்லிட்டோம்'' என்று வீட்டுக்காரம்மா எங்கள் கையில் சாவியைக் கொடுத்தபோதுதான் இந்த உலகத்தின் மீதும் அதில் வாழும் மனிதர்கள் மீதும் எனக்கு முதல் பேரச்சம் ஏற்பட்டது.

கதவைத் திறந்து உள்ளே போனோம். அந்தச் சின்னத் தீப்பெட்டி வீட்டுக்குள் ஓர் உயிருக்கும் ஓர் உடலுக்கும் ரொம்ப நாட்களாக நடந்த ஒரு மௌன யுத்தத்தின் அடையாளம் எதுவும் அழிக்கப்படாமல் அப்படியே இருந்தது. மணிமேகலையின் அப்பா படுத்த கடைசிப் படுக்கை, அப்பா சாப்பிட்ட கடைசி இட்லி, அப்பா குடித்த கடைசித்

மாரி செல்வராஜ்

தண்ணீர், அப்பா விழுங்கிய கடைசி மாத்திரைகள் என எல்லாவற்றின் மிச்சங்களும் அப்படியே இருந்தன. மணிமேகலை ஓடிப்போய் அவள் அப்பா கடைசியாகப் படுத்திருந்த படுக்கையில் படுத்தவள்தான். நன்றாக விடியும் வரை அப்படியே அதிலேயே கிடந்தாள்.

காலையில் மருத்துவமனைக்குச் சென்றால், 'தம்பி... போஸ்ட்மார்ட்டம் முடிய எப்படியும் ரெண்டு, மூணு மணி ஆகிடும். அப்புறம் வாங்க... வாங்கிக்கலாம்!' என்று சொல்லிவிட்டார்கள். அந்த இடைவேளைக்குள் உடலை அடக்கம் செய்வதற்கான ஆயத்தங்களை நான் செய்ய வேண்டும். அந்த நகரில் மணிமேகலைக்குத் தெரிந்தவர்கள் என்றோ, உதவுபவர்கள் என்றோ யாரும் இல்லை என்பதை நினைத்தால் இன்னும் வலித்தது. இடுகாடு எங்கு இருக்கிறது என்று தெரியாத அந்த நகரில் மயானக் காப்பாளைரைத் தேடி அலைந்தேன். அங்கே இங்கே விசாரித்து கடைசியில் ஒரு பெரியவரை அவர் வீட்டில் வைத்துப் பிடித்தேன். நல்ல மோரில் கஞ்சியைக் கரைத்து, நரைத்த தன்மீசை நனைய ரசித்து, ருசித்துக் குடித்துக் கொண்டிருந்தார்.

''தம்பி.. திடுதிப்புன்னு வந்திருக்க, இன்னைக்குன்னு பார்த்து குழி தோண்டுற ஆளுக யாரும் இல்லியேப்பா! என் ஒருத்தனால தோண்ட முடியாதே!''

''பரவாயில்லீங்க... நீங்க வாங்க. நானும் உங்ககூட சேர்ந்து தோண்டுறேன். ஊர்ல நிறையக் குழிங்க தோண்டியிருக்கேன்!''

''அப்படியா? பார்த்தா படிச்ச பையன் மாதிரி இருக்க... சரி வா, ஒத்தாசை பண்ணா நானே தோண்டிருவேன்!''

அதை இடுகாடு என்று சொல்லவே முடியாது. ஒரு பள்ளிக்கூடத்துக்குப் பின்னால் கிடந்த கொஞ்சூண்டு புறம்போக்கு

நிலத்தில் நான்கைந்து குழிகள் மட்டுமே தோண்ட முடிகிற அளவுக்குத்தான் இருந்தது அதன் சுற்றளவு. ஏற்கனவே அது ஐந்து குழிகளால் நிரம்பியிருந்தது.

"என்னங்க... குழி தோண்ட இடமே இல்லையே... எங்கே தோண்டுறது?"

"பயப்படாத தம்பி. இருக்கிற அஞ்சு குழியில எது பழைய குழின்னு பாருங்க... அதத் தோண்டிற வேண்டியதுதான். இங்க எல்லாம் அப்படித்தான். ஒண்ணுக்கு மேல ஒண்ணு, ஒருத்தனுக்கு மேல ஒருத்தன். அதுக்குத்தான் வாழும்போது அம்புட்டுப் பேரும் ஆசைப்பட்டானுவ. வா, வந்து மண்ணைக் குத்து. நான் அப்படியே இழுத்துப் போடுறேன்!"

ஏற்கனவே உடல்கள் புதைக்கப்பட்டு மூடி இருந்த அந்த ஐந்து குழிகளில் ஒரு பழைய குழியைத் தேர்ந்தெடுத்து இருவரும் தோண்டத் தொடங்கினோம். நான் கடப்பாரையால் குத்துவேன். அவர் மம்பட்டியால் மண்ணை வெட்டி லாவகமாக இழுப்பார். வேகவேகமாகத் தோண்டிக்கொண்டு இருந்தோம். கொஞ்சம் ஆழமாகச் சென்றதும், ஒரு மனிதன் எந்தத் தொந்தரவும் இல்லாமல், ஆழ்ந்த உறக்கத்தில் இருப்பதைப் போல எலும்புக்கூடு ஒன்று சிதைந்து படுத்திருந்தது.

"அட்வான்ஸும் கொடுக்காம, வாடகையும் கொடுக்காம எப்படிக் கிடக்கிறான் பாரு பயபுள்ள. புதுசா வீட்டுக்கு வேற ஆள் வர்றார்னு அவனை அப்படியே தூக்கி வெளிய போடு!"

"இல்லீங்க.. நீங்களே எடுத்துப் போடுங்க!"

தூங்கிக்கொண்டிருப்பவனைத் தூக்கி செல்வதைப்போல அந்த எலும்புகளை அள்ளிக்கொண்டு அருகில் இருந்த புதருக்குள் போட்டார்.

மாரி செல்வராஜ்

''தம்பி.. அந்தக் கடப்பாரையைக் கொண்டா'' என்று என்னிடம் இருந்த கடப்பாரையை வாங்கினார்.

''அப்படியே போட்டுட்டுப் போனா, எவனாவது வந்து பார்த்துட்டு, என்னமோ உயிரோட குழிக்குள்ள இருந்தவனைத் தூக்கி வெளிய போட்ட மாதிரி ஆயிரம் பஞ்சாயத்து பேசுவானுங்க'' என்று கடப்பாரையால் இரண்டு போடு போட்டார். எலும்புக்கூடு சுக்குச்சுக்காக நொறுங்கி உதிர்ந்தது.

''அவ்வளவுதான். எதுவும் பயந்துக்காத'' என்று அவர் மீசையை முறுக்கிச் சொன்னபோதுதான் முதல்முறையாக வாழ்கின்ற வாழ்வின் மீதிருந்த பயம் போய், மரணத்தின் மீதான ஒரு கேள்விக்குறி கணகணவென எரிவதுபோல் இருந்தது. இடுகாட்டுச் சம்பிரதாயத்தின்படி ஒருவரை அடக்கம் செய்தவற்குத் தேவையான எல்லாப் பொருட்களையும் அவரிடம் வாங்கிக்கொடுத்துவிட்டு, ஒரு ஆம்புலன்ஸை ஏற்பாடு செய்துகொண்டு மணிமேகலையைக் கூப்பிடுவதற்காக அவள் வீட்டுக்குப் போனேன். இப்போது எங்கிருந்தோ நான்கைந்து பேர் வந்திருந்தார்கள். . மணிமேகலையையும் அவர்களையும் ஆம்புலன்ஸில் ஏற்றி ஹாஸ்பிட்டலுக்கு அனுப்பிவிட்டு, ஒரு பெரிய ரோஜாப்பூ மாலையை வாங்கிக் கொண்டு நான் மருத்துவமனையை நோக்கிச் சென்றேன்.

அப்போதுதான் நான் என்ன நிகழ்த்திக்கொண்டிருக்கிறேன் என்பதை நினைத்துப் பார்த்தேன். இன்று இறந்துபோனது யார்? மணிமேகலையின் அப்பா! மணிமேகலையின் அப்பா என்றால் எப்படி இருப்பார்... எப்படிப் பேசுவார்... எப்படிச் சிரிப்பார்... கறுப்பா சிவப்பா.. எவ்வளவு உயரம் இருப்பார்? எதுவும் தெரியாமல் சவக்குழி தோண்டியிருக்கிறேன். பெரிய ரோஜாப்பூ மாலை வாங்கியிருக்கிறேன். போய் முதலில் அவரது முகத்தையாவது பார்க்க வேண்டும். எனக்கும்

அவருடைய முகத்துக்கும் அவசரமாக ஒரு பந்தத்தை ஏற்படுத்த வேண்டும். இல்லையேல் மரணித்தவர் பற்றி எதுவுமறியா எத்தனையோ மயானக் காப்பாளர்களில் ஒருவனாக நான் ஆகிவிடுவேன். அப்படி ஆகக் கூடாது. மணிமேகலை என் தோழி. அவர் என் தோழியின் அப்பா. அவர் முகத்தைப் பார்க்கும் ஆர்வம் அதிகமானது!

மருத்துவமனையில் சடலத்தைப் பெறுவதற்கான விதிமுறைகளை முடித்துவிட்டு அவர்கள் எந்தச் சலனமும் இல்லாமல் கொடுத்த அத்தனை சின்ன ரசீதோடு பிணவறை வாசலில் காத்திருந்தேன். எங்களைப் போலப் பலர் உள்ளே போஸ்ட்மார்ட்டம் என்ற பெயரில் அறுபட்டுக்கொண்டிருக்கும் அப்பாவுக்காக, அம்மாவுக்காக, மகனுக்காக, மகளுக்காக, அண்ணனுக்காக, அண்ணிக்காக என அதே போன்ற துண்டு ரசீதோடு காத்திருந்தார்கள். மணிமேகலை அப்பாவின் உடல் வெளியே வந்தது. எல்லாரும் ஓடினோம்.

"அட...அப்பா முகத்தை அவுத்துக் காட்டுப்பா.. பொண்ணு வந்துருக்குல்ல" என்றார்கள் யாரோ. மணிமேகலையைவிட அவளுடைய அப்பா முகத்தைப் பார்க்க நான் அவ்வளவு அவசரமாகத் தவித்துக்கொண்டிருந்தேன். முகத்தை மறைத்திருந்த துணியை விலக்கினார்கள். மணிமேகலை கலங்கிய விழிகளுடன் அப்பாவைப் பார்த்தாள். பார்த்த உடனே வீறிட்டாள்.

"ஐயோ.. இது எங்க அப்பா இல்ல.. எங்க அப்பா இல்ல. எங்க அப்பா இப்படி இருக்க மாட்டாரு மாரி. ஆளை மாத்திட்டாங்க. இனி, எங்க அப்பா முகத்தை நான் எப்போ பார்ப்பேன் மாரி..? ஒரு போட்டோகூட எங்கிட்ட இல்லையே" என்று கதறியபடி என்னைக் கட்டிப்பிடித்துக் கொண்டு அழுதவளை என்ன சொல்லிச் சமாதானப்படுத்த என்று தெரியாமல் கலங்கி நின்றேன்.

மணிமேகலைக்கு அடையாளம் தெரியாத அந்த உடலை "மணிமேகலையின் அப்பா" என்ற பெயரிலே அடக்கம் செய்துவிட்டு வந்தோம். வந்துதான் கேட்டேன் மணிமேகலையிடம்..

"உங்க அப்பா எப்படி இருப்பார்?"

"எனக்குப் பிறக்கபோகிற முதல் பிள்ளை மாதிரி இருப்பார். பிள்ளை பொறந்ததும் சொல்றேன். வந்து பாத்துக்கோங்க" என்று சொல்லிவிட்டுப் போனாள். இரண்டு வருடங்கள் கழித்துத்தான் போய்ப் பார்த்தேன், மணிமேகலையின் அப்பாவை அவர் பிறந்த அன்றே!

என் தலைமுறையின் முதல் தேநீர்

நீ கொடுத்து

நான் அருந்துகிறேன்

எதற்காக அழைத்து வந்திருக்கிறாய்?

அது தெரியவில்லை

ஆனால், உன் வீட்டில்

என் எல்லை எது என்பதை நான் அறிவேன்.

வண்டிமை அடையாளத்தோடு

என் கையில் கொடுக்கப்பட்ட

உன் தேநீர்க் கோப்பை

நான் வெளியேறிய பின்

உடைக்கப்படலாம். அல்லது ஒதுக்கப்படலாம்

என்பதையும் நானறிவேன்.

மறக்கவே நினைக்கிறேன்

போகும் முன் எனக்குள் நானே

சொல்லிக்கொள்கிறேன்...

உனக்கென்று

அடுத்த முறை நான் வருவேனெனில்

இடி, மின்னல், மழை கூட்டி வருவேன்

நான் உனக்கு நிகரானவன் என்று

நிரூபிக்க அல்ல...

உழைக்கும் நான்

உனக்கும் மேலானவன் என்பதை அடித்துரைக்க!'

ஒன்பது வருடங்களுக்கு முன் சட்டக் கல்லூரியில் படித்தபோது, கல்லூரித் தோழி பூங்குழலி வீட்டுக்குச் சென்று வந்த விஷமேறிய ஒரு நள்ளிரவில், நான் எழுதிய அல்லது கிறுக்கிவைத்த கவிதை இது என்றும் சொல்லலாம். அல்லது ஏதோ ஒரு சிற்றிதழில் எழுத்தாளர் அழகிய பெரியவனின் வலியைக் கவிதையாகப் படித்து பொதிந்து, என் பல்லிடுக்கில் வைத்திருந்த நெடுநாள் கசப்பு என்றும் சொல்லலாம். எதுவாக இருந்தாலும், ஒரு தலைமுறை இடைவெளிகொண்ட அழகிய பெரியவனின் தேநீர் கோப்பையிலும் எனது தேநீர் கோப்பையிலும் பாரபட்சமின்றி நிரப்பப்பட்ட விஷம்.... சாதி!

15

பூங்குழலி என் கல்லூரித் தோழி. கல்வி உதவித் தொகையை உயர்த்தக் கோரி கல்லூரிக் கதவுகளை அடைத்துக்கொண்டு மாணவ-மாணவிகள் உள்ளிருப்புப் போராட்டம் நடத்தியபோது, ''வீட்டுக்குப் போகணும். கொஞ்சம் கதவை திறந்துவிடச் சொல்லுங்கண்ணா...'' என்று கண்ணைக் கசக்கிக்கொண்டு நின்ற முதலாம் ஆண்டு சின்னப் பெண். அவளுக்கு நான் செய்த அந்த ஒரு வரலாற்று உதவிக்காக எப்போது, எங்கு என்னைப் பார்த்தாலும் ஒரு சிரிப்பைப் பரிசாகக் கொடுத்தபடி கடந்துபோன அந்தப் பெண்ணுக்கும், ''சரி.. சரி...'' இன்னைக்கு காலேஜ் ஸ்டிரைக். எல்லாரும் வீட்டுக்குப் போங்க' என்று ஜூனியர்களின் வகுப்புக்குள் சென்று சீனியர்களாக நெஞ்சை நிமிர்த்திச் சொல்லும்போது, ''எதுக்கு, என்ன விஷயத்துக்கு நீங்க ஸ்டிரைக் பண்றீங்கன்னு நாங்க தெரிஞ்சுக்கலாமா...?'' என்று கேள்வியைத் துணிச்சலாக கேட்டுவிட்டு, படக்கென்று பயத்தில் நாக்கைக் கடித்துக்கொண்டு முகத்தை மறைத்த அந்த அப்பாவிப் பெண்ணுக்கும் எனக்கும் இடையே தொடங்கிய நட்பு, ரொம்பவே இயல்பானது!

இன்னும் அப்படியே மனதில் அசையாமல், கலையாமல் இருக்கிறது அந்தப் பரிசுத்தமான காட்சி. எப்போதும் என் வகுப்பைக் கடக்கும்போது வகுப்புக்குள் இருக்கும் என்னைப் பார்த்து

சிரித்துவிட்டு மட்டும் போகும் பூங்குழலி, அன்று தன் கையில் இருக்கும் ஒரு கல்யாணப் பத்திரிகையை வாங்கிக்கொள்ளச் சொல்லி, கைஜாடையில் அழைத்தாள். ''என்ன மேடம்...'' என்று அருகில் செல்ல, '' 'அக்காவுக்குக் கல்யாணம்... கண்டிப்பா வந்துடுங்க'' என்றாள்.

''வரலைன்னா...?''

''உங்க கல்யாணத்துக்கு நான் வர மாட்டேன், என் கல்யாணத்துக்கும் உங்களைக் கூப்பிட மாட்டேன்'' என்று சொல்லி மொத்த கல்லூரியும் குறுகுறுவென்று பார்க்கும்போதே, ஒரு சின்ன சீண்டலோடு அந்த நட்பை அந்த இடத்தில் அவ்வளவு அழகாக்கிவிட்டு பூங்குழலி போனது எனக்கு இன்னும் பெரிய ஆச்சர்யம்தான்.

அதுவரை ஆண் நண்பர்கள்தான், 'மாப்ள.. அண்ணனுக்குக் கல்யாணம். முந்தின நாளே வந்துரு. குற்றாலத்துல குளிக்கலாம். கன்னியாகுமரியில போட்ல போகலாம். மதுரை மீனாட்சி அம்மன் கோயிலை ஒரு ரவுண்ட் அடிக்கலாம்' என்று ஒவ்வோர் ஊருக்கும் அழைத்திருக்கிறார்கள். ஆனால், எந்தப் பெண் தோழிகளுக்கும் வீட்டுக்கெல்லாம் நண்பர்களை அழைத்துச் செல்லும் துணிச்சல் திருநெல்வேலி, தூத்துக்குடி வட்டாரத்தில் அவ்வளவாக இருந்தது இல்லை. ஆனால், தான் பழகிய ஒரு மாதத்தில், தன் அக்காவின் திருமணத்துக்கு அவ்வளவு உரிமையோடும் ப்ரியத்தோடும் அழைத்த பூங்குழலியின் நட்பின்மீது எனக்கு அவ்வளவு ஆச்சர்யம், அவ்வளவு சந்தோஷம்!

ஆண் பெண் காதலையும் நட்பையும் கதையாகச் சொன்னாலும் சரி, காட்சியாகக் காட்டினாலும் சரி, அப்படியே எந்த சந்தேகமும் இன்றிக் கொண்டாடுகிற கல்லூரி நண்பன் ஒருவன், ''என்னையும் பூங்குழலி

மாரி செல்வராஜ்

வீட்டுக் கல்யாணத்துக்குக் கூட்டிட்டுப் போகணும்'' என்ற ஒரே நிபந்தனையோடு நான் கேட்ட அத்தனை கல்யாண சாமான்களையும் வாங்கிக்கொடுத்தான். போத்தீஸில் புது பேண்ட், சட்டை வாங்கிக் கொடுத்தான். புதுச் செருப்பு வாங்கிக் கொடுத்தான். அப்புறம், அவனே அலைந்து திரிந்து, கண்ணாடியாலான ஓர் இதயத்துக்குள் பல வண்ண மீன்கள் துள்ளிக் குதிப்பதைப் போல, ஓர் அழகான பரிசுப் பொருளை 600 ரூபாய்க்கு வாங்கி வந்திருந்தான்.

கல்யாணம் தூத்துக்குடியில் என்பதால், காலையிலேயே திருநெல்வேலியிருந்து கிளம்பிவிட்டோம். ஆனால், ஏதோ ஒரு சந்துக்குள் இருந்த அந்த மண்டபத்தைத் தேடிக் கண்டுபிடித்துப் போய்ச் சேர்வதற்குள்ளாகவே தாலிகட்டுச் சம்பிரதாயங்கள் எல்லாம் முடிந்துவிட்டிருந்தன. மணமகனும் மணமகளும் மேடையில் நின்று பரிசுகளை சந்தோஷமாகப் பெற்றுக் கொண்டபடி, போட்டோவுக்கு போஸ் கொடுத்துக் கொண்டிருந்தனர். மண்டபத்துக்குள் எங்களுக்குத் தெரிந்தவர்கள் யாருமே இல்லை. சுற்றிச்சுற்றி எவ்வளவு தேடினாலும் பூங்குழலியை மட்டும் காணவில்லை. மண்டபம் மாறி வந்துவிட்டோமோ என்ற அச்சம் முளைத்தது. முதலில் பூங்குழலியைக் கண்டுபிடிப்போம் என்று ஆளுக்கு ஓர் இருக்கையில் அமர்ந்து பூங்குழலியைக் கண்களால் தேடினோம்.

எங்கிருந்தோ வந்த பூங்குழலி மேடையில் அவளுடைய மணப்பெண் அக்காவுக்கு அருகில் நிற்க, அவளைப் பார்த்த உற்சாகத்தில் நானும் நண்பனும் ஆர்வக்கோளாறில் எங்கள் கைகளை அவளை நோக்கி அசைக்க, அதைப் பார்த்தது அவள் மட்டும் அல்ல; மொத்த மண்டபமும்! ஆனாலும், எந்தக் கூச்சமும் இல்லாமல் அவளைப் பார்த்து நாங்கள் சிரித்தோம். எங்களைப் பார்த்தும் அவளும் சின்னதாகச் சிரித்ததாக அப்போது எங்களுக்கு ஞாபகம்.

அந்த நேரத்தில் எங்கு இருந்து வந்தார் என்று தெரியவில்லை. ஒரு பெரியவர் ஐந்து பேருடன் வந்து, ஒரு முரட்டு மரியாதையுடன் பேசத் தொடங்கினார்.

'தம்பி நீங்க யாரு?'

'நாங்க பூங்குழலியோட ஃப்ரெண்ட்ஸ்... திருநெல்வேலி லா காலேஜ்!'

'ஓ.. நீதான் அந்த மாரிசெல்வமா?'

'ஆமாங்க... நீங்க?'

'நான் பூங்குழலியோட அப்பா!'

தொடர்ந்து ப்ரியத்தோடுதான் பேசினார். அதே ப்ரியத்தோடு எங்களை ஓர் அறைக்குள் அழைத்துச் சென்றார். ஆள் இல்லாத அறையில் எங்களை அமரவைத்துவிட்டு, ''கொஞ்சம் இருங்க... இப்போ வந்துடுறேன்'' என்று சொல்லி, கதவை வெளியே பூட்டிவிட்டு அவர் போனதுதான் எங்களுக்குப் பேரதிர்ச்சி. என்னடா இது, கல்யாண வீட்டுக்கு வந்தவங்களை ரூமுக்குள்ள பூட்டி வெச்சிட்டானுவ? என்று நாங்கள் குழம்பிக்கிடக்க, அதே ஐவருடன் மீண்டும் வந்தார் பூங்குழலியின் அப்பா.

இப்போது கதவை உட்புறமாகப் பூட்டிவிட்டு எங்களிடம் ஒரு போலீஸ் மேலதிகாரியின் உடல்மொழியோடு பேசத் தொடங்கினார்.

''யார் கூப்பிட்டுப்பா நீங்க எங்க வீட்டுக் கல்யாணத்துக்கு வந்தீங்க?''

''பூங்குழலி சொல்லித்தான் சார்... ஏன் சார் என்னாச்சு?''

''அவ கூப்பிட்டா... வந்துர்றதா?''

''நாங்கள்லாம் ஃப்ரெண்ட்ஸ் சார். அதான் வந்தோம்... ஏங்க?''

''நீங்க எப்படிப்பட்ட ஃப்ரெண்ட்ஸ்னு நாங்க எல்லாம் விசாரிச்சிட்டோம்!''

''சார், என்ன சார் சொல்றீங்க?''

''தம்பி இங்க பாருங்க... உங்க கலரைப் பார்த்தாலே தெரியுது, நீங்க என்ன சாதி, எப்படிக் குடும்பம்னு. பூங்குழலி யாரு, என்னன்னு உங்களுக்கும் தெரிஞ்சிருக்கும்.. அவ என்ன சாதி, எப்படிக் குடும்பம்னு. அப்புறம் எதுக்குத் தேவையில்லாம பிரச்சனை பண்ணிக்கிட்டு?''

இப்போதுதான் எங்களுக்கு அங்கு என்ன நடக்கிறது என்பதே புரிந்தது. பூங்குழலியின் அப்பா, என்னவெல்லாமோ பேசினார். அது போதாது என்று அவருக்கு அருகில் நின்றவர்கள் எப்போதுடா எங்கள் மீது பாயலாம் என்பதைப் போல பற்களை நறநறவெனக் கடித்தபடி முறைத்துக் கொண்டிருந்தார்கள். அப்போதைக்கு அவர்களிடமிருந்து தப்பிக்கவும், முட்டாள்களுக்கு எதிரில் எப்போதும் முகத்தில் பயத்தைக் காட்டக்கூடாது என்பதாலும் ஓர் அசட்டு தைரியத்தில் நாங்கள் குரல் உயர்த்தியே பேசினோம்.

''சார் சாதி கீதின்னு நீங்க பேச வேண்டிய தேவையில்லை. நாங்க இங்கே வந்தது உங்களுக்குப் பிடிக்கலைன்னா, கிளம்புறோம். அதை விட்டுட்டு இந்த மாதிரி அடைச்சுவெச்சு மிரட்டுற வேலை எல்லாம் வெச்சுக்கிடாதீங்க!'

''டேய், இது எங்க இடம். என் வீட்டுக் கல்யாணத்துக்கு வர்ற அளவுக்கு இன்னைக்குத் துணிச்சல் வந்துட்டுல்ல... நாளைக்கு அதே துணிச்சல் எங்க வீட்டுப் பொண்ணு மேலயும் வந்துச்சுன்னா!''

இதுதான் சமயம் என்று அருகில் நின்ற ஆசாமி ஒருவன், ‘‘தூக்கிட்டுப் போய் தலையை அறுத்துற வேண்டியதுதான்’ என்றான். இன்னொருவனோ, ‘‘அவ்வளவு நாள் எதுக்கு வுட்டுகிட்டு...? இப்பவே இவனுவளை அரணைக்குக் கீழ அறுத்துவுட்ற வேண்டியதுதான’’ என்றான். நாங்கள் எதுவும் பேசவில்லை. அவர்கள் யாருமே மனித மனநிலையில் இல்லை என்பதால் கொண்டுபோன பரிசுப் பொருளைக் கெட்டியாகப் பிடித்தபடி கை நடுங்க, மனம் நடுங்க உட்காந்திருந்தோம்.

மறுபடியும் பூங்குழலியின் அப்பா அதே மிருகத்தின் குரலில் பேசினார்.

‘‘இவனுங்க கழுத்தை அறுத்து நான் எதுக்கு அசிங்கப்படணும்? இவன்லாம் ஒரு ஆளு. அடிச்சு சொல்லிக்கொடுத்து வளத்த பயம் ஒரு பொட்டுகூட மனசுல இல்லாம, இவனுங்கக்கிட்ட பேசிச் சிரிச்சி நம்மளைக் கேவலப்படுத்துற நம்ம புள்ளைங்க கழுத்த அறுத்துதான் கடல்ல வீசணும். நிஜமா சொல்லிப்புட்டேன்டே... இனி, ஒரு தடவை பூங்குழலி உங்ககிட்ட பேசினா, அவ கழுத்து கடல்லதான் கெடக்கும். ஆமா!’

அதோடு சரி... மற்ற அனைவரும் அமைதியாகிவிட்டார்கள். அறைக்குள்ளிருந்து வெளியே வந்த நாங்கள் யாரையும் நிமிர்ந்து பார்க்கவில்லை. நிறைய சிரிப்புச் சத்தம், கொலுசு சத்தம், மேளச் சத்தம் எல்லாம் காதில் கேட்டது என்றாலும், எங்கள் மண்டைக்குள் தெளிவாக அப்போதைக்குக் கேட்டது குருட்டுக் காக்கைகளிடம் பகலில் கொத்துப்பட்ட ஆந்தைகளின் அலறல் சத்தம் மட்டும்தான். கண்ணாடியாலான இதயத்தில் எத்தனையோ வண்ண மீன்கள் துள்ளிக் குதிக்கும் எங்கள் பரிசுப் பொருளை, என்ன செய்வது என்று தெரியாமல் மண்டபத்துக்கு வெளியே ஓடிய சாக்கடையில் வீசிவிட்டுத் திரும்பிப் பார்க்காமல் நடந்தோம்.

மறுநாள் கல்லூரியில் என்னைத் தேடிக் கண்டுபிடித்து எல்லாருக்கும் கேட்கும்படியாக அழுத்தம் திருத்தமாக, ''அண்ணா உங்ககிட்ட கொஞ்சம் தனியாப் பேசணும், வர்றீங்களா?'' என்று கேட்ட தோழி பூங்குழலியைப் பார்த்து சிரிப்பதா, அழுவதா என்று தெரியவில்லை. ஆனால், அப்போது மனதில் தோன்றியதை மட்டும் அப்படியே துளி இரக்கம் இல்லாமல் பேசிவிட்டேன்.

''யம்மா தாயி.. நான் நல்லா இருக்கேனோ, இல்லையோ, நீ நல்லா இருக்கணும்னா... இங்கேயிருந்து போயிரு. என்கிட்ட பேசுன பாவத்துக்காக, உன் அப்பன் வெட்டிக் கடல்ல போட்டாலும் போட்ருவான். போ, போய் நல்லாப் படிக்கிற வழியைப் பாரு. கண்டிப்பா காலம் மாறும். உங்க கலரும் மாறும்போது உயிரோட இருந்தா, அன்னைக்கு நாம பழகிக்கலாம்'' என்றபோது கண் கலங்கிற்று பூங்குழலிக்கு. எனக்குந்தான்.

16

இந்த வருடத்தின் முதல் குற்றாலச் சாரல் எங்கள் ஊர்க்கூரையில் தெறிக்கும்போது, நான் நடுவீட்டில் மஞ்சள் காமாலையோடு படுத்திருந்தேன். ''கண்ட நேரத்துல கண்டதைச் சாப்பிட்டு உடம்பைச் சக்கையாக்கிவிட்டு வந்தா, நாம என்ன கறிக்கஞ்சியா ஆக்கிப் போட முடியும்? கண்ட கஷாயத்தைத்தான் காய்ச்சி வாய்ல ஊத்த முடியும். எம் புள்ள இத்தன நாளும் தின்ன சோறும் சரியில்லை... சுத்துன ஊரும் சரியில்லை'' என்று அம்மா, அவள் இதுவரையிலும் காணாத ஒரு நகரத்தின் மீது சாபமிட்டுக்கொண்டிருந்தபோது, சென்னையில் உதவி இயக்குநர் வாய்ப்பு தேடி அலைந்த நாட்கள் நினைவிலாடின.

கொட்டிக்கிடந்த அத்தனை நட்சத்திரங்களையும் யாரோ அள்ளிக்கொண்டு போய்விட்ட சென்னைப் பெருநகரத்தின் நள்ளிரவு அது. சினிமாவில் உதவி இயக்குநராகச் சேர வேண்டும் என்று சென்னைக்கு வந்துவிட்டு, எங்கே போவது? யாரைப் பார்ப்பது? என, எதுவும் புரியாமல் சாப்பிட காசு இல்லாமலும் தங்குவதற்கு இடம் இல்லாமலும், அங்கே இங்கே என்று சென்னை முழுக்க கால் போனபோக்கில் அலைந்து திரிந்து, கடைசியாக சாஸ்திரிபவன் அருகே தஞ்சம் அடைந்தேன். அங்கிருந்த ஒரு பெட்ரோல் பங்குக்கு அருகில் ஒரு தள்ளுவண்டியில் ஏறி, ''இனி நடப்பது நடக்கட்டும்'' என்று

மாரி செல்வராஜ்   163

போர்வையைப் போர்த்திக்கொண்டு, ஒரு நல்ல உறக்கத்துக்கு விடாப்பிடியாக முயற்ச்சித்துகொண்டு இருந்தேன். அப்போது ஒரு கம்பு என் பின்மண்டையில் வலிக்காத மாதிரி தட்டி எழுப்புவது தெரிந்தது. போலீஸ் என்று நினைத்துக்கொண்டு நடுங்கிய உடலோடு போர்வையை விலக்கிப் பார்த்தால், அது அந்த பெட்ரோல் நிலையத்தின் வாட்ச்மேன். நல்ல உயரம், நல்ல கறுப்பு, நல்ல மீசை. ஆனால், வயதும் உடலும் கொஞ்சம் தளர்ந்து இருந்தது. அதை வைத்துக் கணக்கிட்டால், எப்படியும் அவருக்கு வயது ஐம்பதைத் தாண்டியிருக்கும்.

‘எல யாருல இது? இங்ஙன ஒறங்கிட்டு. தம்பி எந்தி எந்தி... இங்குனலாம் படுக்கக் கூடாது. வேற எங்கியாவது போய்ப் படு. ஓடு'' என்று விரட்டினார்.அவரின் பேச்சில் கேட்ட, ‘‘எல, எல எந்தி'' வார்த்தைகள் என்னுள்ளிருந்த அச்சத்தை அகற்றி சந்தோஷத்தை மலரச் செய்தது. அந்த சந்தோஷத்தை இன்னும் அதிகப்படுத்த நானும் சுத்தத் திருநெல்வேலி தமிழிலேயே பதில் சொன்னேன்.

‘‘இல்ல அண்ணாச்சி, வண்டி சும்மாதான கெடக்கு. அதான் ஏறிப் படுத்தேன்!''

‘‘ என்னது, வண்டி சும்மாக் கெடக்கா? எந்த ஊருடே நீயி!''

‘‘தின்னவேலி''

‘‘அது நீ ‘வண்டி சும்மாதான கெடக்கு’ன்னு சொல்லும்போதே தெரிஞ்சிடுச்சுடே... அங்க எந்த ஊருன்னு சொல்லு!''

‘‘சிருவண்டம் பக்கம் அண்ணாச்சி!''

‘‘சிருவண்டம் பக்கமா? பாருடே கூத்த. எனக்கு ஆத்தூர்தாண்டே, ஆமா பாத்தா படிச்ச புள்ள மாதிரி இருக்க. ஏண்டே இங்க வந்து

படுத்துக் கெடக்க? யார்டே நீயி?'' என்ற கேள்வியை நல்லவேளை அண்ணாச்சி கேட்டார். இந்த சென்னையில் இந்தக் கேள்வியை யாராவது கேட்க மாட்டார்களா? எல்லாவற்றையும் சொல்லி அவர்களின் சுண்டு விரலையாவது சிக்கெனப் பிடித்துக்கொள்ள மாட்டோமா? என தவித்துக்கிடந்ததால், அண்ணாச்சியிடம் எல்லாவற்றையும் படபடவெனச் சொல்லிவிட்டேன். கதை கேட்டவர் சொன்னார்.

''என்னடே இப்படி வந்துருக்க? சரி சரி. இவ்வளவு பெரிய சினிமாவுல நீ ஒருத்தன் போறதுக்கா ஒரு வழி வாய்க்கா இல்லாமப் போய்டும். வாடே பாத்துக்கலாம். இங்க படுக்காத, பங்குல நான் மட்டும்தான் இருக்கேன். அங்க வந்து படுத்துக்கோ. மத்தத காலையில பேசிக்கலாம்!'' என்று, என் தோளில் அவர் கையைப் போட்டு அழைத்துக்கொண்டு போகும்போது அவரைப் பற்றிக் கேட்டேன்.

''எம் பேர் இருட்டுநாட்டு பெருமாள்டே. நம்ம ஆத்தூர் இருக்குல்லா, அது பக்கத்துல வீரநாயக்கந்தட்டுதான் சொந்த ஊரு. சொல்ல ஒரு ஊரு இருக்கு, ஊரு வெச்ச பேரு இருக்கு, அவ்வளவுதான். அங்கே வேற யாருமில்ல. பொறந்த ஊர்ல யாருமில்லன்னா, அங்க வாழ்றது பெரிய பாவம்லா! அதான் இங்க வந்து கஞ்சிக்காவ காவக் காத்துக்கிட்டு கிடக்கேன்''

''அது என்ன அண்ணாச்சி இருட்டுநாட்டு பெருமாள்?''

''அதுவா? நான் இங்க எல்லாருகிட்டயும் பெருமாள் மட்டும்தான் சொல்லுவேன். சரி நீ நம்ம ஊர்க்காரன். உனக்கு அந்தப் பேரு தெரியுமேனுதான் முழுப்பேரும் சொன்னேன். அது எங்க சாஸ்தா பேருடே. ஏரலு சேர்மன் சாமி இருக்குல்லா, அதுக்குப் பின்னாடி அப்படியே நடந்து போனா, ஆத்தங்கரையோரம் கறுப்பா ஒரு ஊச்சிக்

மாரி செல்வராஜ்

கல்லு கிடக்கும். அதான் இருட்டுநாட்டு பெருமாள் சாமி. இருட்டா இருக்கிற நாட்டுக்கு ஒளி கொடுக்கிற தெய்வம்னு அர்த்தம். ஆனா, பாவம் ஒவ்வொரு பங்குனி உத்திரத்துக்கும் அவரை இருட்டுக்குள்ள போய் தேடிப் பிடிக்கிறதுதான் பெரும்பாடு!

மொத்த சென்னையுமே சட்டென்று ஏரல் என்கிற சிறு ஊராக மாறிவிட்டதைப் போல எனக்கு அத்தனை நெருக்கமாகிவிட்டார் பெருமாள் அண்ணாச்சி. அடுத்தநாள் அந்த பெட்ரோல் பங்க் உரிமையாளரிடம் என்னைப் பற்றிச் சொல்லி, எனக்கு வேலையும் நான் அங்கேயே தங்குவதற்கும் ஏற்பாடு செய்துவிட்டார்.

பங்க்ல ராத்திரி ஒண்ணும் பெருசா வேலை இருக்காது. சும்மா ரெண்டு மணி வரைக்கும் இருந்துட்டு, அப்புறம் தூங்கிடு. காலையில சினிமாவில் சேர்றதுக்கு ஆள் பாக்கப்போனா, என்னா? என்று சொல்லி என் சினிமா ஆசையையும் கருகவிடாமல் பார்த்துக்கொண்டார். அதுமட்டுமல்ல; ''ஏல... நீ இங்க எம்.ஜீ.ஆரு கல்லறையைப் பார்த்துருக்கியா?'' என்று முதன்முதலில் என்னை மெரினாவுக்குக் கூட்டிப்போனது, ''தம்பி இந்த ஊர் சாப்பாட்ட எப்போதும் பசிக்கு மட்டும் சாப்பிடு. ருசிக்குச் சாப்பிடாத... என்னா? அம்புட்டும் விஷம். அது யானையைப் பூனையா மாத்தும், பூனையை யானையா மாத்திடும்'' என்று தினமும் ஒவ்வொரு ரோட்டுக் கடைகளுக்காகக் கூட்டிக்கொண்டு போனது, ''ஆமா... சினிமா சினிமான்னு சொல்லிட்டு படம் பாக்கவே நீ போக மாட்டேங்கியே. வா இன்னைக்குப் போவலாம்'' சென்னையில் பார்த்த முதல் படமான ''சண்டக் கோழி''யைப் பார்க்க வைத்தது. இவை எல்லாமே பெருமாள் அண்ணாச்சி மூலம்தான் சாத்தியமானது. இன்னும் சொல்லப்போனால், அந்த நாட்களில் என்னைவிட எனக்கு சினிமா வாய்ப்புகளை அதிகமாகவும் ஆர்வமாகவும் தேடியது பெருமாள் அண்ணாச்சிதான்.

''தம்பி இந்த உதட்டால 'இம்ப்டிர்ர்ர்ரு' அப்படின்னு சத்தம் கொடுப்பாரே...அவரு நம்ம பெட்ரோல் பங்குக்கு பெட்ரோல் போட வந்தாருடே. அவர்கிட்ட ஒன்னப் பத்திச் சொல்லியிருக்கேன். நாளைக்கு வீட்டுக்கு வரச் சொல்லியிருக்காரு!''

''யார் அண்ணாச்சி? வெண்ணிற ஆடை மூர்த்தியா?''

''ஆ... அவரேதான் நீ போய் பாருடே'' என்று சொன்னார். நான் மனதுக்குள் சிரித்துக்கொண்டு எதுவும் சொல்லாமல், 'சரி' என்பதுபோலத் தலையை மட்டும் ஆட்டிவைத்தேன். இன்னொரு நாள் எங்கேயோ ஒரு கடையில் சினிமா அலுவலகங்களில் இருக்கும் வெரைட்டி புக்கை வாங்கிக்கொண்டு வந்து நீட்டி, ''தம்பி இதுல எல்லா சினிமாக்காரங்க நம்பரும் இருக்காம். நாம ஒவ்வொருத்தருக்கா போன் பண்ணி வேலை கேட்கலாம் என்னா?' ' என்று என் கையைப் பிடித்து எஸ்.டீ.டி பூத்துக்கு அழைத்துச் சென்றார்.

முதலில் பிரகாஷ்ராஜ் நம்பர். நான் சொல்லச் சொல்ல அவர்தான் எண்களை அமுக்கினார். எதிர்முனையில் யாரோ போனை எடுத்ததும், இவர் வெண்ணிற ஆடை மூர்த்தியிடம் பேசிய அதே வசனத்தை அப்படியே அவரிடம் பேசினார். எதிர்முனையில் இருப்பவர் என்ன பேசினாரோ தெரியவில்லை, 'தம்பி இந்த பிரகாஷ்ராஜ் குரல் சினிமாவுலதாம்டே கேக்க நல்லா இருக்கு. போன்ல நல்லாவே இல்ல.. என்ன பேசுறார்னே புரியல' என்று போனை வைத்துவிட்டார். ''அது அவரா இருக்காது அண்ணாச்சி..அவரோட மேனேஜர் யாராவது இருக்கும்''என்று நான் சொன்னதை அவர் நம்பியதாகத் தெரியவில்லை. அப்புறம் வரிசையாக ஷங்கர், சேரன், பாலா, செல்வராகவன், ஏ.ஆர்.முருகதாஸ், லிங்குசாமி என இயக்குனர்கள் மட்டுமல்லாமல் விஜய், அஜித், சூர்யா, விக்ரம் என நடிகர்கள் நம்பரையும் ஒற்றியெடுத்தார். சில அழைப்புகளை யாரோ எடுத்து

என்னவோ பேசினார்கள் என்றால், நிறைய எண்களில் ரிங் மட்டும் ஒலித்துக் கொண்டே இருக்கும். நிறைய நேரம் காத்திருந்து, இறுதியில் ரொம்பவே அலுத்துப் போய்விட்டார் அண்ணாச்சி. விரக்தியின் விளிம்பில் ஒரு வெற்றுப் பார்வையுடன் என்னை ஏறிட்டார். நான் எதுவும் சொல்லாமல் சின்னதாகச் சிரித்தேன். நான் அப்படிச் சிரித்தால் அண்ணாச்சிக்கு ரொம்பப் பிடிக்கும். அப்படிச் சிரிக்கும்போது எல்லாம், ''அப்படியே எங்கப்பன் கூனக் குப்பனோட பல் வரிசைடே உனக்கு'' என்பார். இப்படி எப்போதும் என்னுடனே எனக்காக இருந்த அண்ணாச்சி திடீரென்று ஒரு நாள் காணாமல் போய்விட்டால் எப்படி இருக்கும்?

பெருமாள் அண்ணாச்சி யாரிடமும் எதுவும் சொல்லிக் கொள்ளாமல் எங்கோ போனது, என்னைத் தவிர அங்கு யாருக்குமே அதிர்ச்சியாக இல்லை. அவரைத் தெரிந்த நிறையப் பேரிடம் தேடிப்போய் விசாரித்தேன். ''அவரு இப்படிதாம்பா திடீர்னு காணாமப் போய்டுவாரு. அப்புறம் அவராவே வந்து நின்னுக்கிட்டு வேலை எதுவும் தர்றீயாம்பாரு. பெரிய நாடோடி ராஜா மாதிரி'' என்று சாதாரணமாகச் சொன்னார்கள்.

அப்படி என்றேனும் ஒருநாள் அண்ணாச்சி கண்டிப்பாகத் திரும்பி வருவார் என்று காத்திருந்த நாட்களில் எல்லாம் வராத அண்ணாச்சி, இரண்டு வருடங்கள் கழித்து மெரினா கடற்கரையில் திடுக்கென கண்முன் நின்றார். ஒரு கூட்டத்தோடு போயிருந்த நான் முதலில் அவரைப் பார்க்கவில்லை. பார்த்திருந்தாலும் எனக்கு அடையாளம் தெரிந்திருக்காது. ஏனெனில், என் கைகளைப் பிடித்து இழுத்து நிறுத்தியது ஒரு பலூன் வியாபாரி!

''ஏடே மாரி.... என்னியத் தெரியுதா? நாந்தாண்டே இருட்டுநாட்டு பெருமாள் அண்ணாச்சி!''

‘‘அண்ணாச்சி.... நீங்களா? எப்படி இருக்கீங்க, எங்க போனீங்க? என்னாச்சி?’’

அதுவா... ! எனக்கு அப்படித்தாண்டே எங்கேயாவது போகணும்னு தோணும். உடனே போய்டுவேன். அன்னைக்கு ராத்திரி ராமர், சீதையைத் தீக்குள்ள இறங்கச் சொல்ற மாதிரி பொல்லாத கனவு வந்து பாடா படுத்திட்டு. அதான் உடனே கிளம்பி ராமேஸ்வரம் போயிட்டேன். இப்போதான் இங்க வந்து பத்து நாளாச்சு. எங்கேயும் வேலை கிடைக்கலை. தங்குறதுக்கு இடமும் இல்ல. அதான் பத்து பலூன் வாங்கி கைல வெச்சுக்கிட்டு இங்கே பலூன்காரனா படுத்துக் கெடக்கேன்.

‘‘ஏன் அண்ணாச்சி இப்படி? ஊருக்குப் போக வேண்டியதுதானே!’’

‘‘அங்கெல்லாம் போவ முடியாதுடே... வேணும்னா உன்கூட வர்றேன். இங்க அடி வாங்க முடியலை. அர்த்தராத்திரியில வந்து பலூன் வித்த காச எவன் எவனோ கேக்கான். நான் பலூன் விக்கிறதுக்கு வெச்சிக்கல்ல..சும்மா வெச்சிருகேன்னு சொன்னா நம்ம மாட்டேங்கானுவ. பத்து பலூனைக் கையில வெச்சிக்கிட்டு கடலப் பாத்துக்கிட்டு சும்மா இருக்கலாம்னு இருந்தா, என்னன்னமோ சொல்லி, போறவன் வர்றவனெல்லாம் மிதிக்கிறானுவ... சரி எங்கேயாவது போவலாம்னா எங்கே போகணும்னு தோண மாட்டேங்குது. அது எப்போ தோணுதோ, அப்போதான் அங்கநான் போகமுடியும். இப்போ இந்த நொடி வலிக்கிற உடம்பு உன்கூட வரச் சொல்லுது... கூட்டிட்டுப் போடே..’’ என்றார் கண்களில் ஈரம் மினுங்க!.

‘‘சரி அண்ணாச்சி, நீங்க இங்கயே இருங்க. நான் ஒரு குடும்பத்தோட வந்திருக்கேன். அவங்ககிட்ட கேட்டுட்டு உங்களை வந்து கூட்டிட்டுப் போறேன்’’ என்று சொல்லி கூட்டத்தோடு

கூட்டமாகப் புகுந்து வந்தவன்தான். அண்ணாச்சியிடம் திரும்பிப் போகவே இல்லை. மறுநாள் சென்றேன். அண்ணாச்சி அங்கு இல்லை. அடுத்த நாள், அதற்கடுத்த நாள். ம்ஹூம்... அண்ணாச்சி இல்லவே இல்லை! நான் வருவேன் என்று எத்தனை நாள் கடலைப் பார்த்தபடியும் பலூனைப் பறக்கவிட்டபடியும் அண்ணாச்சி காத்திருந்தாரோ, காத்திருந்து காத்திருந்து கடைசியில் என்ன ஆனாரோ, எங்கு போனாரோ?

நினைத்துப் பார்த்தாலே கடலுக்குள் இருந்து கரை ஏறிய அலையொன்று 'பொளேர்' என்று முகத்தில் அறைவது போலிருக்கிறது. ஆனாலும் நல்லவேளை 'சித்தாளாகப் போனாலும் முதல்ல சினிமாவுக்குள்ள போயிடணும்' என்று அன்றைக்கு ஒரு சினிமா தயாரிப்பாளர் வீட்டில் வேலைக்காரனாகச் சேர்ந்து, நாய்க் கூண்டுக்கு அருகில் சங்கிலியிடாத நாயாக வாழ்ந்த நான், அங்கு அண்ணாச்சியை அழைத்துக்கொண்டு போய் கிழட்டு நாயாக்காமல் தப்பிக்க விட்டதில் எனக்கு நிறைவான நிம்மதிதான்.

17

சமீபத்தில் திருநெல்வேலி நண்பர்களோடு சேர்ந்து குறுக்குத்துறை ஆற்றுக்குக் குளிக்கச் சென்றேன். புதுமைப்பித்தன் குளித்தேறிய அந்தப் படிக்கட்டுகளில் ஒரு துயர நாடகத்தைப் போல அரங்கேறிக் கொண்டிருந்தது ஒரு காட்சி. ஆண்கள் கூட்டம் பின்னால் நகர்ந்து வர ஐம்பது, அறுபது பெண்கள் சேர்ந்து ஆற்று மண்டபத்துக்கு ஒரு அம்மாவை அழைத்து வந்தார்கள். அந்த அம்மாவுக்கு அதிகபட்சம் ஐம்பது வயது இருக்கலாம். அந்த அம்மாவின் தலையில் இருந்த மல்லிகைப்பூ, ஒரு பெரிய தோட்டத்தில் பூத்த மொத்தப் பூவாக இருக்க வேண்டும். அவ்வளவு பூ. அதைச் சுருட்டிச் சுருட்டி தலை முழுவதும் அப்படியும் இப்படியுமாக நிரப்பி வைத்திருந்தார்கள். அந்த அம்மாவின் இரு கைகள் கொள்ளாத அளவுக்குக் கண்ணாடி வளையல்கள். யாரோ பார்வையற்றவர் அள்ளிப் பூசியது போல நெற்றி நிறைய அவ்வளவு குங்குமம். உடம்பு முழுக்கச் சுற்றப்பட்ட பல வண்ணச் சேலைகள் என, குயவர் புதுசாகச் செய்து கொண்டுவந்த பேச்சியம்மன் சிலை போல அசைந்து வந்த அந்த அம்மாவை, மெல்லிய ஒப்பாரியோடு ஆற்றின் படிக்கட்டுகளில் அமரவைத்தார்கள்.

அந்த அம்மாவின் தலையில் சூட்டப்பட்டு இருந்த ஒரு கூடை மல்லிகைப் பூவை எடுத்து, நான்கு வெள்ளைச் சேலை கட்டிய பாட்டிகள் ஏதோ முனகியபடி ஆற்றில்விட்டார்கள். பிறகு அந்த அம்மாவின் இரண்டு கைகளையும் பிடித்துக்கொண்டு இரண்டு பாட்டிகள் குலுக்க, பல வண்ணங்களில் உடைந்து சிதறிய கண்ணாடி வளையல் துண்டுகள், படிக்கட்டுகளில் விழுந்து சிதறித் தெறித்து, ஆற்றோடு ஆழ்ந்துபோயின. உடலில் சுற்றியிருந்த பல வண்ணப் புடவைகளை ஒவ்வொன்றாக உருவி ஆற்றுக்குள் ஒரு முக்குமுக்கி படிக்கட்டில் தூரமாக வீசினார்கள். கடைசியாக அந்த அம்மாவின் தாலிக்கொடியை ஒரு பாட்டி கழற்ற ஆரம்பித்தபோது, அதுவரை வெறுமென சிலை போலிருந்த அந்த அம்மா, வெடுக்கென கண் விழித்து தாலிக்கொடியை இறுக்கமாகக் கொஞ்சநேரம் பிடித்து வைத்துக்கொண்ட அந்தக் காட்சி, அங்கு நின்ற அனைத்துப் பெண்களின் கண்களிலும் கண்ணீரை வரவழைத்துவிட்டது. சில பெண்களின் கை அவர்களை அறியாமல் அவர்களின் கழுத்தையும் அதில் தொங்கும் தாலியையும் தடவிக்கொடுத்தது தெரிந்தது. எப்படியோ அந்த அம்மாவின் கழுத்திலிருந்து தாலியைக் கழற்றியவர்கள், அதை ஒரு வெண்கலச் செம்புக்குள் போட்டார்கள். அப்புறம் அப்படியே அசையாமல் ஆற்றுக்குள் அந்த அம்மாவைக் கூட்டிக்கொண்டுபோய் ஒரு முக்கு முக்கினார்கள். அத்துடன் சரி. ஒரு வெள்ளைப் புடவையால் அந்த அம்மாவின் உடலை முழுவதும் சுற்றி, முகத்தையும் மூடி எந்த வண்ணமும் இல்லாமல் வெள்ளை வெளேரென அழைத்துக்கொண்டு போனார்கள்.

அவர்கள் போனதுக்குப் பின் நெடுநேரம் அந்த அம்மாவிடமிருந்து பிடுங்கி வீசப்பட்ட அத்தனை வண்ணங்களும் குறுக்குத்துறைப் படிக்கட்டிலிருந்து ஆற்றுக்குள் வடிந்துகொண்டிருந்தது. கணவனை இழந்துவிட்டாள் என்பதற்காக அந்த அம்மாவின் வண்ணங்களை

இவ்வளவு கட்டாயப்படுத்திக் கலைத்துப் போட வேண்டுமா எனத் தோன்றியது. மனைவியை இழந்துவிட்ட பெரும்பாலான ஆண்கள் மறுநாளே பரோலில் விடுதலையாகும்போது, கணவனை இழந்த பெண்கள் மட்டும் ஏன் வண்ணங்களை இழந்த விதவைகளாகி, ஆயுள் கைதியாக வேண்டும்? நடு ஆற்றுக்குள் நின்று யோசிக்க யோசிக்கத்தான் எனக்குப் புரிந்தது, பால்யத்தில் சிறுவனான என்னைச் சாட்சியாக வைத்து சுப்பக்கா ஊருக்குள் நிகழ்த்தி விட்டுப்போனது எவ்வளவு பெரிய சமூக யுத்தமென்று!

ஊரில் பெரியவர்கள் யாருக்குமே சுப்பக்காவைப் பிடிக்காது. ஆனால், குழந்தைகளைப் பொறுத்தவரையில் சுப்பக்காவை சூப்பர் ஸ்டார் என்றுதான் சொல்வார்கள்.

வயதுக்கு வந்து தாவணி கட்டிவிட்டாலும் அதை மடித்துக் கட்டிக் கொண்டு, அவள் எங்களோடு பாண்டி ஆட வருவாள். அதைவிட பெருசுகள் கண் அசந்த நேரத்தில் பசங்களுடன் மல்லுக்கட்டி சுப்பக்கா கபடிகூட ஆடியிருக்கிறாள். கையில் ஒரு கொத்து கொடுக்காப்புளி இருந்தால்போதும், பள்ளிக்கூடம் சென்று கொண்டிருக்கும் பிள்ளைகளை மறித்து, ''புள்ளைய்ளா அந்த போஸ்ட்ட போய் முதல்ல யார் தொடுதாவளோ, அவங்களுக்குதான் இந்தப் கொடுக்காப்புளி'' என்பாள். யார் போய் முதலில் போஸ்ட்டைத் தொட்டாலும் கொடுக்காப்புளி எல்லாருக்கும் நிச்சயம். 'மாமன் ஒரு நாள் மல்லிகைப்பூ கொடுத்தான்', 'செந்தூரப் பூவே...' என எங்கிருந்து எந்தப் பாடல் கேட்டாலும், அங்கிருந்தபடியே அந்தப் பாடலை அப்படியே பாடுவாள் சுப்பக்கா. அவள் பாடியதைக் கேட்டவர்கள், பார்த்தவர்கள் எல்லாரும் சொல்வார்கள், ''இந்தப் புள்ள குழந்தையா இருக்கும் போதே வயசுக்கு வந்துடுச்சா? இல்ல வயசுக்கு வந்த பெறவுதான் குழந்தையா மாறிச்சா? தெருவுல இப்படிக் கெடந்து ஆடுது!''

நான் நான்காவது படிக்கும்போது சுப்பக்காவுக்குக் கல்யாணம் நடந்தது. தாலி கட்டும்போது அவளை வெட்கப்பட வைக்க, ஒரு ஆணிடம் தலை குனிய வைக்க எல்லாரும் எவ்வளவு கஷ்டப்பட்டார்கள் என்பது இன்னும் ஊர் கூரையில் ஏறி நிற்கும் நகைச்சுவை. அன்று சிரிப்பும் விளையாட்டுமாக கணவன் வீட்டுக்குப் போனவள், நான் ஏழாவது படிக்கும்போது வெள்ளைச் சேலையோடு திரும்பிவந்துவிட்டாள். டிரைவரான கணவன் லாரி விபத்தில் மரணமடைந்த அன்று முதல், அழகான சுப்பக்கா அபசகுன சுப்பக்காவாக மாறி, வீட்டுக்குள்ளேயே முடங்கிவிட்டாள்.

தெருவில் நாங்கள் விளையாடிக்கொண்டு இருக்கும்போது வாசலில் நின்று வேடிக்கை பார்ப்பாள். அதைத் தாண்டி கூப்பிட்டாலும் வர மாட்டாள். அங்கு இருந்தபடியே எங்கள் விளையாட்டில் நடக்கும் கோல்மால்களுக்குச் சாட்சி சொல்வாள். நாங்கள் பாட்டு பாடினால் அவளும் பாடுவாள். தாகம் எடுப்பவர்களுக்கு தண்ணீர் கொண்டு வந்து கொடுப்பாள். நன்றாகப் பாடிய, ஆடிய குழந்தைகளைக் கூப்பிட்டு, வாசலுக்கு உட்பக்கம் இருந்தே முத்தங்களைக் கொடுப்பாள். நாளாக நாளாக வெளியே விளையாடிக்கொண்டிருந்த நாங்கள், ஆளில்லாத நேரங்களில் சுப்பக்காவின் வீட்டுக்குள் அவளோடு சேர்ந்து விளையாடத் தொடங்கினோம்.

ஒரு பெட்டியை எடுத்து நடுவீட்டில் வைத்துக்கொண்டு, அதில் உள்ளிருக்கும் அத்தனை வண்ணச் சேலைகளையும் எடுத்து உடுத்திக்கொண்டும், சின்னப் பெண் குழந்தைகளின் தலையில் இருக்கும் வாடிய மல்லிகைப் பூக்களை வாங்கி தலையில் சூடிக்கொண்டும், விதவிதமான கலர் பொட்டுகளை எல்லாருக்கும் வைத்துவிட்டு தானும் வைத்துக்கொண்டும், வீட்டுக் கதவை அடைத்துக்கொண்டு சுப்பக்கா எங்களோடு ஆடிய ஆட்டமும் பாடிய

பாடல்களும், இன்னும் அப்படியே நினைவின் தாழ்வாரத்தில் சொட்டிக்கொண்டிருக்கிற மழைத்துளிகள். "நான் இங்கே உங்ககூட சேலை கட்டி பூ வெச்சி விளையாண்டதை யார்கிட்டயும் சொல்லக்கூடாது" என்று சுப்பக்கா எங்களிடம் சொல்லித்தான் அனுப்புவாள். ஆனால், யார் சொல்லித் தெரியுமோ, அது எல்லாருக்கும் தெரிந்துவிடும். "வூட்டு ஆம்பிளையச் சுட்டு, ஆத்துல அள்ளிவுட்டு அத்தன மாசம்கூட ஆகல. எங்க வூட்டுப் பொம்பளைக்கு அதுக்குள்ளே பூ மேல, சீலை மேல ஆசை வந்துடுச்சி" என்று சுப்பக்காவின் அம்மா சுப்பக்காவைத் தீட்டித் தீர்ப்பதை ஊரே, "இந்தப் புள்ளை என்ன இப்படி இருக்கு" என்பதைப் போல வேடிக்கை பார்க்கும்.

சுப்பக்கா ஒருநாள் கூப்பிட்டு அவளுக்கு வந்த ஒரு கடிதத்தை என்னைப் படிக்கச் சொன்னாள். அவள் தோழி திருப்பூரிலிருந்து அவளுக்கு எழுதிய ஆறுதல் கடிதம் அது. ரொம்பவே நெருக்கமான தோழி போல. அவ்வளவு உருகி எழுதியிருந்தாள். படித்து முடித்ததும் சுப்பக்கா ஏதோ முடிவு எடுத்துவிட்டதான முகபாவனையில், "டேய், அக்காவுக்கு வயிறு வலிக்கிற மாதிரி இருக்கு. நாளைக்கு நீ கருங்குளத்துக்குப் பள்ளிக்கூடம் போறப்ப ஆஸ்பத்திரி வரைக்கும் என் கூட வர்றீயா?" என்று கேட்டாள். சுப்பக்கா கூப்பிட்டால் போகாமல் இருக்க முடியுமா? போனேன். சுப்பக்கா என் புத்தகப் பையை வாங்கி அதிலிருந்த புத்தகங்களை எல்லாம் எடுத்து வீட்டில் உள்ள ஒரு பெட்டியில் போட்டுவிட்டு அந்தப்பை நிறைய அவளுடைய சேலை ரவிக்கைகளை எடுத்து வைத்துக்கொண்டாள். எதுக்குக்கா புக்கெல்லாம் எடுத்துவைக்கிற? என்று கேட்டால், "நீ பள்ளிக்கூடத்துக்கா போகப் போற? என்கூட ஆஸ்பத்திரிக்குதானே வரப் போற... பேசாம வா!" என்று கூட்டிப்போனாள். கருங்குளம் ஆஸ்பத்திரிக்குப் போனதும் உள்ளே போகாமல் வெளியே

ரோட்டிலேயே நின்று கொண்டிருந்தவள், ''தம்பி, அக்கா ஊருக்குப் போறேன். இந்தா, இந்தக் காசை வெச்சுக்கிட்டு நீ வீட்டுக்குப் போ.. அங்கே அக்கா எங்கன்னு யார் கேட்டாலும் 'எனக்குத் தெரியாது. எங்கேயோ பஸ்ல ஏறிப்போச்சு'ன்னு சொல்லிடு. என்ன?' என்று என் கையில் சில்லறைக் காசைத் திணித்துவிட்டு ஓடிப்போய், அப்போது வந்த எலியாஸ் பஸ்ஸில் ஏறி, விருட்டென்று ஒரு மின்னலைப் போல மறைந்துவிட்டாள் சுப்பக்கா.

நான் வீட்டுக்குத் திரும்பி வருவதற்குள் மொத்தத் தெருவுமே கூடிவிட்டது. வருகிறவர், போகிறவர் என யார்யாரோ என்னை அடித்தார்கள். அடுத்தவர்கள் என்னை அடிக்கக்கூடாது என்பதற்காக அம்மா ஒரு கம்பை எடுத்து கொஞ்ச நேரம் அவள் கை வலிக்க என்னை விளாசினாள். ''எப்பா, ஆச்சி கேட்கம்லா... சொல்லுப்பா... அக்கா யார்கூடப்பா போனா?'' என்று சுப்பக்காவின் அம்மா என் காலில் விழுந்து அழுது புரண்டு கொண்டிருந்தாள். பதில் சொல்லாமல் அப்படியே குனிந்து நின்றதால், ஆளாளுக்கு என்னை அடித்து நையப் புடைத்தார்கள். வலி பொறுக்க முடியாமல் எனக்குத் தெரிந்த பதிலை அப்போதைக்குச் சொன்னேன்.

''அக்கா எலியாஸ் பஸ்ல ஏறிப் போச்சு!''

''எங்க போச்சு!''

''ஊருக்கு போச்சு!''

''எந்த ஊருக்கு?''

''எலியாஸ் பஸ் போற ஊருக்கு!''

''யார்கூடப் போச்சு?''

மறக்கவே நினைக்கிறேன்

''தனியாதான் போச்சு!''

''யாரைப் பாக்கப் போச்சு?''

''டாக்டரப் பார்க்க பேச்சு!''

''எந்த டாக்டர்?''

''வயித்து வலி டாக்டர்!''

இதே பதிலைத்தான் நாள் முழுக்க யார் கேட்டாலும் சொல்லிக்கொண்டே இருந்தேன் என்பதால் அவர்கள் ஓய்ந்துவிட்டார்கள். ஆனால் சுப்பக்காவைத்தான், ''எம்மா.. புருஷன் செத்து எட்டு மாசம் இருக்குமா? அதுக்குள்ளே இந்தப் புள்ளைக்கு ஆம்பள சோக்கு கேட்டிருக்கு பாரேன்!'', நல்லவேளை அவன் செத்தான்... அவன் உயிரோட இருந்தாலும் இவ வேற ஒருத்தன் கூட ஓடியிருப்பா போலிருக்க!'' என்று ஊர் வாய் கிழி கிழி என்று கிழித்தெடுத்துவிட்டது. வாய் வலிக்கும் வரை பேசினார்கள். அப்புறம் ''எங்கேயோ போய் தொலைந்தது'' என்று சுப்பக்காவை மறந்துவிட்டார்கள்.

அதன் பிறகு ஊரில் எந்த வீட்டிலிருந்து எந்த அக்கா கடைக்குக் கடுகு வாங்க என்னைக் கூப்பிட்டாலும், ''என்ன மகாராணி.. யார்கூட ஓடிப் போறதுக்கு அந்தப் பயலைத் தூதுக்குக் கூப்பிடுற?'' என்று அந்த அக்காவுக்கும் எனக்கும் அன்று வீட்டில் பூசைதான் நடக்கும். தெருவில் எப்போதாவது விளையாடிக்கொண்டிருக்கும்போது சுப்பக்காவின் அம்மா என்னைப் பார்த்தால் போச்சு.''என் குடியைக் கெடுத்துவிட்டு ஆட்டத்தைப் பாரு'' என்று மண்ணை அள்ளி வானத்தைப் பார்த்து வீசுவாள்.

நல்லவேளையாக நான் ஏழாப்பு படிக்கும்போது ஓடிப்போன சுப்பக்கா, நான் ஒன்பதாப்பில் இருந்தபோது, திரும்பிவந்துவிட்டாள். எல்லாருக்கும் ஆச்சர்யம். காரணம், சுப்பக்கா அப்போதுதான் வயசுக்கு வந்தவளைப் போல மாறி அவ்வளவு ஜொலிஜொலிப்பாக இருந்தாள். ஆனால், வந்தவள் சும்மா வரவில்லை... யார் என்ன கேள்வி கேட்டாலும் பதில் சொல்ல பத்து பெண் தோழிகளை உடன் அழைத்து வந்திருந்தாள். அந்தப் பட்டாம்பூச்சி குழாம், ஊராரின் வாயை எதுவும் சொல்லவிடாமல் அடைத்துவிட்டது. திருப்பூருக்குச் சென்று ஒரு புடைவைக் கடையில் இத்தனைநாள் வேலை பார்த்ததாகவும், தன்னோடு வந்திருக்கும் தோழிகள் அவளோடு வேலை பார்க்கும் பெண்கள் எனவும் எல்லாருக்கும் அறிமுகப்படுத்திவைத்தாள். சாஸ்திரம், சம்பிரதாயம், பெண்ணொழுக்கம் பேசிய எந்த வாயும் எந்தக் கேள்வியும் கேட்டு அவளிடம் வாயைத் திறக்கவில்லை. எல்லாமே 'ஆ'வென வேடிக்கை பார்த்துக்கொண்டிருந்தது. அந்த நேரத்தில் கூட்டத்தோடு கூட்டமாக நின்று வேடிக்கை பார்த்துக்கொண்டிருந்த என்னை சுப்பக்கா அடையாளம் கண்டுபிடித்து அழைத்தபோது, விடலைப் பையனாக வளர்ந்திருந்த எனக்குக் கூச்சமாகிவிட்டது. நகராமல் அப்படியே சிரித்தபடி நின்றுகொண்டிருந்த என்னை, கையைப் பிடித்து இழுத்துக் கொண்டு போய் அவளோடு திண்ணையில் உட்கார வைத்துக்கொண்டாள்.

"நான் போனதுக்கு அப்புறம், உன்னை ரொம்ப அடிச்சாங்களா மாரி?"

"ஆமாக்கா!"

"நீ என்ன சொன்ன?"

‘‘நீங்க பஸ்ல ஏறிப் போனதாகச் சொன்னேன்!’’

‘‘எங்க போனேன்னு சொல்லலியா?’’

‘‘எனக்குத் தெரியாதே.. அதான் சொல்லலை!’’

‘‘திருப்பூர்ல இருந்து வந்த லெட்டரை நீதானே வாசிச்ச. அதைச் சொல்லலியா?’’

‘‘யோசிச்சு யோசிச்சுப் பார்த்தேன். அந்த ஊர் பேர் வாயில வரலை. அதான் சொல்லலை!’’

‘‘வந்தா சொல்லியிருப்பியா?’’

‘‘ம்ம்ம். கண்டிப்பா சொல்லியிருப்பேன், ஏன்னா அவ்ளோ அடி வெளுத்தெடுத்துட்டாங்க!’’

எல்லாரும் நாங்கள் இருவரும் பேசுவதை ஏதோ ஒரு நாடகத்தைப் போல வேடிக்கை பார்த்துக்கொண்டிருந்தபோது, சுப்பக்கா அவள் வாய்வரை வடிந்த கண்ணீரோடு என் கன்னத்தில் அழுத்தமாக ஒரு முத்தம் கொடுத்தாள். எல்லாருக்கும் கேட்டுவிட்ட அந்த முத்தத்தின் ‘ப்ச்’ என்ற சத்தம்தான் சுப்பக்காவின் ‘விடுதலைப் பறை’ என்பது இப்போது புரிகிறது எனக்கு!

18

ஏற்காட்டில் உள்ள ஒரு தேவாலயத்தில் நண்பன் முகுந்தனைப் பார்க்கச் சென்றிருந்தபோது முகுந்தனின் ஆறு வயது மகள் சொன்னாள், "சிலுவையில் தொங்குற யேசு தாத்தாவைவிட பரிசும் முத்தமும் குடுக்கிற கிறிஸ்துமஸ் தாத்தாவைத்தான் எனக்கு ரொம்பப் பிடிக்கும். அங்கே பாருங்க... யேசு தாத்தா அப்பாவி ஆட்டுக்குட்டி மாதிரிதான் இருக்காரு. ஆனா, கிறிஸ்துமஸ் தாத்தாவைப் பார்த்தா எனக்கு மான் குட்டி ஞாபகம்தான் வரும்!" அவள் சொன்னது சரிதான். அவ்வளவு துயரப்பட்ட கடவுளின் கரங்களை வலுப்படுத்த வந்த, எவ்வளவு சந்தோஷமான இறைக்கிழவர் இந்த கிறிஸ்துமஸ் தாத்தா!

சிறு வயதில், எனக்கு கிறிஸ்துமஸ் தினத்தோடும் கிறிஸ்துமஸ் தாத்தாக்களோடும் பெரிய பரிச்சயம் இல்லை. அக்கா சர்ச்சுக்கு போய்விட்டு வந்து ஒரு கேக் துண்டை நீட்டுவாள். பல் துலக்காமல், குளிக்காமல் அதை அப்படியே சாப்பிடுவேன். அப்போது அக்கா ஒரு வேத வசனத்தைச் சொல்லி, தலையில் ஒரு கொட்டும் வைப்பாள். அதோடு கிறிஸ்துமஸ் தினத்தின் மீதிருந்த வசீகரம் வடிந்துவிடும்.

ஆனால், கல்லூரிக்கு வந்த பிறகுதான் அந்த நாளின் பிரமாண்டமும் பேருண்மைகளும் நண்பர்களால் எனக்குள் விரியத் தொடங்கியது. எத்தனை நண்பர்கள், எத்தனை தேவாலயங்கள், எத்தனை

மெழுகுவர்த்திகள், எவ்வளவு ஜெபம், எவ்வளவு காதல், எவ்வளவு சந்தோஷம், எவ்வளவு சண்டைகள், அன்றைய நாளில் என்னைத் தேடிவந்து கைக்குலுக்கி வாழ்த்து சொல்கிற எத்தனையோ கிறிஸ்துமஸ் தாத்தாக்களின் முகமூடி பொதிந்த சித்திரம், நிறைய நாட்களுக்கு அடி நெஞ்சில் ஆழமாகப் போட்டுவைத்த கூழாங்கற்களாக உருண்டுகொண்டு கிடக்கும். 'தங்க மீன்கள்' படப்பிடிப்புக்காக மாதக்கணக்காக நாகர்கோயிலில் தங்கியிருந்த போது அண்ணன் ஸ்டாலின் ஃபெலிக்ஸ் மார்த்தாண்டத்துக்கு அருகில் உள்ள தன் கிராமத்துக்கு ஒரு கிறிஸ்துமஸ் தினத்துக்கு அழைத்துப் போயிருந்தார். அங்கு எல்லாருடைய வீட்டிலும் ஒரு நட்சத்திரம், ஒரு குடில், ஒரு கிறிஸ்துமஸ் தாத்தா என்று மொத்த ஊரையும் பார்த்தபோது, பால் குடிக்கும் கன்னுக்குட்டியின் மூக்கைத் தொட்டுவிட்ட ஒரு குழந்தையின் குறுகுறுப்பு ஓடியது எனக்குள். சுற்றுவட்டார மக்கள் அனைவரும் அந்த இரவில் தங்கள் வாகனங்களை எடுத்துக்கொண்டு ஊர்ஊராக கிறிஸ்துமஸ் குடில் பார்க்கப் போகிறார்கள். எல்லா ஊர்களிலும் தெருவெங்கிலும் ஆடியபடி நிற்கும் எத்தனையோ கிறிஸ்துமஸ் தாத்தாக்கள் ஓடிவந்து கட்டியணைத்து எல்லாருக்கும் வாழ்த்து சொல்கிறார்கள். கூடவே சேர்ந்து நடனமாடுகிறார்கள்.

ஸ்டாலின் ஃபெலிக்ஸ் அண்ணனின் தலைமுடியை ஒரு கிறிஸ்துமஸ் தாத்தா அண்ணனுக்குத்தெரியாமல்வந்துகலைத்துவிட்டு,தன்முகமூடியைப் பிடித்துக்கொண்டு ஓடினார். ஓடுகிற கிறிஸ்துமஸ் தாத்தாவைப் பார்த்துச் சிரித்துக்கொண்டு சும்மா நின்ற அண்ணனிடம் கேட்டேன்.

''எதுக்குண்ணே அந்த கிறிஸ்துமஸ் தாத்தா உங்க முடியைக் கலைச்சிட்டு ஓடுறார்?''

''ஒருவேளை அந்த கிறிஸ்துமஸ் தாத்தா என்கூட நல்லாப் பழகிய பள்ளித் தோழனாகவோ, கல்லூரித் தோழனாகவோ இருக்கலாம்.

அதான் அப்படி வந்து விளையாடிவிட்டுப் போறார்!''

''நீங்க போய் யார்னு பாக்கலையா?''

''ஐயையோ... பார்க்கக் கூடாது. இன்னைக்கு இங்கே இருக்கிற எந்த கிறிஸ்துமஸ் தாத்தா முகமூடியைத் தூக்கிப் பார்த்தாலும் இந்த ராத்திரி பொய்யாகிவிடும். ஒருவேளை அந்த கிறிஸ்துமஸ் தாத்தா என் நண்பனா இல்லாம, எனக்குப் பிடிக்காத, நான் வெறுக்குற ஒரு ஆளா இருந்துட்டா''

''இருந்துட்டா?''

அண்ணன் சொன்ன அந்த 'இருந்துட்டா' என்ற வார்த்தையில்தான் என் பல கிறிஸ்துமஸ் இரவுகள் வேகவேகமாக முட்டிக்கொண்டு உருண்டு புரண்டன. அதில் எனக்கு மட்டும் பிரத்யேகமாக தன் முகமூடியைக் கழட்டிக் காட்டிய ஒரு கிறிஸ்துமஸ் தாத்தாவின் முகம் டிசம்பர் மாத குளிராகப் புத்திக்குள் ஊடுருவியது.

அந்த நொடியிலேயே கசியத் தொடங்கியது ஒரு காதலின் துயரம்!

தீபாவளிக்கு முந்தைய இரவா... புஷ்பலதா ஞாபகம். பொங்கலுக்கு முந்தைய இரவா... அது ராஜிக்கு. ரம்ஜானுக்கு முந்தைய இரவா...நிச்சயம் பாத்திமாவின் ஞாபகம் வந்துவிடும். கிறிஸ்துமஸுக்கு முந்தைய இரவென்றால் சொல்லவே வேண்டாம்... அன்று முழுக்க ஜோவின் ஞாபகம்தான். ஆனால், ஞாபகம் ஞாபகமாகவே இருந்து யாருக்கும் தெரியாமல் மூச்சுக் காற்றாக மாறி, நுரையீரலுக்குள் போய் தங்கிவிட்டால் பரவாயில்லை. அது ஒரு இளையராஜா பாடலாக மாறி கண்ணுக்குத் தெரிவதைப் போல காற்றில் மிதக்கும்போதுதான் பிரச்சனை தொடங்குகிறது. அப்படித்தான் ஒரு கிறிஸ்துமஸுக்கு முந்தைய இரவில் என் வாழ்க்கையைப் பெரிய போர்க்களமாக்கிவிட்டு, ஒரு வருஷமாகக் காணாமல் போன

ஜோவைப் பார்க்க வேண்டுமென்றால் மேற்குத் தொடர்ச்சி மலை அடிவாரம்வரை போய்வர வேண்டும். அங்குதான் இருந்தது ஜோவினுடைய கிராமம். துணைக்கு நண்பனையும் அழைத்தேன்.

‘‘என்னன்னு தெரியலடா... உடனே பாக்கணும்போல இருக்கு. இன்னைக்குக் கண்டிப்பா சர்ச்சுக்கு வருவா. ஒரு ஓரமா நின்னு கூட்டத்தோடு கூட்டமாப் பார்த்துட்டு வந்துரலாம்... வாடா!’’

‘‘எவ்வளவோ பிரச்சனை நடந்துருக்கு. இப்போ அவ எப்படி இருக்காளோ? என்ன ஆச்சோ? நல்ல நாளும் பொழுதுமா அவங்ககிட்ட போய் மாட்டிக்கணுமா? சிக்குனா, நம்ம தலைதான் அவனுங்களுக்கு கிறிஸ்துமஸ் கேக் பார்த்துக்கோ..!’’

நான் தனியாகவே கிளம்பிவிட்டேன். பிறகு, வேறு வழியில்லாமல் பின்னாடியே ஓடிவந்து சேர்ந்துகொண்டான் நண்பன். வந்தவன் சும்மா வரவில்லை. இரண்டு கத்திகளைக் கைவசம் எடுத்து வந்திருந்தான்.

‘‘இது எதுக்குடா?’’

‘‘டேய் பண்டிகை ராத்திரி போறோம். எல்லாப் பயலும் போதையிலதான் இருப்பானுங்க. ஒரு பாதுகாப்புக்கு இருக்கட்டும். வெச்சுக்கோ’’ என்று, அவன் இடுப்பில் ஒன்றும் என் இடுப்பில் ஒன்றும் செருகிவைத்தான். இப்போது புத்திக்குள்ளும் தைரியமாக ஒரு கத்தி பளபளக்க, நடு இரவில் நாங்கள் அந்த ஊரில் போய் இறங்கினோம். ‘‘மச்சான் பார்த்தவுடனே கௌம்பிடணும்..அங்கே நின்னு டூயட் பாடணும்னு அடம்பிடிச்சே, என் இடுப்புல இருக்கிற கத்தி உனக்குத்தான்’’ என்று தேவாலயத்தின் வழியைச் சரியாகக் கண்டுபிடித்துக் கூட்டிப் போனான்.

அந்தச் சின்ன ஊருக்கு அது பெரிய தேவாலயம்தான். தேவாலயம் முழுவதும், ‘‘மெர்ரி மெர்ரி கிறிஸ்துமஸ்... ஹேப்பி ஹேப்பி

கிறிஸ்துமஸ்''தான் கேட்டுக்கொண்டிருந்தது. கூட்டம் கூட்டமாக மக்கள் தேவாலயத்துக்கு வந்துகொண்டே இருந்தார்கள். தேவாலயத்தின் பிரதான வாசலில், கிறிஸ்துமஸ் தாத்தா எல்லாருக்கும் பரிசுகளைக் கொடுத்தபடியும் வாழ்த்துகளைச் சொன்னபடியும் மக்களைப் பரிவோடு தேவாலயத்துக்குள் அனுப்பிக்கொண்டிருந்தார். நாங்கள் அவருக்கு எதிரே உள்ள இன்னொரு வாசலில், அப்பாவி தேவ பிள்ளைகளைப் போல நின்றுகொண்டிருந்தோம். எங்களைக் கடந்து குழந்தைகள், பெண்கள் என எல்லாரும் பலூன்களைப் பறக்கவிட்டபடி போய்க்கொண்டிருக்க, கத்தியோடு நிற்கும் எங்கள் உடல் அப்படி நடுங்கியது. நாங்கள் அதைக் குளிருக்கு நடுங்குவதாக நம்பி தொடர்ந்து நடுங்கவிட்டோம்.

நேரம் செல்லச் செல்ல அந்த ஊரில் எல்லோரையுமே பார்த்துவிட்ட மாதிரி இருந்தது. ஆனால், ஜோ மட்டும் கண்ணில் அகப்படவில்லை. ஒரு விடிவெள்ளியைப் போல ஒருமுறை தூரத்தில் அவள் தெரிந்தால் போதும். பார்த்துவிட்டு நாங்கள் கிளம்பிவிடுவோம். ஆனால், அவள் தெரியவில்லை. ''மெர்ரி மெர்ரி கிறிஸ்துமஸ்,ஹேப்பி ஹேப்பி கிறிஸ்துமஸ்'' மிகச் சரியாக 12 மணிக்கு அந்த தேவாலயத்துக்குள் பாலகன் யேசு பிறந்துவிட்டார். மக்களின் பிரார்த்தனைக் குரல் வலுக்கக் கேட்டது.அந்த நேரத்தில்தான் யாரோ எங்களை அழைப்பதும் எங்களுக்குக் கேட்டது. திரும்பிப் பார்த்தால், கிறிஸ்துமஸ் தாத்தா.

''மகிழ்ச்சியின் குழந்தைகளே. உங்களை ரட்சிக்கவே, இதோ பரலோகத்தில் இருந்து பாலகன் அவதரித்திருக்கிறார். வாருங்கள்... எல்லாரும் அவரை மகிழ்ச்சியுடன் வரவேற்போம். மெர்ரி மெர்ரி கிறிஸ்துமஸ்... ஹேப்பி ஹேப்பி கிறிஸ்துமஸ்...'' என்று சாக்லேட்டுகளை அள்ளி, கைகளில் திணித்தார். நண்பன் அவருக்குக் கைக்குலுக்கி, 'ஹேப்பி கிறிஸ்துமஸ்' சொன்னான். அவர் சிரித்தார்.

"ஏன் இப்படி வெளியே நிற்கிறீர்கள்? வாருங்கள், வந்து எல்லோருக்குமான பிரார்த்தனையில் கலந்துகொள்ளுங்கள்!" எங்கள் கைகளைப் பிடித்துக்கொண்டு ஏற்கனவே பழக்கப்பட்டவரைப் போல தேவாலயத்துக்குள் அழைத்தார். அந்த நேரத்தில் அவரிடமிருந்து தப்பிப்பதற்காக, "நாங்கள் ஒரு நண்பருக்காகக் காத்திருக்கிறோம். அவர் வந்ததும் வருகிறோம்" என்று சொல்லித் தப்பிக்க முயன்றோம். ஆனால், தாத்தா எங்களை விட்டபாடில்லை. "எல்லாரும் உள்ளேதான் இருக்கிறார்கள். நீங்கள் தேடுகிற, நான் தேடுகிற நண்பராய் கர்த்தர் உள்ளேதான் இருக்கிறார் வாருங்கள்" என்றபடி என் கைகளை இன்னும் அழுத்தினார் தாத்தா. அந்த அழுத்தம் நெருக்கமான ஒருவர் வாஞ்சையோடு தரும் அழுத்தத்தைப் போலிருந்தது. என்ன செய்வதென்று தெரியாமல் இருவரும் ஒருவரை ஒருவர் பார்த்துக்கொண்டு நின்றோம்.

"மாப்ள நீ போ... அப்படியே உள்ளே ஒரு ரவுண்ட் பாத்துட்டு, உடனே வெளியே வந்துரு. நான் வெளியே வெயிட் பண்றேன்" என்று நண்பன் கண்ஜாடை காட்ட, நான் கிறிஸ்துமஸ் தாத்தாவோடு தேவாலயத்துக்குள் நுழைந்தேன். உண்மையாகவே உள்ளே பாலகன் யேசு பிறந்ததைப் போலிருந்தது மக்களின் பரவசம். அந்தப் பரவசத்தைப் பார்க்கும்போது, இடுப்பில் இருந்த கத்தி இதயத்துக்கு இடம் மாறியதைப் போல் இருந்தது. எனக்கு கிடைத்த கொஞ்ச நேரத்தில் எல்லாத் திசைகளிலும் ஜோவைத் தேடினேன். என் பின்னாடி இருந்த கிறிஸ்துமஸ் தாத்தா நான் யாரையோ தேடுகிறேன் என்பதைப் புரிந்து கொண்டவரைப் போல என்னை அழைத்து, உள்ளே ஒரு திசையை நோக்கி கைக்காட்டிப் பார்க்கச் சொன்னார்.

அந்தத் திசையில் பாலகனாகப் படுத்திருக்கும் யேசுவுக்கு முன் முழங்காலிட்டு முழு மாதக் கர்ப்பிணியாக ஒரு பெண் கண்ணீர் சிந்தி ஜெபித்துக்கொண்டு இருந்தாள். கிறிஸ்துமஸ் தாத்தா என்னை உற்றுப்

பார்த்தார். நான் அந்தப் பெண்ணை உற்றுப் பார்த்தேன். அவள், நான் தேடி வந்த ஜோ!

கண்களை மூடியபடி ஓர் உக்கிரமான 'விடுதலையின்' ஜெபத்தில் இருந்தாள்.

"மாரி எப்படி இருக்க?" என்று கிறிஸ்துமஸ் தாத்தா அப்போது தன் முகமூடியைக் கழட்டினார். எனக்கு அவரை ஏற்கனவே தெரியும். அவர் ஜோவின் தாய் மாமா. முன்பே என்னோடு பேசியிருக்கிறார். ஒருமுறை தேநீர்கூட அருந்தியிருக்கிறார். ஜோவும் நானும் பிரியும்போது அவர்தான் சாட்சியாக இருந்தார். ஜோவை இதே சர்ச்சில் வைத்துத் திருமணம் செய்துகொண்டவரும் அவரேதான். தலையைக் குனிந்து கொண்டு நின்றேன். என் கைகளைப் பிடித்துக் குலுக்கி அழுத்தமாக 'ஹேப்பி கிறிஸ்துமஸ்' என்றார். கண்ணீர் முட்ட நானும் 'ஹேப்பி கிறிஸ்துமஸ்' என்றேன். சின்னச் சிரிப்போடு முகமூடியை மாட்டிக்கொண்டு எதுவும் சொல்லாமல் கிறிஸ்துமஸ் தாத்தாவாக விலகிப் போனார்.

அந்த முகம், அந்தச் சிரிப்பு, அந்த வாழ்த்து, அந்த ஆசீர்வாதம், அந்த ஜெபம், அந்த இரக்கம், அந்தக் காதல் என எல்லாமே, இதயத்துக்கு அருகில் பதுங்கியிருந்த கத்தியை ஒரு நொடியில் இதயத்துக்குள்ளாகவே பாய்ச்சிவிட்டது. அப்படியே அங்கிருந்து சத்தம் இல்லாமல் வெளியேறிவிட்டேன்.

வெளியே காற்றில் தெளிவாகக் கேட்டது, ஜோ எப்போதோ என்னிடம் சொன்ன வார்த்தைகள்..."நான் எப்போது மண்டியிட்டு ஜெபித்தாலும், அது உனக்கு மட்டுமாகத்தான்"

19

"என் திரைப்படங்களில் ஒரு படத்தின் ஃபிலிம்ரோல் கூட இப்போது என்னிடம் இல்லை!" ஒரு சினிமாமேடையில் இயக்குநர் பாலுமகேந்திரா சார் சொல்லி வருந்திய அடுத்த வாரம், நான் 'கற்றது தமிழ்' படத்தின் ஃபிலிம்ரோல் பெட்டியைத் தேடி, கார்மேகம் தாத்தாவைப் பார்க்கப் போயிருந்தேன்.

தமிழ் சினிமாவுக்கு என்ன வயசோ அவ்வளவு வயசு இருக்கும் கார்மேகம் தாத்தாவுக்கு. இன்னும் திருநெல்வேலி நெல்லை லாட்ஜில் உள்ள ஒரு சின்ன அறையில் சுருள் சுருளாகச் சிதறிக்கிடக்கும் ஃபிலிம் ரோல்களோடும், துருப்பிடித்த தகரப் பெட்டிகளோடும், 'கண்ணன் என் காதலன்' காலத்துக் கசங்கிய சுவரொட்டிகளுடனும், வழுக்கைத் தலையோடும், ஓட்டைகளும் அழுக்கும் நிறைந்த பனியனோடும் கார்மேகம் தாத்தா வீற்றிருந்தார். நான் சென்றபோது, உடல் நடுங்க ஒவ்வொரு பெட்டியையும் உடைத்து ரீல் தனியாகவும், அந்தத் தகர டப்பாவைத் தனியாகவும் பிரித்து அத்தனையையும் எடைக்குப் போட்டுக்கொண்டிருந்த அந்தத் துயரம், எந்த சினிமா ரசிகனும் நேரில் பார்க்கக் கூடாத காட்சி.

"கற்றது தமிழ்'னா சூப்பர் குட் சௌத்ரி சாரோட பையன் தாடியோட நடிச்சானே... அந்தப் படம்தானே தம்பி?' என்று தாத்தா கேட்டது. எனக்கு அவ்வளவு பிடித்திருந்தது. ஆனால், அப்படியே உள்ளே அடுக்கியிருந்த எல்லாப் பெட்டிகளையும் ஒருமுறை பார்த்துவிட்டு, 'ஆனா, அந்தப் பெட்டி நம்மகிட்ட வரலியே தம்பி' என்று சொன்னது எனக்குப் பெரும் ஏமாற்றம். 'கவலைப்படாதீங்க தம்பி. இது எல்லாத்தையும் கொண்டுபோய் எடைக்குப் போட்டுட்டு நாளைக்கு மதுரைக்குப் போவேன். அங்க இருந்தாலும் இருக்கும். இல்லேன்னா, சேலத்துல கண்டிப்பா இருக்கும். இருந்தா, நானே வாங்கிட்டு வந்து தர்றேன்!" என்று சொல்லிவிட்டு வேகவேகமாக எடை போடச் சென்றுவிட்டார்.

'கேப்டன் பிரபாகரன்'ல எத்தனை, நாலா இருக்கு? ஒண்ணை மட்டும் எடுத்துவெச்சிட்டு மூணை உடைச்சிரு. அப்புறம் அது என்ன படம்? ராசா மகனா, செந்தமிழ்ச் செல்வனா..? எதுவா இருந்தாலும் உடைச்சிரு. இந்தா... இந்தப் பக்கம் இருக்கு பாரு நிறைய சாமி படம். அத்தனையும் பிரிச்சு எடுத்துப் போட்ரு' என்று, தாத்தா இரண்டு வாலிபர்களை விரட்டிவிரட்டி வேலை வாங்கிக்கொண்டிருந்தார். அவர்கள் ஒவ்வொரு பெட்டியையும் உடைத்து தகர டப்பாவைத் திறந்து ஒரு மனிதனின் குடலை உருவுவதைப் போல டப்பாவிலிருந்து ரீலை உருவி எடுத்தபோது, தாத்தா தன் முகத்தை வேறுபக்கம் திருப்பிக்கொண்டு வேலை பார்த்தபோது, அம்மா அப்பாவைப் பிரிந்து செல்கிற சிறு குழந்தையின் கைவிரல் நடுக்கம் இருந்தது தெளிவாகத் தெரிந்தது.

"எதுக்கு தாத்தா, இப்படி எல்லா ரீலையும் எடைக்குப் போடுறிய? என்னை மாதிரி யாராவது தேடி வந்தாங்கன்னா... என்ன பண்ணுவீங்க?"

‘‘வந்தா எனக்கென்ன! அவனுவ வருவானுவன்னு எத்தனையோ வருஷமா, அத்தனை ரீலையும் நெஞ்சுக்கூட்ல போட்டுக்கிட்டு இவ்வளவு நாளா இருமிட்டு இருந்தது போதும். லாட்ஜ்காரன், ரூமைக் காலி பண்ணச் சொல்லிட்டான். ‘வீட்டுக்கு ரீலோட வந்த... உன் குடல உருவிடுவேன்’னு பெத்தப் புள்ள சொல்லிட்டுப் போய்ட்டான். அப்புறம் என்னத்துக்கு இதை வெச்சுக்கிட்டு இருக்கணும். எல்லாத்தையும் எடைக்குப் போட்டுட்டு எங்கேயாவது சாமியாராப் போயிடலாம்னு தோணுது!’’

‘‘இது அவ்வளத்தையும் எடைக்குப் போட்டா எவ்வளவு கிடைக்கும்?’’

‘‘என்ன பெருசா கிடைக்கும்.. ஒரு கேனுக்கு 30 ரூபா. ஏழு கேனு.. ஒரு பெட்டிக்கு 210 ரூபா கிடைக்கும். அது போக, அந்த கேனோட தகரம் கிலோ 50 ரூபா போகும். அவ்வளவுதான். அழுத்திச் சொன்னா, ரொம்ப ரொம்பக் கஷ்டமா இருக்குப்பா. போன வாரம் ‘பெருமாள்’னு ஒரு புதுப் படம்.. சுந்தர்.சி நடிச்சது. 60000 ரூபாக்கு வாங்கி, 1700 ரூபாக்கு எடைக்கு வித்தேன்,’’ என்று சொல்லி முடிக்கும்போது கார்மேகம் தாத்தாவுக்கு அழுகையே வந்துவிட்டது. அங்கு நின்றுகொண்டு அவர் அழுவதை எந்தச் சலனமும் இல்லாமல் வேடிக்கை பார்த்துக்கொண்டிருக்க, நான் என்ன ஒற்றை ஊமை மஞ்சனத்தி மரமா? ‘கற்றது தமிழ்’ பெட்டி கிடைச்சா கண்டிப்பா வாங்கிக் கொடுங்க தாத்தா’ கையிலிருந்த 2000 ரூபாயை, தாத்தாவிடம் கொடுத்துவிட்டு வேகமாகத் திரும்பி வந்த நொடியிலிருந்து, மண்டைக்குள் சிக்குண்டு சுழலத் தொடங்கியது பால்யத்தின் ஃபிலிம் சுருள்கள்.

ஒரு காலத்தில், அந்த அழுக்கேறிய துருப்பிடித்து சிதறிக்கிடக்கும் தகர டப்பாவுக்குள் இருக்கும் ஃபிலிம் சுருள்களில் வெறுமனே

ஒளிபிம்பங்கள் மட்டுமா இருந்தது? எவ்வளவு கனவு, எவ்வளவு ஆசை, எவ்வளவு சந்தோஷம், எவ்வளவு வியப்பு, எவ்வளவு விடுதலை, எவ்வளவு காதல்? எளிய மனிதர்களின் வாழ்க்கையல்லவா அந்த ஒளி வெள்ளத்தில் சுருள்சுருளாகச் சுற்றிக்கொண்டு இருந்தது? இப்போது வாய் கூசாமல் சிலர் சினிமாவைப் 'பொழுதுபோக்கு' என்று சொன்னால், அருவியை 'நீர்வீழ்ச்சி' என்று சொன்னால் பதறும் விக்ரமாதித்தனின் நெஞ்சைப் போல, அப்படிப் பதறுகிறது மனசு. சத்தியமாக எங்கள் ஊரில் சினிமா, அன்றைய நாட்களில் கொண்டாட்டமாக, அரசியலாக, பக்தியாக, காதலாக, கண்ணீராக, நீந்தும் நினைவின் கடலாக இருந்தது. அந்தக் கடலின் நினைவலைகளில் நிறைய பாண்டியன் அண்ணன்கள், 'லூஸுப் பாண்டியன்' களாக நீந்திக்கொண்டிருந்த கதைகளும் உண்டு.

பாண்டியன் அண்ணன் டி.ராஜேந்தர் ரசிகராக இருந்ததில் யாருக்கும் எந்த பிரச்சனையும் இல்லை. அவர், மலர் அக்காவை ஒருதலையாக ஒருதலைராகத்தில் காதலித்ததுதான் ஊருக்குள் பெரிய வரலாற்றுச் பிரச்சனை ஆகிப்போனது. மலர் அக்கா, அப்போதே ஊரில் நர்ஸ் வேலைக்குப் போனவள் என்பதால், பாண்டியன் அண்ணனின் டி.ராஜேந்தர் தாடியும் அவரது சோகமும் அவளுக்கு அவ்வளவு அருவருப்பு. ஆச்சிமுத்தா கோயிலில் வைத்து 'கடவுள் வாழும் கோயிலிலே கற்பூர தீபம்...' என பாண்டியன் அண்ணன் பாடியபோது, செருப்பைக் கழட்டிக் காட்டியவள் மலர் அக்கா. அவள் ஆற்றங்கரைக்கு வந்தபோது, 'நானும் உந்தன் உறவை, நாடி வந்த பறவை..' என்று பாண்டியன் அண்ணன் அவளைப் பார்த்துக் கொண்டும் ஒரு பக்கமாக வாயைக் கோணிக்கொண்டும் பாடியபோது, எதையும் யோசிக்காமல் சப்பென்று அறைந்தேவிட்டாள்.

பாண்டியன் அண்ணனுக்கு, அது பிரச்சனையாகவோ, வருத்தமாகவோ தெரியவில்லை. மலர் அக்காவுக்குத்தான் அது

அவமானமாகப் போய்விட்டது. எல்லாரும் கூடிப் பேசி, மலர் அக்காவை அவசர அவசரமாக அம்மன்புரத்தில் உள்ள போலீஸ்காரருக்குத் திருமணம் செய்துவைத்தார்கள். ஆனால், அந்தத் திருமணம், பாண்டியன் அண்ணனின் ராகத்தையோ தாளத்தையோ எந்தத் தொந்தரவும் செய்யவில்லை. அவர் தொடர்ந்து தன் தனிமையை, தன் காதலை வானம்பாடி போல தனக்குத்தானே இசைத்துக்கொண்டேதான் அலைந்தார்.

மலர் அக்காவுக்கு முதல் குழந்தை பிறந்து அதற்கு மொட்டை போடும் வரை, நிறைய பாடல்களும் நிறைய பல்லவிகளுமாக ஒரு பாகவதரைப் போல ஊருக்குள் அலைந்த பாண்டியன் அண்ணன். திடீரென்று ஒரு பெண்ணைத் திருமணம் செய்துகொண்டது எங்களுக்கு ஆச்சர்யமில்லை. மாறாக, 'ஒருதலை ராகம்' கதாநாயகன் சங்கரைப் போல இருந்த பாண்டியன் அண்ணன் தன்னுடைய திருமணத்தன்று, 'தங்கைக்கோர் கீதம்' படத்தைத் திரைகட்டி ஊருக்கு நடுவில் போட்டதுதான் எல்லாருக்கும் ஆச்சர்யம். ஆனால், அதையும் விட பெரிய ஆச்சர்யம் எதுவென்றால், கல்யாண மாப்பிள்ளையான பாண்டியன் அண்ணன், முதல் இரவுக்குக்கூட போகாமல் ரீல் பெட்டிக்கு அருகிலேயே ஒரு சேரைப் போட்டு மாப்பிள்ளை தோரணையோடு படம் ஓட்டுபவரோடு பேசிக்கொண்டு இருந்ததுதான்.

ஊரே திரைக்கு முன் கூடியிருந்தது. மலர் அக்காவும் அவளுடைய போலீஸ்காரக் கணவனோடு வந்திருந்தாள்.

'தினம் தினம் உன் முகம் நினைவினில் மலருது

நெஞ்சத்தில் போராட்டம்... போராட்டம்...

உன்னை நானும் அறிவேன்

என்னை நீயும் அறியாய்

யாரென்று நீ உணரும் முதல் கட்டம்

மலர் உன்னை நினைத்து

மலர் தினம் வைப்பேன்...'

என்று திரையில் ஆனந்த்பாபு வந்து வளைந்து நெளிந்து, டிஸ்கோ டான்ஸ் ஆடியபடி நளினியைப் பார்த்துப் பாடும்வரை எந்தப் பிரச்சனையும் இல்லை. அந்தப் பாட்டு முடிந்ததும் நிறுத்திவிட்டு, மறுபடி ரீலைச் சுற்றி இன்னொருமுறை போட்டார் பாண்டியன் அண்ணன். அப்புறம் மூன்றாவது முறையும் போட்டார். இது ஊரில் வழக்கம்தான் என்பதால், யாரும் எதுவும் சொல்லவில்லை.

நான்காவது முறை அவர் ரீலைப் பின்னோக்கிச் சுற்றிக்கொண்டிருந்த போது,கூட்டத்தில் சில பெருசுகள் எழுந்து அவரைத் திட்டினர். சிலர் 'படத்தை நிறுத்து... திரையைக் கழட்டு' என்றுகூட சத்தம் போட்டார்கள். ஆனால், யார் சொல்வதையும் காதில் வாங்காமல் 5-வது முறையாக பாண்டியன் அண்ணன் ரீலை பின்னோக்கி சுத்தும் போதுதான் வந்தது கலவரம். எல்லாப் பெருசுகளும் கோபத்தில் எழுந்துவிட்டார்கள். எழுந்தது மட்டுமில்லாமல் போய் திரையைப் பிடுங்கி எறிய, இதுதான் சமயம் என்று மலர் அக்கா தன் போலீஸ்கார மாப்பிள்ளையிடம் அண்ணனின் தாடி ரகசியத்தை லூசுத்தனமாகப் போட்டு உடைக்க, போலீஸ்காரர் வேகமாகப் போய் அந்தப் பாடலின் ரீலை பிடித்து இழுத்துக் கிழித்து எறிய, ''கல்யாணம் முடிஞ்ச ராத்திரியே அடுத்தவளை நினைச்சிப் பாட்டு போடுறானே... இவன்கூட எம்புள்ள எப்படி வாழுவா?'' என்று பெண் வீட்டுக்காரர்கள் மணப்பெண்ணை அழைத்துக்கொண்டு போய்விட, அந்த இரவே வசனம் புரியாத ஆங்கிலப் படத்தின் விநோதமான இறுதிக் காட்சி போல மாறிவிட்டது.

யார் யாரோ திட்ட, புத்திமதி சொல்ல, அடிக்க என்று இருந்தாலும் எதையும் காதில் வாங்கிக்கொள்ளாமல் சேதம் அடைந்த மொத்த ரீலுக்கும் உண்டான பணத்துக்குப் பதிலாக தன் கையில் கிடந்த மோதிரத்தைக் கழட்டி ஆபரேட்டரிடம் கொடுத்துவிட்டு, மொத்த ரீலையும் வாங்கித் தலையில் வைத்துக்கொண்டு பாண்டியன் அண்ணன் தன் வீட்டைப் பார்த்து கம்பீரமாக நடந்துபோன காட்சி, தத்ரூபமாக கடவுள் வந்துபோன ஒரு கனவைப்போல இன்னும் கலையாமல் எனக்குள் அப்படியே இருக்கிறது. அது மட்டுமா, ரீல் பெட்டியோடு கம்பீரமாக நின்ற பாண்டியன் அண்ணனை, 'லூஸுப் பாண்டியனாக' ஊர் பஞ்சாயத்து, ஊரார் முன் நிறுத்தி மன்னிப்பு கேட்கவைத்து,

''இனிமேல் ஊருக்குள் எந்தப் படம் போட்டாலும் அது 'வசந்த மாளிகை'யாவே இருந்தாலும் சரி, எந்தப் பாட்டையும் யாரும் திருப்பிச் சுத்திப் போடக் கூடாது'' என்று தீர்ப்பு சொன்னது.

பாண்டியன் அண்ணன் இல்லாத நேரத்தில், அவன் அம்மாத் வீட்டுத் திண்ணையில் வைத்து 'தங்கைக்கோர் கீதம்' பட ரீலைத் துண்டுத்துண்டாக வெட்டி, 'நாலணாவுக்கு நாலு' என்று ஊர் சிறுவர்களுக்கு விற்றுவிட்டு மிச்சமீதியைத் தெருவில் போட்டு தீ வைத்துக் கொளுத்தியதும், அந்தச் சுருள்கள் அப்படியே சுற்றிச்சுற்றி நெருப்பில் உருகிப் பொசுங்கியதை வெறித்துப் பார்த்துக்கொண்டிருந்த பாண்டியன் அண்ணனின் நீர் தேங்கிய அந்தக் கண்களும், எத்தனை யுகம் கழிந்தாலும் நினைவில் ஓடிக்கொண்டிருக்கும் நீளமான வரலாறு சினிமா!

சில நாட்களுக்கு முன் கார்மேகம் தாத்தாவை சமாதானபுரத்தில் வைத்து மறுபடியும் பார்த்தேன். அவசரமாக ஓடிச் சென்று பேருந்தில் ஏறிக்கொண்டிருந்தவரை விரட்டிப் பிடித்துப் பேசினேன். என்னை அடையாளம் தெரிந்திருந்தது. ஆனால், ஏனோ சோகமாக இருந்தார்.

"தம்பி நான் இன்னும் மதுரைக்குப் போகலப்பா.. போன வாரம் என் பையன் போலீஸ்ல மாட்டிக்கிட்டான். அவனை வெளிய எடுக்கத்தான் கோர்ட், வக்கீல்னு அலைஞ்சுட்டு இருக்கேன், எப்படியும் உனக்குப் பெட்டி வாங்கித் தந்திடுறேன்பா.' என்றவரிடம் "என்ன கேஸ் தாத்தா?" என்று கேட்டேன்.

தன் முகத்தை வேறொரு பக்கம் திருப்பிக் கொண்டு உடைந்த குரலில், "திருட்டு வி.சி.டி-ப்பா' 'என்று சொன்னார்.

20

14 வருடங்களுக்குப் பிறகு, இந்த வருடம்தான் மாஞ்சோலை தேயிலைத் தோட்டத் தொழிலாளர் நினைவு நாளன்று திருநெல்வேலிக்குச் சென்றிருந்தேன். நான் சென்றது, அங்கு நடந்த நினைவுக் கூட்டங்களிலோ, ஆவேச ஊர்வலங்களிலோ பங்கேற்பதற்கு இல்லை. ஒரு கொத்துப் பூவை அள்ளிக்கொண்டு போய் பாலத்தில் நின்றபடி ஆற்றுக்குள் வீசுவதைப் புகைப்படம் எடுத்து முகநூலில் பதிவதற்கும் இல்லை. நான் போனது, வசந்தராஜ் அண்ணனைப் பார்க்க!

யார் இந்த வசந்தராஜ் அண்ணன்?

குமாருடைய அண்ணன். இப்போது குமார் யாரென்று சந்தேகம் உங்களுக்கு வரும். என்ன சொல்லி உங்களுக்கு நான் குமாரை அறிமுகப்படுத்த? மன்னித்துவிடுங்கள், என்னிடம் வேறு வார்த்தை இல்லை. எப்போதைக்கும் குமார், 'ஒரு துயரம்' அவ்வளவுதான்!

அன்று வசந்தராஜ் அண்ணனை நான் கே.டி.சி நகர் அம்மன் கோயிலில் சந்தித்தபோது, சர்வ கட்சிகளும் தாமிரபரணி ஆற்றில் அஞ்சலி செலுத்திக் கொண்டிருந்தன. இருவருடைய கண்களிலும் காலம் கடந்த அந்தக் காட்சியின் கோரம் இன்னும் கசிந்துகொண்டு இருந்ததால், எங்களுக்கிடையே சம்பிரதாயப் பேச்சைத் தொடங்கு வதற்கு அந்த நேரத்தில் ஒரு தேநீரின் அவசியம் இருக்கவில்லை.

மாரி செல்வராஜ்

முதலில், அவருக்குக் கொஞ்சம் தயக்கம் இருந்தது. கண்களில் கொஞ்சம் நீர் தேங்கியபடி இருந்தது. பிறகு என்ன நினைத்தாரோ, என் முகத்தில் திடீரென்று யாருடைய முகச்சாயல் அவருக்குத் தெரிந்ததோ தெரியவில்லை. சின்னச் சிரிப்போடு உடைந்த குரலில் ஒரு முறை மூச்சை உள்ளிழுத்து விட்டுவிட்டுப் பேசத் தொடங்கினார். இனி அவர் குரல், அவர் வார்த்தை, அவர் சத்தம், அவர் ஆத்திரம் அப்படியே உங்களுக்குக் கேட்பதாக...

'அப்பா இறந்துட்டாங்க, அக்காவுக்கு கல்யாணம் ஆகிடுச்சி. அம்மா, நான் அப்புறம் தம்பி குமார். மூணு பேர்தான். நான் அப்போ திருநெல்வேலி ரத்னா தியேட்டர் பக்கத்துல சார்நிலைக் கருவூலத்துல கிளார்க்கு. என் தம்பி, சதக் ஹப்துல்லா காலேஜ்ல அப்பத்தான் டிகிரி முடிச்சிட்டு வீட்ல இருந்தான். அவன், என்னை மாதிரியும் கிடையாது; எங்க அக்காவை மாதிரியும் கிடையாது. தொட்டில கலர்மீனை வாங்கி வளக்கிறது, செடில பூக்கிற பூவை உத்துப்பாக்கிறது, தெருவுல குழந்தைங்க போனா பெரிய தேர் அசைஞ்சு போற மாதிரி அவ்வளவு நேரம் நின்னு வேடிக்கை பாக்கிறது, அணிலுக்குக்கூட அரிசி வைக்கிறதுன்னு அவன் வேற டைப்பா இருந்தான். நாம சிரிச்சா சிரிப்பான், காரணமே சொல்லாம நாம அழுதாலும் அழுவான்.'' ஆத்துக்கு குளிக்கப் போனா இவ்வளவு நேரமா?''ன்னு நாம அதட்டி ஒரு கேள்வி கேட்டா பதில் சொல்லாம, ''இன்னைக்கு ஆத்துல செம தண்ணி, டேம் திறந்து வுட்ருக்காங்களோ''ன்னு அவன் மறுபடி நம்மகிட்டயே ஒரு கேள்வி கேட்பான். அப்படியே போய் எதையும் கண்டுக்காம வலுக்கட்டாயமா அம்மாவுக்கே தலைசீவி விடுவான்.

அம்மாகூட சேர்ந்து பழைய பாட்டெல்லாம் அவ்வளவு ராகம் போட்டுப் பாடுவான். சிலநேரம் அவனை உத்துப்பார்க்கக் கவலையா இருக்கும். ''குடும்பத்துல கடைசியாப் பொறக்குற புள்ள ஒண்ணு, கடவுளாப் பொறக்கும்; இல்லன்னா, சாத்தானாப் பொறக்கும்.

சாத்தானாப் பொறந்த புள்ள அப்பவே தெரிஞ்சிடும். கடவுளாப் பொறந்த புள்ள சாவும்போதுதான், அது கடவுள்னே தெரியும்''ன்னு அக்கா அடிக்கடி சொன்னது அவ்வளவு உண்மை.

அன்னைக்கு நான் வேலைக்குக் கிளம்பும்போது, தொட்டில கிடக்கிற மீன் குஞ்சுகளோடு விளையாடிக்கிட்டு இருந்தான் குமார் 'எழுதியிருக்கிற எக்ஸாம் பாஸ் பண்ணினா, அடுத்த வாரமே அரசு அதிகாரி ஆகப்போகிறவன் இப்படி இருக்கானே'ன்னு நினைச்சிக்கிட்டு, 'குமாரு அந்த மிக்ஸி ரிப்பேர் ஆகிக்கிடக்கு. அயர்ன் பாக்ஸும் வேலை செய்ய மாட்டேங்குது. வீட்ல சும்மாதான இருக்க. அது ரெண்டையும் இன்னைக்குக் கொண்டுபோய் ரிப்பேர் பார்த்துட்டு வந்துருடே'ன்னு நான்தான் சொல்லிட்டுப் போனேன்.

ஆபிஸுக்கு போற வழியில பார்த்தேன். ஆத்துப் பாலத்துல மாஞ்சோலைத் தேயிலைத் தோட்டத் தொழிலாளர்களுக்காக நிறையக் கொடி தோரணம்லாம் கட்டியிருந்தாங்க. மத்தியானம் ஆபீஸ்ல லஞ்ச் சாப்பிடும்போது, 'ஜங்ஷன்ல பெரிய கலவரம். திருநெல்வேலியில கலவரம்'னு தாக்கல் சொன்னாங்க. எங்களுக்குப் பெரிய அதிர்ச்சி கிடையாது. அடுத்த வாரமோ அல்லது அடுத்த மாசமோ அது மாதிரி ஏதாச்சும் அடிக்கடி வரும்கிறதால, அது எங்களுக்கு அன்னிக்கு ஒரு நாள் கவலை மட்டும்தான். ஆபீஸ் முடிஞ்சி திரும்பி வரும்போது ஜங்ஷனே வெறிச்சுக்கிடந்துச்சு.

ஆத்துப் பாலத்துல நிறையபேர் நின்னுட்டு ஆத்துப்பக்கம் பரபரப்பாப் பாத்துட்டு இருந்தாங்க. நானும் வண்டியை ஓரமா நிறுத்திட்டுப் போய் பார்த்தேன். ரெண்டு மூணு பொணம். செடிக்குள்ள இருந்து போலீஸ்காரங்க தூக்கிட்டு வந்தாங்க. தூரத்துல நின்னு அதப் பாக்கிறதுக்கே எனக்கு உடம்பு உதறிருச்சு. செத்துப்போன அப்பா ஞாபகம் வர, கண்ணைத் துடைச்சிக்கிட்டு வீட்டுக்கு வந்துட்டேன்!''

அண்ணன் சொல்லிக்கொண்டிருப்பதும் நான் கேட்டுக் கொண்டிருப்பதும் ஏதோ ஒரு கதை இல்லை என்பதால், வசந்தராஜ் அண்ணனுக்கு இப்போது கண்ணீர் கசியத் தொடங்கியிருந்தது. ஆனால், அன்றைய நாளின் அன்றைய துயரத்திலிருந்து தப்பித்து வந்த நானோ, துரத்தி துரத்தி அடித்த போலீஸ்காரர்கள், தடுக்கி விழுந்த பெரியவர்கள், காரணம் தெரியாமல் கதறிய குழந்தைகள், புடவைகளை இழுத்துக்கொண்டு ரத்தம் வடிய ஓடிய பெண்கள், எல்லோரையும் விலக்கிவிட்டுட்டு விரைந்து ஓடிய என் கால்கள், என் கால்களுக்குள் சிக்குண்ட எத்தனையோ மனிதர்கள் என, அந்த நேரத்தில் பிடிபட்ட முகங்களுக்கு இடையில் இன்னும் ஒருமுறைகூடப் பார்த்திராத குமாரின் முகத்தைத் தேடிப் பிடிக்க முயற்சித்துக்கொண்டு இருந்தேன். வசந்தராஜ் அண்ணன், மறுபடியும் பேசத் தொடங்கும்வரை, குமாரின் முகம் எனக்கு அகப்படவே இல்லை.

"ஏல வசந்து.. ஊரெல்லாம் கலவரம்னு சொல்றாங்க. நம்ம குமார் மிக்ஸியை ரிப்பேர் பண்ணப் போனவன் இன்னும் வரலியே'ன்னு அம்மா சொன்னதுக்கு அப்புறம்தான் எனக்கு குமார் ஞாபகமே வந்துச்சு. ஆனா, எங்கேயாவது சுத்திட்டுவருவான்னு நான் அசால்ட்டா இருந்துட்டேன். பய ராத்திரி வரைக்கும் வீட்டுக்கு வரல. ஆனா, அப்பக்கூட எனக்குப் பயம் வரலை. "ஏதாவது படத்துக்குப் போயிருப்பாம்மா'னு அம்மாகிட்ட சொன்னேன். 'மிக்ஸி அயன் பாக்ஸோடவா படத்துக்குப் போவான்'னு அம்மா சொன்னதுக்கு அப்புறம்தான் மனசுக்குள்ள சின்ன நடுக்கம் வந்துச்சு.

உடனே வண்டியை எடுத்துக்கிட்டுப் போனா, ஊரே வெறிச்சோடிக் கிடக்கு. யார்கிட்ட போய் விசாரிக்கன்னு கூடத் தெரியாம, ராத்திரி 12 மணி வரைக்கும் போய் தெரிஞ்ச இடம் எல்லாம் தேடினேன். அதுக்கு அப்புறம்தான் எனக்கு அவ்வளவு பயம் வந்துச்சு. பைத்தியம் பிடிச்ச

மாதிரி ஆகிடுச்சு. ரோட்ல நிக்கிற எந்த போலீஸ்காரன்கிட்டயும் போய்ப் பேசப் பயம். பக்கத்துல போனாலே அடிக்கிற மாதிரி வர்றவன்கிட்ட போய், என்ன விசாரிக்க முடியும்?

நல்லவேளை, அப்பாவோட நண்பர் ஒருத்தர் இன்ஸ்பெக்டரா இருந்தாரு. அவர்கிட்ட போன் பண்ணிக் கதறி அழுதேன். அவர், 'எப்பா கலவரத்துல நிறையப் பேரை போலீஸ் பிடிச்சி வச்சிருக்காங்க. அங்கே சிக்கினாலும் சிக்கியிருப்பான். நான் விசாரிச்சுக் சொல்றேன்'னாரு. ஆனா, என் தம்பி அந்தக் கூட்டத்துக்கே போகலையே'ன்னு சொன்னேன். அப்போதான் அவர் சொன்னார், 'இங்க பாரு வசந்த்து, திருநெல்வேலி ஒண்ணும் காடும் இல்ல, உன் தம்பி காணாமப் போறதுக்கு. திருநெல்வேலியில கடலும் இல்ல, அவனை அலை அடிச்சிக்கிட்டுப் போறதுக்கு, கண்ணுக்கு முன்னாடி ஊருக்குள்ள கலவரம் மட்டும்தான் நடந்திருக்கு. அதனால கண்டிப்பா அங்கதான் மாட்டியிருப்பான்'னு சொன்னார்.

ஸ்டேஷன் ஸ்டேஷனாப் போய்த் தேடுனோம்; மண்டபம் மண்டபமாப் போய்த் தேடுனோம்; கடைகடையாப் போய்த் தேடுனோம். ஆனா, ஆத்துக்குள்ள இறங்கித் தேடலை. ஆனா, அரசாங்கம் தேடுச்சு. ரெண்டு நாளா நான் ஊருக்குள்ள தேட, அரசாங்கம் அமைதியா ஆத்துக்குள்ள இறங்கித் தேடுச்சு. நிறைய பிணங்களைக் கண்டுபிடிச்சு எடுத்துச்சு. ஆத்துக்குள்ள எவ்வளவு தேடினாலும் காணாமப்போன எல்லாரும் கிடைப்பாங்க. ஆனா, என் தம்பி குமாரு என்னைக்கும் ஆத்துக்குள்ள பிணமாக் கிடைக்கமாட்டான்னு நான் அவ்வளவு நம்பினேன்.

'இதற்கு மேல் என்ன நடந்தது என்று வசந்தராஜ் அண்ணனிடம் கேட்க வேண்டுமா... என்னால ஊகிக்க முடியாதா?' என்று நினைத்துக்கொண்டு அமைதியாக நின்றேன். ஆனால், வசந்தராஜ்

அண்ணன் விடவில்லை. அவர் அத்தனை வருட அழுகையைக் கோபமாக மாற்ற முடிவு செய்து, கண்ணீரைத் துடைத்துக்கொண்டு மேலும் சொன்னார்.

'மருதூர் அணை பக்கத்துல ஒரு எளந்தாரிப் பையன் பாடி ஒதுங்கியிருக்குன்னு சொல்லி, மூணாம் நாள் கூப்பிட்டாங்க. சும்மாப் போனேன். என் தம்பி மாதிரி இருந்துச்சி. அந்த அழுகின உடம்பு என் பிறந்த நாள் சட்டையைப் போட்டுருந்துச்சு. அந்தச் சட்டை மட்டும் இல்லேன்னா, 'சத்தியமா அது என் தம்பி கிடையாது'ன்னு சொல்லிட்டு ஓடி வந்திருப்பேன். எதுவும் சொல்லாம அங்கேயே நின்னு அவ்வளவு அழுததால அந்த உடம்பு என் தம்பின்னு அரசாங்கத்துக்கும் தெரிஞ்சு போச்சு.

வீட்டுக்கு வந்து அம்மாகிட்டயும் அக்காகிட்டயும் சொல்லல. சொல்லிக் கூட்டிப்போய் காமிக்கிறப்போ, ஹாஸ்பிட்டல்ல அந்தச் சட்டையைக்கூட கழட்டிருப்பாங்க. அப்புறம் எப்படி என் அம்மா, அக்கா நம்புவாங்க?

மறுநாள் அத்தனை பொணத்தையும் அரசாங்கமே அடக்கம் பண்ணிடுச்சு. ஆனா, எங்க அடக்கம் பண்ணாங்கன்னு எனக்குத் தெரியாது. எங்க அம்மா, அக்காவுக்கு அவன் செத்துட்டான்னு தெரியாது. மறுநாள் பேப்பர்ல 'எந்தந்த உடம்பை எங்கெங்க அடக்கம் பண்ணிருக்கோம்'னு அரசாங்கமே ஓர் அறிவிப்பு வெளியிட்டிருந்துச்சு. திருநெல்வேலியில இருந்து கன்னியாகுமரி போற ரோட்ல ரோஸ்மேரி காலேஜுக்கு அந்தப் பக்கம் 'கண்டித்தான்குளம்'னு நாங்க அதுவரை கேள்வியே படாத ஓர் ஊர்ல கொண்டுபோய் என் தம்பியைப் புதைச்சிருந்தாங்க. அம்மாவையும் அக்காவையும் அங்கே கூட்டிட்டுப் போயி, 'குமாரு இறந்துட்டா'ன்னு அவன் சவக்குழியை ஒரு அண்ணனா நான் காட்டினது, எவ்வளவு

பெரிய கொடுமை தெரியுமா? அதை என்னால ஆயுசுக்கும் மறக்க முடியாது தம்பி.

அந்தக் கூட்டத்துக்குப் போன என் தம்பி கையில, கண்டிப்பா எந்தக் கொடியும் இருந்திருக்காது. அயன் பாக்ஸும் மிக்ஸியும்தான் இருந்திருக்கும். அவனை போலீஸ் அடிச்சப்போ, கண்டிப்பா அவன் கோஷம் போட்டுக் கத்தியிருக்கவே மாட்டான். 'என்னை விட்டுருங்க சார்'னு துடிதுடிச்சு அழுதிருப்பான். அப்புறம் ஏன் அவனை அடிச்சாங்கன்னு எனக்கு இன்னும் தெரியல தம்பி.

நீங்களே சொல்லுங்க. அஞ்சு வயசுல ஆத்துக்குள்ள தள்ளிவிட்டு அவனுக்கு நீச்சல் கத்துக்கொடுத்த எங்க அம்மாகிட்ட போய், 'நம்ம குமாரு ஆத்துக்குள்ள இறங்கி ஓடும்போது நீச்சல் தெரியாம செத்துப்போயிட்டானாம்'னு என்னால சொல்ல முடியுமாப்பா? என் மூஞ்சில காறித் துப்பிராது அம்மா' என்று வசந்தராஜ் அண்ணன் கேட்டபோது எந்தப் பிடிமானமும் இல்லாமல் நின்றிருந்த என் உடல் அப்படியே நடுங்கிவிட்டது.

வீட்டுக்குத் திரும்பி வரும்போது இரவில் அதே தாமிரபரணி ஆற்றைப் பார்த்தேன். காலையில் கொட்டிய நினைவுதினப் பூக்களின் வாசமோ, வருடாவருடம் கேட்டுச் சலித்த கோஷங்களின் சலிப்போ இல்லாமல் எதையும் யோசிக்காமல் இறங்கி அக்கரைக்கும் இக்கரைக்கும் அடித்தேன் நீச்சல். எனக்குத் தெரியும், உங்களுக்கும் இப்போது தெரிந்திருக்கும் அது என்னுடைய நீச்சல் அல்ல; அஞ்சு வயசில் ஆற்றுக்குள் இறங்கி அம்மாவால் நீச்சல் பழக்கப்பட்டவனை, ஆற்றுக்குள் விழுந்து செத்தான் என்று சொல்லி ஓர் அரசாங்கம் கொன்ற 'குமார்' என்கிற இளைஞனின் பழிவாங்கும் எதிர்நீச்சல் அது!

21

நடு இரவில் நாய்கள் குரைத்தால், பேய்கள் வரப்போவதாகச் சொல்லி அண்ணன் அடிக்கடி பயமுறுத்துவான். அதிகாலையில் காகம் கரைந்தால், சொந்தக்காரர்கள் வரப்போவதாகச் சொல்லி அம்மா என்னை மகிழ்விப்பாள். எந்த நேரத்தில், எந்த மரத்திலிருந்து எந்த மயில் அகவினாலும், மழை வரப்போவதாகச் சொல்வாள் திவ்யா. அதெல்லாம் சரி, கிளி ஒன்று தினமும் கனவில் வந்து கீச்கீச்சென்று ஓயாமல் கத்திக்கொண்டே இருந்தால், அதற்கு என்ன அர்த்தம்?

கொல்லம் - மதுரை பேசஞ்சர் ரயிலுக்காக, நள்ளிரவு திருநெல்வேலி ரயில் நிலையத்தில் காத்திருந்தேன். என்னோடு சேர்ந்து ஆண்களும், பெண்களும், குழந்தைகளுமாக சுமார் 50-க்கும் மேற்பட்ட பயணிகள். சில குழந்தைகள் அங்கிட்டும் இங்கிட்டுமாக ஓடியாடி விளையாடித் திரிய, அந்த நேரத்தில் என் கவனம் முழுவதும் என் பக்கத்தில் குறட்டைட்டு உறங்கிக்கொண்டிருந்த ஒரு பெரியவரின் மீதுதான் இருந்தது. காரணம், அவரின் தலைக்கு அருகில் இருந்த, கிளி ஜோசியப் பெட்டிக்குள் கத்திக்கொண்டிருந்தது அந்த ஒற்றைக் கிளி.

கிளி ஜோசியக்காரர்கள் என்றாலே, எனக்கு எப்போதும் ஆர்வமான ஓர் அவதானிப்பு வந்துவிடும். காரணம், அவர்கள் எப்போதும் ஒரு பறவையுடனேயே பேசுகிறார்கள்; நடக்கிறார்கள்;

மறக்கவே நினைக்கிறேன்

வாழ்கிறார்கள். அந்தப் பறவையால்தான் வாழ்கிறார்கள். ஒற்றை நெல்லுக்காக, ஒரு விரல் அசைப்பில் ஒருவனின் எதிர்காலத்தையே தன்னுடைய சிவப்பு அலகால் அலட்சியமாகத் தூக்கிப்போட்டுவிட்டு, கூண்டுக்குள் போகும் எத்தனையோ ஒற்றைக் கிளிகளின் மீதான பாவமும் பிரமிப்பும், அப்படியே அடிநாக்கில் தங்கிவிட்ட அந்தக்கால ஆரஞ்சு மிட்டாயின் ருசிதான் எனக்கு.

ரயில் வந்தது. எல்லோரும் ஏறினார்கள். நானும் ஏறினேன். பலமான குறட்டையோடு உறங்கிக்கொண்டிருந்த அந்த ஜோசியக் காரர் எப்படித்தான் விழித்தாரோ தெரியவில்லை. பதறியடித்து எழுந்தவர், கிளி ஜோசியப் பெட்டியோடு ஓடிவந்து நான் இருந்த பெட்டியில் ஏறினார். என் முன்னால் உள்ள இருக்கையில் மிகச் சரியாக அவர் வந்து அமரும்போதே தெரிந்துவிட்டது, பெரியவர் சரியான போதையில் இருந்தார். அப்படியும் இப்படியுமாக நிதானத்துக்கு வந்தவர் கேட்ட முதல் கேள்வியே எனக்கு அதிர்ச்சியைத் தந்தது.

"தம்பி, இந்த ரயிலு எங்கப்பா போகுது?"

"ஏங்க, எங்க போகுதுனு தெரியாமலா ஏறுனீங்க? இது கொல்லம் கேரளாவுக்குப் போகுதுங்க."

"கேரளாவுக்கா? எப்போ போய் சேரும்?"

"காலையில் போய் சேரும். அது சரி, நீங்க டிக்கெட் எடுத்தீங்களா?"

"இல்ல தம்பி, எங்க போகணும்னு நான் இன்னும் முடிவே பண்ணல. அதுக்குள்ள இந்த ரயில் வந்துட்டு, அதான் ஓடிவந்து ஏறிட்டேன். "டிக்கெட் எடுக்கல'ன்னு என்னைய எங்க இறக்கிவிட்டாலும் ஒண்ணும் பிரச்னை இல்லை தம்பி. எல்லா ஊரும் எனக்கும் என் ராசாத்திக்கும் நம்ம ஊருதான்' என்றவர். 'அப்படிதானடா என் செல்லம்...!" என்று கிளியைக் கொஞ்சத் தொடங்கினார்.

அவரிடம், அந்த நேரத்தில் கிளி ஜோசியப் பெட்டியையும் அதற்கு உள்ளே எந்நேரமும் கத்திக்கொண்டே இருக்கும் கிளியையும் தவிர வேறு எதுவும் இல்லை. எங்கேயாவது விரித்துப் படுக்கவோ, கொட்டும் பனிக்கு தலை மூடவோ அவசரத்துக்கு சிறு துண்டுகூட அவரிடம் இல்லை. உடுத்திய வேட்டி சட்டையோடு இருந்தாலும் ஒரு மாதிரியான கம்பீரத்துடனேயே அவர் காணப்பட்டார்.

''தம்பி, ராசாத்தியைக் கொஞ்சம் பாத்துக்கோங்க!' என்று அடிக்கடி சொல்லிவிட்டு, அந்தக் கிளி ஜோசியப் பெட்டிக்குள் இருந்து பாட்டிலை எடுத்து மறைத்தபடி கழிப்பறைக்குள் போனவர், பலமான இருமலோடும் எச்சில் வழிந்த வாயோடும் கண் சிவக்க வந்து 'நெல் சாப்பிடுறியா... அரிசி சாப்பிடுறியா தங்கம்?'' என்று கிளியோடு பேசியபடியே அந்தப் பெட்டியைத் திறந்து, சின்ன பாலிதீன் பையில் இருக்கும் அரிசியையும் நெல்லையும் அள்ளி கிளிக்குப் போட்டபடி பழக்கப்பட்டவரின் பார்வையோடு என்னிடம் பேசத் தொடங்கினார்.

''ஏன் தம்பி, இந்த மலையாளிங்கலெல்லாம் கிளி சோசியம் பாப்பாங்களா?''

''தெரியலீங்களே...''

''மாந்திரீகம், மந்திரம் எல்லாம் நிறையப் பண்ற பயலுவ'' என்று சொன்னவர்,' 'நாம ரெண்டு பேரு தான தாயி. ஒரு நாளைக்கு ஒருத்தன் வந்து நம்மகிட்ட சோசியம் பார்த்தாலும் போதும்!'' என்று தன் கிளியிடம் ஏதோ ரகசியம் சொல்வதைப்போலச் சொல்லிவிட்டு, சிவந்த கண்களோடு மறுபடியும் என்னிடம் கேட்டார்.

'தம்பிக்கு எந்த ஊரு, எங்க போறிய?'

''திருநெல்வேலிதான். கேரளாவுக்கு ஒரு வேலை விஷயமாகப் போறேன்''

''அப்பா என்ன தொழில் பண்றாரு?''

''விவசாயம்தான்''

''இப்பவும் அதான் பண்றாரா?''

''ஆமா''

''பாத்தா படிச்ச பையன் மாதிரி இருக்கீங்க. உங்க அப்பா இன்னமும் விவசாயம் பாக்கறது உனக்குக் கஷ்டமா இல்லையா தம்பி?''

''ஏன் அப்படிக் கேக்குறீங்க?''

''இல்ல.. எம் புள்ளைங்களுக்கு நான் இன்னும் கிளி சோசியம் பார்க்கிறது ரொம்பக் கஷ்டமா இருக்காம். எப்பவும் எங்க வீட்ல சண்டை. அதான் கேட்டேன்'' என்றவர் அதன் பிறகு, அவராகவே தொடர்ந்து என்னிடம் சொன்னதெல்லாம் ஆயிரமாயிரம் கூண்டுக் கிளிகளின் சொல்லப்படாத கதைகள்.

''தம்பி, நான் சரியா 17 வயசுல 'காமாட்சி'ன்னு மொதக் கிளியோட இந்த சோசியப் பெட்டியைத் தூக்கினேன். அம்புட்டு ஊர், அம்புட்டு மனிதர்கள், அம்புட்டு வாழ்க்கைன்னு கிளியோடு சேர்ந்த கிளியா, சோசியக் கிளியா ராகம் போட்டுப் பாடித் திரிஞ்சேன். 25 வயசுல கல்யாணம். நாலு பிள்ளைங்க ரெண்டு பொண்ணு, ரெண்டு ஆணு. எல்லாரையும் படிக்க வெச்சேன். ரெண்டு பொண்ணுங்களுக்கு கல்யாணம் பண்ணி வெச்சேன். மூத்தவனுக்கு கடை வெச்சுக் கொடுத்தேன். இளையவனுக்கு கலெக்டர் ஆபீஸ்ல கிளார்க் வேலை கெடச்சுது.

40 வருஷம், காமாட்சி, செண்பகம், துர்கான்னு 15 கிளிங்க. இந்தா இந்தப் பெட்டிக்குள்ள இருக்காளே ராசாத்தி, இவ 16-வது கிளி. அநியாயமாப் பிடிச்சிட்டு வந்து றெக்கையை ஒடிச்சி ஒவ்வொரு நெல்லாக் கொடுத்துப் பழக்கி, வயித்தக் கட்டி, வாயக்கட்டி அடுத்தவன்

முகத்தப் பாத்து அவன் மனசைக் கண்டுபிடிச்சு வாய்ப்பாட்டுப் பாடி எல்லாரையும் காப்பாத்திக் கரை சேத்தேன். ஆனா இன்னைக்கு, நான் கிளி சோசியம் பாக்கிறது என் புள்ளைங்களுக்கு கேவலமா இருக்குதாம். மூணு வேளை சாப்பாடு முழுசா இருக்கும்போது, எதுக்கு கிளி சோசியம் பாக்கணும். சாராயம் குடிக்கிறதுக்குத்தான் நான் இன்னும் கிளி சோசியம் பார்க்கிறேனாம். யாரும் எனக்கு சாராயம் குடிக்கக் காசு தரக் கூடாதுன்னு தடுத்துவெச்சா, இந்த ராசாத்திதான் எனக்குக் கிளி சோசியம் பாத்து ஊத்திக்கொடுத்து கெடுக்குறான்னு, அந்தத் தெய்வபட்சிய அறுக்க நேத்து கத்தி எடுத்துட்டாம்பா என் கடைசிப் பையன். அதான் நானும் ராசாத்தியும் வீட்டைவிட்டு வெளிய வந்துட்டோம். அந்த நன்றி கெட்ட பிசாசுங்க இருக்கிற திசைகூட நாங்க இனி போக மாட்டோம் தம்பி.எனக்கு ஒரு குவாட்டர், என் ராசாத்திக்கு ஒரு குத்து நெல்லு. அது சம்பாதிக்க முடியாதா என்னால..'' என்று தள்ளாடும் போதையிலும் கண்கலங்கி அவர் சொன்னபோது, அவரிடமும் ராசாத்தியிடமும் உடனே சோசியம் பார்க்க வேண்டும் போல் இருந்தது எனக்கு. 10 ரூபாயை எடுத்துக்கொடுத்து என் பெயரைச் சொன்னேன்.

''என்ன தம்பி சோசியம் பார்க்கணுமா?''

''ஆமாங்க''

''மன்னிச்சிருங்க தம்பி. இப்போ என்னால சோசியம் பார்க்க முடியாது. நான் குடிச்சிருக்கேன். குடிச்சிட்டுக் கூப்பிட்டா ராசாத்தி வாக்குச் சொல்ல வரவும் மாட்டா, பேசவும் மாட்டா. அப்புறம் ரெண்டு பேருக்கும் சண்டையாகிடும். அவகிட்ட சத்தியம் பண்ணியிருக்கேன், 'குடிச்சா, உன்ன குறி சொல்லக் கூப்பிட மாட்டேன்''ன்னு என்று சொன்னவர், நான் கொடுத்த 10 ரூபாயையும் திருப்பிக் கொடுத்துவிட்டார். ராசாத்தியைப் பார்த்தேன். 'ஆமாங்க, அவர்

சொல்றது அம்புட்டும் உண்மை' என்பதுபோல, அங்கிட்டும் இங்கிட்டுமாகத் தலையைத் திருப்பிக்கொண்டு இருந்தது. கிளியை என்னன்னமோ சொல்லி கொஞ்சிக் கொஞ்சி ராகம் போட்டு பாடிக்கொண்டிருந்தார். அந்தப் பாடலையும் அதற்குத் தகுந்தாற்போல் கீச்சிட்ட கிளியின் குரலையும் கேட்டபடி, அப்படியே மேலேஏறி உறங்கிவிட்டேன்.

விழிக்கும்போது, விடிந்ததோடு திருவனந்தபுரமும் வந்திருந்தது. ரயிலிலிருந்து எல்லோரும் இறங்கினர். வேகவேகமாகக் கீழே இறங்கும் போதுதான் எனக்கு கீழே இருந்த கிளி ஜோசியக்காரரின் ஞாபகம் வந்தது. இருக்கையைப் பார்த்தேன். கிளியும் கிளி ஜோசியப் பெட்டியும் இருந்ததே தவிர, ஜோசியக்காரரைக் காணவில்லை. பாத்ரூமுக்குள் பார்த்தேன். அங்கும் இல்லை. ரயில் பெட்டி முழுவதும் தேடிப் பார்த்தேன்.அவர் கண்ணில் அகப்படவே இல்லை. அருகில் இருந்தவர்களிடம் விசாரித்தேன். ''ஏதோ ஒரு ஸ்டேஷன்ல இறங்கிக் கடையைப் பார்த்துப் போனாரு தம்பி. அப்புறம் திரும்பிப் பெட்டியில ஏறலப்பா'' என்றவர்கள், ''அவசரத்துல பெட்டி தெரியாம வேற பெட்டியில ஏறியிருப்பார். இறங்கி கிளியைத் தேடிக்கிட்டு வந்தாலும் வருவார். பாவம், எடுத்துட்டுப் போப்பா!'' என்றார்கள். ரயில் கொல்லத்துக்குக் கிளம்பிக்கொண்டு இருந்தது. வேறு வழியில்லாமல் கிளியோடும் கிளி ஜோசியப் பெட்டியோடும் திருவனந்தபுரத்திலேயே இறங்கிவிட்டேன். ஒரு கையில் கேமரா பை, இன்னொரு கையில் கரும்பச்சை கலரில் இரண்டு கூண்டுகளில் ஒரு கிளி மட்டும் அடைக்கப்பட்ட கிளி ஜோசியப் பெட்டி. என்னைப் பார்ப்பதற்கு எனக்கே விநோதமாக இருந்தது. ஜோசியக்காரர் தேடி வந்தால் சுலபமாக அவருக்கு அடையாளம் தெரிகிற மாதிரியான இருக்கையில் உட்கார்ந்து கொண்டேன்.

கூண்டுக்குள் கிடந்த கிளி, கத்திக்கொண்டே இருந்தது. கடையில் ஒரு வாழைப்பழத்தை வாங்கி, தோலை உறித்து கூண்டுக்குள் போட்டேன்.அதன் பிறகு, அதனிடமிருந்து எந்தச் சத்தமும் வரவில்லை. கொல்லம் ரயிலின் கடைசிப் பெட்டியும் என்னைக் கடந்துபோனது. ஆனால்,ஜோசியக்காரர் வந்து சேரவில்லை. அவர் வராமலே போய்விட்டால் இந்தக் கிளியையும் பெட்டியையும் என்ன செய்வது என்பதுபோன்ற பல கேள்விகளுக்கு பதில் தெரியாமல், கூட்டத்தை வேடிக்கைப் பார்த்தபடி உட்கார்ந்திருந்தேன்.

நேரம் சென்றுகொண்டே இருந்தது. என்னையும் கூண்டுக்குள் இருந்த கிளியையும் வேடிக்கை பார்க்க, நிறைய பேர் கூடிவிட்டார்கள். ஜோசியக்காரர் சொன்னதைப் போலவே மலையாளிகள் கிளியைப் பற்றி தெரிந்துகொள்ள அவ்வளவு ஆர்வமாகத்தான் இருந்தார்கள்..ஆனால் அவர்களிடம், 'இந்தக் கிளியைச் 'சிறைக் கிளி' என்று நினைக்காதீர்கள். இது 'தெய்வக் கிளி' ராசாத்தி. இந்தக் கிளியால் உங்கள் எதிர்காலத்தைப் புட்டுபுட்டு வைக்க முடியும். இது நீங்கள் வணங்க வேண்டிய கிளி' என்று நான் சொல்ல நினைத்ததை எந்த மொழியில் எப்படிச் சொல்வதென்று தெரியாமல் மௌனமாகவே இருந்தேன்.

சரியாகச் சொன்னால் கிட்டத்தட்ட மூன்று மணி நேரத்துக்கும் மேலாகக் காத்திருந்தேன். ஜோசியக்காரர் வருவதாகத் தெரியவில்லை. நான் போக வேண்டிய இடத்துக்கும், செய்ய வேண்டிய வேலைக்கும் எனக்கு நேரமாகிக் கொண்டிருந்தது. ஆனால், இப்போது அவர் எங்கு இருக்கிறார், என்ன நிலையில் இருக்கிறார், எப்படி வந்து சேருவார் என்று நினைத்தபோதுதான் சூரியன் சுள்ளென்று முகத்தில் அறைவது தெரிந்தது.

அப்போது, மலையாள ரயில்வே அதிகாரிகள் இருவர் வந்தார்கள். ஒரே இடத்தில் மூன்று மணி நேரத்துக்கும் மேலாக உட்கார்ந்திருந்த என்னை விசாரித்தார்கள். தமிழும் மலையாளமும் கலந்து, அவர்களுக்குப் புரிந்ததோ புரியவில்லையோ, நடந்த எல்லாவற்றையும் சொல்லிவிட்டேன். எல்லாவற்றையும் கேட்ட அந்த அதிகாரிகள், கிளிப் பெட்டியை கையில் தூக்கி, அப்படியும் இப்படியுமாக வேடிக்கை பார்த்தபடி என்னை அங்கிருந்து வலுக்கட்டாயமாக போகச் சொல்லிவிட்டார்கள். கிளியையும் கிளிப் பெட்டியையும் அவர்களிடம் கொடுத்துவிட்டு கிளம்பிப் போய்கொண்டிருந்தபோது, நான் திரும்பிப் பார்த்திருக்கக் கூடாது.

திரும்பிப் பார்த்தபோது ஓர் அதிகாரி கூண்டைத் திறந்து சமாதானத் தூதுவரைப்போல கிளியை வெளியே எடுத்து வானத்தை நோக்கி வீச, பறக்கத் தெரியாத, இறக்கை இல்லாத அந்த ராசாத்தி, தரையில் சொத்தென்று விழுந்தது. மறுபடியும் எடுத்து அவன் இன்னும் உயரமாக மேல்நோக்கி தன் முழு விசையுடன் வீசி எறிய, அது மிகச் சரியாக தண்டவாளக் கற்களின்மீது போய் விழுந்தது. ‘சத்தியமாக இப்போது அதன் உயிர் போயிருக்கும்’ என்று நான் எனக்குள் அதை ஊர்ஜிதப்படுத்திக் கொண்ட நிலையில், செய்வதறியாது பேதலித்த என் புத்திக்குள் அந்தக் கிளியின் குரலாகக் கேட்டது கல்யாண்ஜியின் அந்தக் கவிதை...

‘கூண்டுக் கிளியின்
காதலில் பிறந்த
குஞ்சுக் கிளிக்கு
எப்படி, எதற்கு
வந்தன சிறகுகள்

22

நளினி ஜமீலா... பாலியல் தொழிலாளியின் சுயசரிதை. கையில் சிக்கியது இந்தப் புத்தகம்.

ஏதோ ஒரு விஜயதசமிக்கு சாமிக்கு முன் படையல் வைத்திருப்பார்கள் போல. முன் அட்டை நளினி ஜமீலாவின் நெற்றியில் வட்டமாகக் குங்குமம் பதிந்திருந்தது. அதைப் பார்த்த அடுத்த நிமிஷம், இமைகளுக்கு நடுவே மனச்சிலந்தி வலைப் பின்னத் தொடங்கிவிட்டது. நெற்றியில் நிஜமான குங்குமத்தோடு கையில் குடை இல்லாமல் அருகில் சின்னப்பதாஸ் இல்லாமல் 'கடலோரக் கவிதைகள்' ஜெனிஃபர் டீச்சரைப்போல சின்னதாக பல்லில் உதடு ஒட்ட சிரித்துக்கொண்டிருந்த நளினி ஜமீலாவைப் பார்க்கும்போது, திருநெல்வேலி சொட்டு அக்காவின் ஒற்றைப் பித்தளை மூக்குத்தி வந்து நினைவுக்குள் மினுக்கியது. அடுத்த நொடி பஸ் ஏறிவிட்டேன், சொட்டு அக்காவைத்தேடி!

சொட்டு அக்காவைப் பார்க்க வேண்டுமென்றால், முதலில் நண்பன் கணேசனைக் கண்டுபிடிக்க வேண்டும். ஏனெனில், சொட்டு அக்காவின் அத்தியாயத்தில் கணேசன்தான் எங்கள் எல்லாரையும்விட மூலக் கதாப்பாத்திரம்.

யார் இந்த சொட்டு அக்கா? சொட்டு அக்காதான் வாழ்க்கையில் நான் சந்தித்த முதல் பாலியல் தொழிலாளி. அப்போது, ஸ்ரீபுரத்தில்

உள்ள தனியார் தொலைக்காட்சி துறையில் நான் வேலை பார்த்துக்கொண்டு இருந்தேன். நண்பன் கணேசன், வொர்க்ஷாப் ஒன்றில் பைக் மெக்கானிக்காகவும் ஓனராகவும் இருந்தான். அந்த ஏரியா இளைஞர்கள் கணேசனை 'திருமலை' விஜய்யாக நினைத்துக் கொண்டிருந்தனர். காதல் முதல் களவு விவகாரம் வரை எல்லாமே கணேசனிடம் வரும்.

''பெண்கள் தேவையா?'' என்று எழுதியிருந்த தொலைபேசி எண்ணுக்கு அழைத்து ஒரு பெண்ணை நண்பர்கள் வரச்சொல்லியிருந் தார்கள். சொன்ன நேரத்துக்குச் சொன்னபடி ஆட்டோவிலிருந்து இறங்கி வந்த அந்தப் பெண்ணைப் பார்த்ததும், எங்கள் எல்லாருக்குமே அவ்வளவு அதிர்ச்சி. காரணம், ஆட்டோவிலிருந்து இறங்கியது பெரிய தொப்பையும், கனத்த உருவமும், நீட்டிய பற்களும் கொண்ட நாற்பத்தைந்து வயதைத் தாண்டிய சொட்டு அக்கா!

''ஏலேய்.. சொட்டு அக்காவை அனுப்பி ஏமாத்திட்டானுவலேய்'' என்று ஏற்கனவே சொட்டு அக்காவைத் தெரிந்திருந்த பல நண்பர்கள் ஒட்டம் பிடித்துவிட்டனர். ஏற்பாடு செய்த நண்பர்களோடு கணேசன் வெறிபிடித்த மாதிரி சண்டை போட, வொர்க்ஷாப்பே கூச்சல் குழப்பமானது. எதையும் கண்டுகொள்ளாத சொட்டு அக்கா, வொர்க்ஷாப்புக்குள் சென்று அமர்ந்துகொண்டாள். என்ன செய்வது, உள்ளே சென்று அந்த அக்காவிடம் யார் பேசுவது, யாருக்கு அத்தனை வயதான பெண்ணிடம் பேசத் தைரியம் இருக்கிறது என யோசித்து தயங்கி, யாருமே போக மறுத்துவிட்டார்கள். 'படித்தவனென்று' படுபாவி என்னை போய் பேச சொன்னான் கணேசன். விரதம் இருக்காமல் தீக்குழி இறங்குவது போலிருந்தது உள்ளே நான் நகர்ந்து சென்ற அந்த நொடி.

இடுப்பிலிருந்து பவுடர் தாளை எடுத்து முகத்துக்கு அப்பிக்கொண்டிருந்த சொட்டு அக்காவின் பின்னால் நின்றபடி,

‘அக்கா’ என்றதும் சிரித்துக்கொண்டே திரும்பி, ‘சொல்லு தம்பி’ என்று சொட்டு அக்கா சொன்னதும், மீன் குழம்புச் சட்டியைக் கழுவி சுளீரென முகத்தில் வீசியதுபோல் இருந்தது எனக்கு .நான் தயங்கித் தயங்கி ஏதோ ஒரு மொழியில் என்ன பேசுவதென்று தெரியாமல் பேசத் தொடங்குவதற்குள், நல்லவேளை அக்காவே பேசிவிட்டாள்.

‘‘இங்க பாருங்க தம்பி... எனக்கும் நல்லாத் தெரியும். என்னை அனுப்புனவங்களுக்கும் நல்லாத் தெரியும்.. உங்களுக்கு என்னைப் பிடிக்காதுன்னு! உங்களுக்கென்ன, யாருக்குமே என்னைப் பிடிக்காது. ஆனாலும், யார் எப்போ போன் பண்ணாலும் என்னைத்தான் அனுப்புவாங்க.வேற வழியில்லை. நீங்க பேசுன மொத்தக் காசையும் கொடுத்துதான் ஆகணும். வாங்காமப் போனா, அங்கே என் தோலை உரிச்சுடுவாங்க. நீங்க கொடுக்கலைன்னா, இங்கேயே உட்காந்து உங்களைத் தொந்தரவு பண்ணச் சொல்லுவாங்க. பேசாம காசைக் கொடுத்திருங்க. நான் போறேன்!’’ என்று சொல்லி முடிப்பதற்குள்ளாகவே, கேட்ட காசை நண்பர்கள் எடுத்துக் கொடுத்துவிட்டார்கள். சொட்டு அக்கா, அதோடு போகவில்லை. ‘எப்பா வாங்கப்பா. யாராவது என்ன பைக்ல கொண்டுபோய் லட்சுமி தியேட்டர்கிட்ட விட்டுருங்க. பயப்படாதீங்க... நான் முகத்தை மூடிக்கிறேன்!’ என்று சொன்னாலும் கூட்டிப்போக துணிச்சலுள்ள ஆள் இல்லை எங்கள் கூட்டத்தில். நல்லவேளை, எனக்கு அப்போது பைக்ஓட்டத் தெரியாது. வேறு வழியில்லாமல் கணேசன்தான் பற்களை நறநறவெனக் கடித்தபடி பைக்கில் ஏற்றிக்கொண்டு விடப்போனான்.

அதன் பிறகு இப்போதுதான் சொட்டு அக்காவைப் பார்க்கப் போகிறேன்.கையிலிருக்கும் நளினி ஜமீலாவைப் போல சொட்டு அக்காவுக்கு ஒரு பெரிய பொட்டு வைத்து புகைப்படம் எடுக்க வேண்டும் என்ற ஆசையுடன் கணேசன் போய் வண்டியை நிறுத்திய வீடு பெரிய வீடாக இருந்தது. ‘இத்தனை பெரிய வீட்டிலா சொட்டு அக்கா இருக்கிறாள்?’ என்று எனக்கு ஆச்சர்யமாக இருந்தது. கதவைத்

தட்டினால், உள்ளிருந்து யாரோ அழகான பணக்கார அம்மா வந்து கதவைத் திறந்தார்.

"சொட்டு அம்மா இருக்காங்களா?" என்று கணேசன் விசாரிக்க, "என்ன இப்போதான் உங்க அம்மா வந்து பேசிட்டுப் போனா. அதுக்குள்ள நீ வந்துட்ட. ரெண்டு பேருக்கும் அவ மேல அம்புட்டுப் பாசம்னா, எதுக்கு இங்க அனுப்புனீங்க? அங்கேயே வெச்சுக்க வேண்டியதுதானே!" என்று அவர் சொல்ல, எதுவும் புரியாத குழப்பத்துடன் கணேசனைப் பார்த்தேன்.

அவன் என்னைப் பார்த்துச் சிரித்தான். அந்தச் சிரிப்பில் ஒரு பெரிய கதை இருப்பது அப்பட்டமாகத் தெரிய, அவன் கைகளைப் பிடித்து அழுத்திக் கேட்டேன். தலையை குனிந்துகொண்டு அவன் சொன்னதுதான் கண்ணுக்குத் தெரியாத கடவுளின் கதை!

"அன்னைக்கு சொட்டு அக்காவை விடப் போனேன்ல, அப்போ எங்க அம்மா பார்த்துட்டாங்க . நல்லவேளை அவங்க என்னைப் பார்க்கலைன்னு பார்த்தா, ஓடிப்போய் சொட்டு அக்காவைக் கட்டிப்புடிச்சி பேசிக்கிட்டு இருக்காங்க. 'இது என்னடா?'ன்னு அப்புறமா போய் விசாரிச்சா, அம்மாவும் சொட்டு அக்காவும் பழைய பேட்டை ஸ்கூல்ல ஒண்ணாப் படிச்சவங்களாம். அதைக் கேட்டதுல இருந்து பத்து நாளைக்கு, அம்மா முகத்தைப் பார்க்க முடியாம, ஒழுங்கா சாப்பிட முடியாம, தூங்க முடியாம, நான் பட்ட வேதனை இருக்கே... அப்படியே க்ரூடாயிலை எடுத்துக் குடிக்கலாம்போல இருந்துச்சுடா.

'என்ன ஆனாலும் சரி'ன்னு ஒருநாள் அம்மாகிட்ட எல்லாத்தையும் சொல்லிட்டேன். கேட்டவுடனே கன்னத்துல சப்புன்னு ஒரு அறை அறைஞ்சாங்க. அதே கையோட அப்படியே போய்ச் சொட்டு அக்காவைத் தேடிப் பிடிச்சு, அவங்களுக்கு ஒரு அறை. அப்புறம் அவங்களைக் கூட்டிட்டு வந்து இங்கே வேலைக்குச் சேர்த்து

விட்டுட்டாங்க. அன்னைலயிருந்துதான் மச்சான், எனக்கு அவங்க சொட்டு அம்மா ஆனாங்க!'' என்று சொல்லி முடித்த நண்பனை, எப்படி நிமிர்ந்து பார்ப்பது என்று தெரியாமல் குனிந்து நின்று கொண்டிருக்கும்போதே, சொட்டு அக்கா வந்துவிட்டார்.

சொட்டு அக்கா அப்படியேதான் இருந்தார். கொஞ்சம் முடி நரைத்து உடம்பு தளர்ந்திருந்தது. அவளோடு 15 வயது மதிக்கத்தக்க ஒரு பையனும் நின்றிருந்தான்.

''இது என்னோட ஃப்ரெண்ட். உங்களைத்தான் பார்க்க வந்திருக்கான்!''

''அன்னைக்கு அந்தக் கூட்டத்தில தம்பியும் ஒரு ஆளா?'' என்ற சொட்டு அக்காவின் கேள்விக்கு கணேசனின் 'இல்லை' என்ற பதிலும், என்னுடைய 'ஆமாம்' என்ற பதிலும் முட்டிமோதி சொட்டு அக்காவின் சிரிப்பாக உதிர்ந்தது.

நளினி ஜமீலா புத்தகத்தை வாங்கி சொட்டு அக்காவின் கையில் கொடுத்து, ''இதைப் படிச்சிட்டு இதே மாதிரி நீங்களும் எழுதணும்னு சொல்ல வந்திருக்கான்'' என்றான்.

என்ன ஏதென விசாரித்தவள், ''எனக்கு எழுதத் தெரியாதே!'' என்றாள்.

''நீங்க எழுத வேணாம். சொன்னாப் போதும். இவனே எழுதிக்குவான்!''

''ஓ... அப்படியா? ஆனா, ஒருவேளை சொல்லும்போது நான் நெஞ்சு வெடிச்சி செத்துட்டா என்ன பண்றது?'' என்று சொட்டு அக்கா சொன்னவுடன் அருகில் நின்றுகொண்டிருந்த அவளுடைய கண் தெரியாத 15 வயது பையன், ''அப்படிச் சொல்லாதேன்னு உன்னைச் சொல்லியிருக்கேன்ல!'' என்று சொல்லிவிட்டு அழுத அழுகைதான், கதை தேடிப்போன நான் கண்டடைந்த வாழ்க்கை!

23

நண்பர்கள் யாருடைய அறைக்குச் சென்றாலும் சரி, ''நிஜமாகவே சரக்கு அடிக்க மாட்டீங்களா மாரி?'' என்ற ஒற்றைக் கேள்வியால், என்னைக் கட்டித்தூக்கி அறையின் நடுவே அந்தரத்தில் வறுத்த கோழியாட்டம் தொங்கவிட்டுவிடுவார்கள்.

''சினிமால இருக்கீங்க, கதை, கவிதை எழுதறீங்க, காதலிக்கறீங்க, அரசியல் பேசுறீங்க, அனாதையா அலைஞ்சிருக்கீங்க, அவமானப்பட்டிருக்கீங்க. இது எல்லாத்தையும்விட பழைய காதலிங்க எல்லாம் பிள்ளை பெத்து ஆன்ட்டி ஆன பிறகும் தேடித்தேடிப் போய் பார்த்திருக்கீங்க. அப்புறம் எப்படி பாஸ் சரக்கு அடிக்காம இருக்கீங்க? என்ன ஆனாலும் சரி, இன்னைக்கு ராத்திரி இந்தத் தேசத்தின் சாமான்ய மக்களின் விடுதலைக்காக இல்லாட்டியும் நண்பனின் அக்கா கொழந்தைக்கு மொத மொட்ட போட்டதுக்காகவாவது நீங்க உங்க மொதக்குடியைக் குடிச்சே ஆகணும் மாரி'' என்று பலப்பலவாறு வற்புறுத்தி இருக்கிறார்கள் நண்பர்கள். ஆனால், அவர்களிடம் ஏதேதோ காரணங்களைக் கசிந்துருகும் கதைகளாகச் சொல்லிக் குடிக்காமல் தப்பியிருக்கிறேன். அதில் நிறையக் கதைகள், உதாசீனப்படுத்தப்பட்டு இருக்கின்றன.

நிறைய கதைகள் வெறுமென போதையில் சொல்லிச்சொல்லி சிரிக்கப் பட்டிருக்கின்றன. நிறைய கதைகள், பொய்யென தொடக்கத்திலேயே அவமானப்படுத்தப் பட்டிருக்கின்றன. ஆனால், இன்னும் யாரிடத்திலும் சொல்லாத ஒரு கதை என்னிடம் மிச்சம் இருக்கிறது. அதை நிச்சயம் உங்களால் நிராகரிக்கவும் முடியாது, உதாசீனப்படுத்தவும் முடியாது.

அது கொத்தனார் வேங்கையன் அண்ணாச்சியின் கதை என்றும் சொல்லலாம், என் அப்பாவின் கதை என்றும் சொல்லலாம். ஏனெனில் கதையில் இருவருக்கும் நான் கொடுத்தது ஒரே மேடை, ஒரே வேடம், ஒரே குரல், ஒரே வசனம்!

கல்லூரியில் நடந்த உள்ளிருப்புப் போராட்டத்தின்போது குருட்டுக் கோபத்தில் கழிவறை கோப்பைகளை உடைத்தற்காக நான் சஸ்பெண்ட் செய்யப்பட்டிருந்தேன். 'கண்டிப்பாக அப்பாவைக் கூட்டிக்கொண்டு வந்தால் மட்டுமே, மாரிசெல்வம் கல்லூரிக்கு வரமுடியும்'' என்று வகுப்பில் சர்க்குலர் வாசித்துவிட்டுப் போனார்கள். உடனடியாக சாலையில் போய்கொண்டிருக்கும் நிறைய 'சித்தப்பாக்களை, 'அத்தை'களை, 'மாமா'க்களை எல்லாம் விரட்டிப் பிடித்து கூட்டிவந்து தேவையான வசனத்தைச் சொல்லிக்கொடுத்து நிறுத்தினாலும், கல்லூரி நிர்வாகம் சம்மதிக்கவில்லை.'அப்பாவோடுதான் வந்தே தீர வேண்டும்' என்று ஒற்றைக்காலில் நின்றது.

''பாத்தீங்களா..நீங்க கஷ்டப்பட்டு படிக்க அனுப்புன புள்ள, என்ன பண்ணியிருக்குன்னு'' என்று பத்துபேர் சேர்ந்து சொன்னால், தூக்கிப்போட்டு மிதிக்கிறவரில்லை, அதற்காக துடிதுடித்து அழுகிற தகப்பன் என் அப்பா. ஆகவே, என்ன ஆனாலும் சரி அப்பாவை மட்டும் கல்லூரிக்கு அழைத்துச் செல்லக்கூடாது என்பதில் உறுதியாக இருந்தேன். ஆனால், அப்பா இல்லாமல் கல்லூரிக்கும் போகமுடியாது

என்பதால், ஒரு வாரம் என்ன செய்வதென்று தெரியாமல், கல்லூரி வளாகத்தையே சுற்றிக்கொண்டு இருந்தேன்.

அப்போதுதான் நண்பர்கள் சிலர் கொத்தனார் ‘வேங்கையன் அண்ணாச்சி’ என்கிற மகா நடிகரையும் பல கல்லூரிகளில், பள்ளிகளில் பல மாணவர்களுக்கு அப்பாவாகச் சென்று அவர் செய்திருந்த சாகசங்களையும் எனக்குச் சொல்லி அறிமுகப்படுத்தினார்கள். பார்த்தவுடனே யாருடைய அப்பா என்றும் அவரை தைரியமாகச் சொல்லலாம். அப்படி ஒரு முகம் வாய்த்திருக்கிறது அவருக்கு.

சிமெண்ட் கலவையோடு நாடிநரம்பு தெறிக்க மூச்சு வாங்கிக்கொண்டு ‘பொன்வண்டு’ சோப்பு பனியனோடு அவர் நின்ற கோலம், தூத்துக்குடி உப்பளத்தில் உப்பு வெட்டப்போன என் அப்பாவின் தோற்ற எச்சமாக இருந்தது. சொல்கிற ஒரே வார்த்தையில் கேட்பவரின் நெஞ்சில் ஆட்டு ஈரலாட்டம் ஒட்டிக்கொள்கிற வித்தை ஒன்றை அவர் கைவசம் வைத்திருப்பது அவரைச் சந்தித்தபோது எனக்குப் புரிந்தது.

‘‘எந்த காலேஜ்டே?’’

‘‘லா காலேஜ்!’’

‘‘என்னது வக்கீல் காலேஜா..? துருவித்துருவி கேள்வி கேப்பானுவளே... என்னால சமாளிக்க முடியுமா?’’

‘‘அவங்க நிறைய பேசுவாங்க.. நீங்க எதுவும் பேசாம சும்மா என்னை முறைச்சிட்டு இருந்தாலே போதும். கடைசியா நான் கண் சிமிட்டும்போது ஓடிவந்து ரெண்டு சாத்து சாத்துங்க... எல்லாம் சரியாகிடும்!’’

"சரி விடு. அப்படியே செஞ்சிடுவோம்!" என்றவரை வெள்ளை வேட்டி, வெள்ளை சட்டை, உச்சி எடுத்து வாரிய தலை, பழைய செயின் வாட்ச், நெற்றியில் திருநீறு என முடிந்த அளவுக்கு கல்லூரியில் பையனைப் படிக்க வைத்திருக்கும் ஏழை அப்பாவின் தோற்றத்துக்கு உருமாற்றி அழைத்துச் சென்றேன்.

கல்லூரியில், வேங்கையன் அண்ணாச்சியிடம் என்னைப் பற்றி புகார் பட்டியல் வாசித்தார்கள்.

"உங்க புள்ள சேட்டை பண்றான்?" - வேங்கையன் அண்ணாச்சி மௌனம்.

"உங்க புள்ளைக்குச் சேர்க்கை சரியில்லை?" - வேங்கையன் அண்ணாச்சி முறைப்பு.

"உங்க புள்ள ஒழுங்கா கிளாஸுக்கு வர்றது இல்லை!" - வேங்கையன் அண்ணாச்சி சின்ன இருமல்.

"உங்க புள்ள ஃபர்ஸ்ட் செமஸ்டர்ல எல்லாப் பாடமும் ஃபெயிலு. அதாவது தெரியுமா உங்களுக்கு?"

'போதும்' என்றபடி அண்ணாச்சிக்கு கண்ணைச் சிமிட்டிவிட்டேன். அந்த சமிக்ஞை கிடைத்ததும் வேங்கையன் அண்ணாச்சி ஓடிவந்து கொடுத்த அடிகள் ஒவ்வொன்றும் நான் எதிர்பார்த்து தயாராக இருந்ததைவிட பலமாகவே இருந்தது. அண்ணாச்சி கொஞ்சம் உணர்ச்சிவசப்பட்டுவிட்டார் போல..!

"நிறுத்துங்க.. தோளுக்கு மேல வளந்த புள்ளைய இப்படி அடிச்சு வளக்காதீங்க.. அதுக்கு அடிதடி பழகிடும். புத்திமதி சொல்லி வளக்கப் பாருங்க. அப்புறம் அப்பாலஜி கடிதம் ஒண்ணு எழுதிக் கையெழுத்துப் போட்டுக் கொடுத்துட்டுப் போங்க" என்றதும், எல்லாம்

திட்டமிட்டதைப் போல சுபமாக முடிந்ததில் என்னைவிட வேங்கையன் அண்ணாச்சிக்குதான் ஏக மகிழ்ச்சி. அறைக்குள்ளேயே யாருக்கும் தெரியாமல் என்னைப் பார்த்து சின்னதாக ஒரு சிரிப்பு சிரித்துவிட்டார் அண்ணாச்சி. அதுதான், அந்தச் சிரிப்புதான் அவர் சாகசத்தின் குறுகுறுப்பு என்று அப்போது தோன்றியது எனக்கு.

''தம்பி என்ன அடி ரொம்ப வலிக்குதா? அது ஒண்ணுமில்ல தம்பி கரண்டி பிடிச்ச கொத்தன் கையில்லா... அதான் லேசாத் தடவினாலும் பச்சபுள்ள உனக்கு அப்படி வலிக்குது'' என்றவருக்கு, சொன்னதைவிட அதிகமாக இரண்டு குவார்ட்டர்களை வாங்கிக்கொடுத்து அனுப்பி வைத்தேன்.

அன்றிலிருந்து எனக்கு மட்டுமல்ல நிறைய நண்பர்களுக்க் நிறைய கல்லூரிகளுக்கு நானே அவரை அப்பாவாகக் கூட்டிக்கொண்டு போயிருக்கிறேன். எங்களால் முடிந்தது அவருக்கு ஒரு குவார்ட்டர். அவரால் முடிந்தது எங்களைப் பார்த்து ஒரு சிரிப்பு... அவ்வளவுதான்!

இனி கல்லூரியில் என்ன பிரச்னை வந்தாலும் அப்பாவாக வந்து அசால்ட்டாக அப்பாலஜி எழுதிக்கொடுக்க வேங்கையன் அண்ணாச்சி இருக்கிறார் என்ற தைரியத்தில் முன்நின்று மூக்கை நுழைத்துக்கொண்டு நிகழ்த்திய போராட்டங்களும் சேட்டைகளும் நிறைய. அதில் ஒன்றுதான், கான்ஸ்டிட்டியூஷன் வகுப்புக்கு வெள்ளை பேண்ட்டும் வெள்ளை சட்டையுமாக வந்திருப்பது புது பிரின்சிபால் என்று தெரியாமல், இந்திய அரசியலமைப்புச் சட்டத்தை, தூய தமிழில் நடத்தச் சொல்லி ஆர்ப்பாட்டம் செய்து ஒற்றை ஆளாக பெஞ்ச்மீது ஏறி நான் உட்கார்ந்தது. வந்தவர் கோபமாகத் திரும்பிப் போனார். போன வேகத்திலேயே தன் முதல் சர்க்குலரை என் பெயர் போட்டு அனுப்பியிருந்தார்.

‘அப்பாவைக் கூட்டி வந்தால் மட்டும்தான். ஹால் டிக்கெட் கிடைக்கும்; பரீட்சை எழுத முடியும்!’

‘அதனாலென்ன.. எனக்குத்தான் வேங்கையன் அண்ணாச்சி இருக்காரே!’என்று அண்ணாச்சியைத் தேடிப் போனேன். அவர் வீட்டுக் கதவைத் தட்டியதும் பள்ளிக்குச் செல்லும் அவருடைய மகன், கதவைத் திறந்தான். ‘‘அப்பாவுக்கு உடம்பு சரியில்ல. ரெண்டு நாளா ஒரே வயித்து வலி. ஹைகிரவுண்ட் ஆஸ்பத்திரியில வெச்சிருக்கு. அங்கதான் போறேன். வர்றீங்களா?’’ என்று அவன் கேட்டதும், கையில் குவார்ட்டர் பாட்டிலோடு போயிருந்த என் முகத்தில் கொத்தனாரின் சிமெண்ட் கரண்டியில் சிமெண்ட் கலவையை அள்ளி சப்பென்று அறைந்ததுபோல் இருந்தது. வேறு வழியில்லாமல் அவனோடு மருத்துவமனைக்குச் சென்றேன்.

அவசர சிகிச்சைப் பிரிவில் வாயிலும் மூக்கிலும் நிறைய டியூப்களோடு கண்களை மூடியபடி கிடந்த வேங்கையன் அண்ணாச்சியை, கண்கொண்டு பார்க்க முடியவில்லை.

இப்போது என்ன செய்வது? கல்லூரியில் எல்லோரும் வேங்கையன் அண்ணாச்சியைத்தான் என் அப்பாவாக நினைத்துக் கொண்டிருக்கிறார்கள்.

தோழி சத்யா, ‘உங்க அப்பா முகம் ஒரு சாயலுக்கு நடிகர் ஜெய்சங்கர் மாதிரியே இருக்கு!’ என்று சொல்லியிருக்கிறாள். திலகவதி மேடம், ‘பையனுக்கு இங்கிலீஷ்தான் வரமாட்டேங்குது. அதை மறைக்கத்தான் அவன் இவ்வளவு சேட்டை பண்றான்’ என்று சொல்லியிருக்கிறாரே! இப்போது யாரை அப்பாவாகக் கூட்டிக்கொண்டு போனாலும் சிக்கல்தான். என் அப்பாவையே கூட்டிக்கொண்டு போனாலும். ‘சாமர்த்தியம்’ என்று நான் நினைத்தது இவ்வளவு சீக்கிரம் அசிங்கமானதாக, அருவருப்பானதாக மாறிவிடக்கூடும் என்று நான்

எதிர்பார்க்கவே இல்லை. ஆனால், வேறு வழியில்லை. என்ன ஆனாலும் சரி என் அப்பாவையே கூட்டிவந்து எல்லாக் கதைகளுக்கும் முற்றுப்புள்ளி வைத்துவிட வேண்டியதுதான் என்று நான் முடிவு செய்தபோது, எனக்கு, துளிர்த்த கண்ணீரில் வேங்கையன் அண்ணாச்சியின் முகமும் அப்பாவின் முகமும் சரிபாதியாகத் தெரிந்தன.

அப்பாவிடம், 'கல்லூரியில் வரச் சொல்லியிருக்கிறார்கள்' என்று மட்டும் சொன்னேன். 'சரி' என்றவரை, வேங்கையன் அண்ணாச்சியின் முகச் சாயலில் இருக்கும் 'ஜெமினி' கணேசனாக கொண்டுவர நான் படுத்திய பாடு.... பெருங்கதை. தன் பையன் படிப்பது சட்டக்கல்லூரி என்ற அச்சத்தில் நான் எப்படிச் சொல்கிறேனோ அப்படியே மாற அப்பா சம்மதித்ததில் எனக்கு ஆச்சர்யமில்லை. அவர் அப்படித்தான். மெத்தப் படித்த அதிகாரத்தின் மீது அப்படியோர் அச்சம் கொண்ட பழைய கதாபாத்திரம்.

வேங்கையன் அண்ணாச்சியை மனதில் வைத்துக்கொண்டு அப்பாவின் வளர்ந்த முடியைக் கட்டையாக வெட்டச் சொல்லி, நடு உச்சி எடுத்து சீவியதோடு, அவருடைய பழைய ஓடாத செயின் வாட்சை கையில் கட்டிவிட்டு, மடித்துவிடப்பட்ட முழுக்கை வெள்ளை சட்டைக்குள் பவர் சோப்பு பனியன் தெரிகிற மாதிரி போட்டுவிட்டேன். கிட்டத்தட்ட வேங்கையன் அண்ணாச்சி மாதிரி மாறியிருந்த அப்பாவைக் கல்லூரிக்கு அழைத்துச் சென்றேன். எதற்காக தன்னை இப்படி யாரோ மாதிரி உருமாற்றி அழைத்து வந்திருக்கிறான் என்று ஒரு வார்த்தைகூட அப்பா கேட்காதது, அந்த நேரத்தில் பேரழுகையாக மாறி நெஞ்சுக்குள் உறுத்திக்கொண்டிருந்தது.

எது நடந்தாலும் அது என் அப்பா முன்தான் நடக்கப்போகிறது. அவர் எல்லா நாட்களிலும் போல இன்றும் எல்லாருக்கும் முன்

எனக்காகக் கண்ணீர் வடிக்கப்போகிறார். நான் ஒரு மரக்கட்டையைப் போலத் தலையைக் குனிந்துகொண்டு அப்பாவைப் பார்க்காத மாதிரி சொரணையே இல்லாமல் நிற்கப் போகிறேன். இது அப்பாவுக்கும் எனக்கும் பள்ளியிலேயே பழக்கப்பட்டதுதான். இன்னும் கொஞ்சம் வலியோடு அதை எதிர்கொள்ளத் தயாராகிக் கொண்டிருந்தேன்.

அச்சப்பட்டதைப் போல கல்லூரியில் பெரிதாக அப்பாவை யாரும் அடையாளம் கண்டு கொள்ளவில்லை. முன்னாடி அப்பாவாக வந்தவரும் இப்போது என்னுடன் அப்பாவாக வந்திருப்பவருக்கும் உருவமாற்றம் இருப்பதைத் துளி அளவுக்குக்கூடக் கண்டுபிடிக்கவில்லை என்பதைப் போலத்தான் அவர்கள் நடவடிக்கை இருந்தது.

ஆனால், 'இதுக்கு முன்னாடி நாலு முறை நீங்க வந்து மன்னிப்பு கேட்டு எங்க முன்னாடி உங்க புள்ளையை ஓடி ஓடி அடிச்சு அப்பாலஜி எழுதிக் கையெழுத்துப் போட்டுக் கொடுத்துட்டுப் போயிருக்கீங்க. ஆனா, உங்க புள்ளை இன்னும் மாறலை. என்ன செய்யலாம்னு நினைக்கிறீங்க?' என்று அவர்கள் கேட்டபோது, அப்பா நிமிர்ந்து என்னைக் கண்ணீர் தேங்கும் கண்களோடு பார்ப்பார் என்பதால், படக்கென்று திரும்பிவிட்டேன்.

அவர் எதுவும் சொல்லாமல் வெள்ளைத்தாள் ஒன்றை எடுத்து, 'என்ன நடவடிக்கை வேண்டுமானாலும் எடுத்துக்கொள்ளுங்கள். அவன் உங்கள் மாணவன்' என்று எழுதிக் கொடுத்துவிட்டு வேகமாக வெளியே வந்தார். தலைகுனிந்தபடி அவர் பின்னாலேயே வந்து நின்ற என்னிடம், எந்தப் பதற்றமும் இல்லாமல் விசாரித்தார்.

"வேற யாரையும் 'அப்பா'ன்னு கூட்டி வந்தியா?"

"ஆமா, வேங்கையன்னு ஒருத்தர்!"

மறக்கவே நினைக்கிறேன்

"அவர் உன்னை அடிச்சாரா?"

"ஆமா, நான் சொல்லித்தான் அடிச்சாரு!"

"அவரோட வேஷத்தைத்தான் எனக்கு இப்போ போட்டிருக்கியா?"

"ஆமா!"

"அவர் வீடு எங்கே? அவரை நான் பார்க்கணும். கூட்டிட்டுப் போ" என்றவரை ஒரு ஆட்டோவில் ஏற்றி வேங்கையன் அண்ணாச்சி வீட்டுக்கு அழைத்துச் சென்றேன்.

அந்தச் சூழ்நிலையை எப்படி விளக்க? வேங்கையன் அண்ணாச்சி இறந்து ஒரு நாள் ஆகியிருந்தது! அந்தப் பள்ளிச் சிறுவன் மொட்டைத் தலையோடு என்னைப் பார்த்துச் சிரிக்க, அவன் அம்மா எங்களை வேங்கையன் அண்ணாச்சியின் நண்பர்கள் என்று நினைத்து, "அவன் வாங்கிக் கொடுத்தான், இவன் வாங்கிக் கொடுத்தான்னு எல்லாத்தையும் வாங்கிட்டு வந்து நடுவூட்டுல வெச்சி ஊத்திஊத்திக் குடிச்சி, இன்னைக்கு என்னையும் குழந்தைகளையும் நடுத்தெருவுல வுட்டுட்டுப் போயிட்டானே சண்டாளப் பாவி" என்று கதறினார்.

என் மனம் அந்த இரண்டு வருடங்களில் அப்பாவாக நடித்ததற்காக வேங்கையன் அண்ணாச்சிக்கு நாங்கள் வாங்கிக் கொடுத்த பாட்டில்களை எண்ணி குற்ற உணர்ச்சியில் குறுகிக்கொண்டிருக்க, அது நாள்வரை ஒருமுறைகூட என்னை எதற்கும் அடித்திடாத அப்பா எந்தக் காரணமும் சொல்லாமல், பளாரென்று என் கன்னத்தில் ஓர் அறைவிட்டு திரும்பிப் பார்க்காமல் நடந்துபோன அந்த நாளின் பேரதிர்ச்சிதான், குடியின் மீது நான் இன்றும் கொண்டிருக்கும் பேரச்சமாக இருக்கிறது.

மாரி செல்வராஜ்

24

அது எப்படி இந்த அம்மாக்களுக்கு மட்டும் இவ்வளவு பேய்க்கதைகள் தெரிந்திருக்கின்றன.

நடுராத்திரியில், நடுக்காட்டுக்குள் போய் உறங்க வேண்டும்போல் இருந்தால், விறகு பொறுக்கப் போனபோது நரி கடித்து இறந்துபோன காட்டுப்பேச்சிக் கதையைச் சொல்லச்சொல்லிக் கேட்பேன். அல்லது அர்த்தராத்திரியில் ஆற்று நீருக்குள் மூழ்கிக்கொண்டு ஒற்றைச் சிப்பியைப் போல தூங்க வேண்டுமென்றால், வயிற்றுக் கருவோடு ஆற்றுக்குள் விழுந்து இறந்துபோன 'ஆச்சி முத்தா' கதையைச் சொல்லச்சொல்லிக் கேட்பேன். இவை எதுவுமில்லாமல் ராத்திரி முழுவதும் வானத்தில் ஒரு கள்ளப் பருந்தைப் போல பறந்து கொண்டே இருக்க வேண்டும் என்று முடிவு செய்துவிட்டால், ஆலமரமாக மாறி வானத்தைப் பார்த்து கிளையாக, இலையாக வளர்ந்துகொண்டே இருக்கும், ஊரே கூடி கொலை செய்த ஜெபமணியின் கதையைச் சொல்லச்சொல்லிக் கேட்பேன்.

இந்தக் கதைகளைச் சொல்லும்போது மட்டும் அம்மாவின் குரல், முகம், சிரிப்பு ஆகியவை கதாபாத்திரத்துக்கு ஏற்ப மாறும். அதிர்ச்சியாக சில நேரங்களில் மூக்குகூட மாறி விடும். அது மட்டுமில்லாமல், கதையைக் கேட்கக்கேட்க, வீடு காடாக மாறும்,

பூனை புலியாக மாறும், நாய்கள் நரிகளாக மாறும், முற்றம் கடலாக மாறும், படுக்கை நதியாக மாறி, ஏதோ ஒரு திசையில் சலசலத்துக் கொதிக்கிற நீராக பெருக்கெடுத்து ஓடிக்கொண்டிருக்கும். விடிந்தும் விடியாமலும் முதுகில் சுளீரென்று அண்ணனின் அடி விழும்போதுதான் தெரியும் என் மொத்த உடலும் உடுப்பும் சிறுநீரால் நனைந்திருப்பது. சொன்னால் நம்ப மாட்டீர்கள். உங்களுக்குச் சொல்வதற்கு என்னிடமும் பேய்க்கதை ஒன்று இருக்கிறது. ஆனால், அது பேய்க் கதையா அல்லது கடவுளின் கதையா என்பதை நீங்கள்தான் சொல்ல வேண்டும்.

நான்கு வருடங்களுக்கு முன்னால் தூறிக் கொண்டேயிருக்கும் மழை மாதம் ஒன்றில், முன்னதாகவே இருட்டத் தொடங்கிவிட்ட ஒரு நாளில் மழைக்கோட்டும் கேமராவுமாக இரவில் கோயம்புத்தூரில் இருந்து சென்னைக்குத் தனியாக பைக்கில் வந்துகொண்டிருந்தேன். அப்படியே பாடிக்கொண்டும் நடுங்கிக்கொண்டும் சாப்பிட்டுக் கொண்டும் சென்னைக்கு முழு இரவிலும் பயணம் செய்துவிட வேண்டும் என்பது என் திட்டம். தூறலும் தூரத்தெரியும் வானமுமாக பயணம் பிடித்தமானதாக இருந்தது.

சேலத்தைக் கடக்கும்வரை எந்தப் பிரச்சனையும் இல்லை. சேலத்துக்கும் ஆத்தூருக்கும் இடையில் ஊர்களே இல்லாத, நடமாடும் மனிதர்களே தென்படாத இரு பக்கங்களும் மரங்கள் மட்டும் உள்ள சாலையில், ‘ஆகட்டும்டா தம்பி ராஜா, நடராஜா... மெதுவா செல்லய்யா...’ போன்ற பழைய பாடல்களைப் புதுராகத்தில் ரீமேக் செய்து பாடியபடி போய்க்கொண்டிருந்தபோதுதான் அதைப் பார்த்தேன்.

மழைத் தூறிக்கொண்டிருக்கும் அந்த ராத்திரியில் ஆள் நடமாட்டம் இல்லாத அந்தச் சாலையில் மஞ்சள் புடவையில் ஒரு பெண் நடந்து போய்க்கொண்டிருந்தாள். கடந்து போகும் பெரியபெரிய வாகனங்களின் ஒளியில் தெளிவாகத் தெரிந்தாள். அவள் இளம் பெண். 25 வயது

இருக்கலாம். அவள் எந்த வாகனத்தையும் மறிக்கவில்லை. எந்த உதவியும் கேட்கவில்லை. யாரையும் திரும்பிக்கூட பார்க்கவில்லை. யாரையும் தொந்தரவு செய்யாமல் சாலையில் ஓரமாக நடந்துபோய்க்கொண்டிருந்தாள். எப்படி இவ்வளவு நேரத்துக்கு இந்த மழையில் ஒரு பெண் தனித்துப் போக முடியும்? அவளை வேகமாகக் கடப்பதா, பின்தொடர்வதா, அப்படிக் கடக்கும்போது கை நீட்டி மறித்தால், ஏதேனும் உதவி கேட்டால் என்ன செய்வது?

'இரவில் மஞ்சள் சேலையோ, சிவப்பு சேலையோ கட்டிய பெண் ஒருத்தி மறித்தால் நிற்கக் கூடாது' என்று அம்மா சொன்னது நினைவுக்கு வர, கழுத்துப் பிடிபட்ட சேவலாக 'உடல்' சிலிர்த்துக் கூவியது. வேகமாக வண்டியைத் திருகினேன். எனக்கு நன்றாகவே தெரிகிறது. என் பைக் 80 கிலோமீட்டர் வேகத்தையும் தாண்டிப் போய்க் கொண்டிருக்கிறது. குளிர்ந்த காற்றும் அதீதத் தூறலுமாக உடல் வேகமாகக் கரைந்தோடுவதுபோல் இருந்தது. ஆனால், அந்தக் காற்றின் சிறு அசைவுகூட இல்லாமல், முதல்முறை என் கண்ணில் தட்டுப்பட்டபோது எப்படி நடந்தாளோ அப்படியே அந்தப் பெண் அதே வேகத்தில் பொடி நடையாக எனக்கு முன்பாகவே நடந்து போய்க்கொண்டிருந்தாள். ஆடி அசைந்து நடந்துபோகும் அவளை, 80 கிலோமீட்டர் வேகத்தில் போய்க்கொண்டிருந்த நான் கடக்க முடியாமல் தவிப்பது தெரிந்தபோது, வண்டியோடு சேர்ந்து உடலும் அச்சத்தில் நடுங்கியேவிட்டது.

சாலையில் ஒரு சிறு ஊர் வரும்வரை அந்தப் பெண் எனக்கு முன் நடந்துகொண்டே இருந்தாள். அந்த ஊரில் உள்ள டீக்கடையில் தெரிந்த சின்ன பல்பு வெளிச்சத்தில் போய் அவள் மறைந்தாள். ஆமாம்... ஆச்சர்யம், அந்த மஞ்சள் சேலைப் பெண்ணை அதற்குப் பிறகு காணவில்லை. மழையைவிட வியர்வை உடலைத் தெப்பலாக நனைத்திருந்தது. டீக்கடையில் வண்டியை நிறுத்தினேன். இவ்வளவு

நேரம் கண்டது அத்தனையும் ஏதோ ஒரு சினிமாவிலிருந்து புத்திக்குள் தங்கிவிட்ட காட்சியின் பிரமை என்று நம்புவதற்காக, நம்பி அச்சத்தைப் போக்குவதற்காக, உதடும் உள்ளமும் சுடச்சுட ஒரு தேநீர் குடித்தேன்.

அந்த டீக்கடையில் ஒரு பெரியவர் மட்டும்தான் இருந்தார். அவர் உடலில் எனக்குத் தெரிந்த எல்லா முடிகளுமே வெள்ளையாகத்தான் இருந்தது. எங்கிருந்தோ வந்து ஒற்றை ஆளாக நடுங்கும் உடலோடும், எதையோ கண்டு கலங்கிய கண்களோடும் டீ குடித்துக்கொண்டு இருந்த என்னையே பார்த்துக்கொண்டிருந்தார் பெரியவர். ‘ஐயா... நான் வர்ற வழில ஒரு பெண்ணைப் பார்த்தேன். யாருமே இல்லாம தனியா நடந்து போய்க்கிட்டு இருந்துச்சு!’

‘எங்கே போய்க்கிட்டு இருந்துச்சு?’

‘தெரியலங்கய்யா. எனக்கு முன்னாடியே போய்க்கிட்டு இருந்துச்சு. அப்புறம் இந்த ஊருக்குப் பக்கத்துல வந்ததும் உங்க டீக்கடை பல்ப் வெளிச்சத்துல காணாமப் போய்டுச்சு’’

நினைச்சேன். தம்பி! உங்க முழி தண்ணிபாம்பு மாதிரி முங்கிமுங்கி முழிக்கும்போதே நினைச்சேன். நீங்க மஞ்சனத்திய பார்த்திருப்பீங் கன்னு. எல்லாரும் இருட்டுலதான் மறைவாங்க., வெளிச்சத்துல மறையிறான்னா,அவமஞ்சனத்தியாத்தான்இருப்பா!’’

இதற்குப்பிறகு, பெரியவர் என்னை வெளியே நின்று பேச அனுமதிக்கவில்லை. வலுக்கட்டாயமாகக் கடைக்குள் கூட்டிப் போய்விட்டார். தலையைத் துவட்டிக்கொள்ள சொல்லிவிட்டு, நெஞ்சு நடுக்கம் போக்க இன்னுமொரு தேநீரைக் கொடுத்துவிட்டு கடையை இழுத்துமூடிவிட்டார். அப்புறம் பேய்க்கதை சொல்லும் அம்மாவின் குரலில் பெரியவரும் பேசத் தொடங்கினார்.

‘‘எங்க ஊரு பொண்ணுதாங்க அந்த மஞ்சனத்தி. யாரு பேரு வச்சான்னு தெரியலை. எப்ப எங்க ஊருக்குள்ள வந்தா, எப்படி வந்தா

எதுவும் எங்களுக்குத் தெரியாது. அப்பனும் ஆத்தாளும் இல்லாம ஒத்தையா ஊருக்குள்ள அலைஞ்சிக்கிட்டு இருந்தா. கொஞ்சம் புத்தி சுவாதீனம் இல்லாத பொண்ணு. யார் எந்த வேலை சொன்னாலும் செய்யும். சாப்பிட ரெண்டு இட்லி கொடுத்தா, என் டீக்கடைக்குத் தண்ணி எடுத்துக் கொடுக்கும். ஆனா, அது இஷ்டத்துக்குத்தான் செய்யும். ஊர் பொம்பளைங்க வேலைக்குப் போகும்போது, குழந்தைங்களை அதுகிட்ட விட்டுட்டுப் போவாங்க. பெத்தவங்க வீட்டுக்கு வர்ற வரைக்கும் பிள்ளைங்கள அழவிடாம ஆடிப்பாடி விளையாட்டுக் காட்டி நல்லாப் பாத்துக்கும். சமைஞ்ச பிள்ள ஆடிக்கிட்டும் பாடிக்கிட்டும் பேசிக்கிட்டும் தனியாத் திரிஞ்சா, பொறுக்கிப் பயலுவ சும்மா இருப்பானுங்களா? ஆனா, எவன் என்ன செஞ்சாம்னு அதுக்குச் சொல்லத் தெரியாது. ஆள்தெரியும், பேர்தெரியாது, திடீர்னு சிலநாள் ஊர்ச்சந்தில் நின்னு கத்தும், கதறிஅழும். ஆனா பாவம், நடந்த வெசயத்த சொல்லத் தெரியாது. அப்புறம் ஏதாவது குழந்தை சிரிச்சிட்டே வந்தா, அதுகூட விளையாடப் போயிடும். அப்படியொரு பொண்ணுப்பா அது! சின்னதாக இடைவெளிவிட்டு தொண்டையைச் செருமிக்கொண்டு தொடர்ந்தார்.

‘ஒருநாள் அந்தப் பொண்ணுக்கு என்ன ஆச்சுன்னு தெரியலை. பாத்துக்கச் சொல்லி விட்டுட்டுப்போன ஒரு குழந்தையோட மூக்கை கடிச்சிவெச்சிட்டா. மூக்கு இல்லாம மொட்ட மூக்கா புள்ள கெடந்து கதறுது. ஊர்க்காரன், புள்ளையப் பெத்தவன் எல்லாரும் சும்மாவா இருப்பாங்க? மஞ்சனத்திக்கு லூஸு முத்திப் போச்சுன்னு சொல்லி அடிஅடின்னு அடிக்க ஆரம்பிச்சுட்டாங்க. நான்கூட மூக்கு இல்லாத புள்ளையப் பாத்த கோபத்துல அவளை ரெண்டு மிதிமிதிச்சது இன்னும் கண்ணுக்குள்ளேயே இருக்கு தம்பி. ஆனா பாரு, அவ்வளவு அடிச்சும் அவ அழவே இல்லை. அப்படியே அட்டகாளி மாதிரி நாக்கைக் கடிச்சிக்கிட்டு நின்னா. அடிச்சவங்க எல்லாரையும் விலக்கிவிட்டுட்டு, அதுநாள் வரைக்கும் எதுவும் பேசாதவ கேட்டா பாரு ஒரு கேள்வி.. ஊர்ல எல்லா பொம்பளைங்களும் அப்படியே ஆடிப்போய்ட்டாளுக.

"உங்க புள்ள மூக்க கடிச்சதுக்கு உங்களுக்கு இவ்வளவு கோபம் வருதே, இந்த ஊர்ல எவ்வளவு பேரு என்னை எங்கெங்கே கடிச்சிருப்பாங்க, அடிச்சிருப்பாங்க. அப்போ ஏன் யாரும் எதுவும் கேட்கலை?"

ஒரு பொம்பளை வாயைத் திறக்கல. அதுக்கு அப்புறம் எங்க ஊரு ஆம்பிளைங்க அவள அடிச்ச அடி இருக்கே, யப்பா! அந்தச் சாமியே பொறுக்காதுப்பா. அவ்வளவு அடி அவளால அடி தாங்க முடியலை. ஓட ஆரம்பிச்சிட்டா. ரோட்ல ஓடுனவளை விரட்டிவிரட்டி அடிச்சானுங்க. கல்லெறிபட்ட நாயாட்டம் உசுரைக் கைல பிடிச்சுக்கிட்டு ஓடுன்வதான். எங்க போனா, என்ன ஆனான்னு ரெண்டு வருஷமா எந்தத் தகவலும் இல்லை. அப்புறம் உங்கள மாதிரி வண்டில போறவங்க, பக்கத்து ஊர்க்காரங்க, எல்லாரும், 'ராத்திரி உங்க ஊர் பக்கத்துல மஞ்ச சேலை கட்டிக்கிட்டு, ஒரு பொண்ணு அலையுதே'ன்னு சொன்ன பெறவுதான் எங்களுக்கு அது மஞ்சனத்தியாத்தான் இருக்கும்னு சந்தேகம் வந்துச்சு. எல்லோரும் தேடிப் போனோம். பகல்லயும் தேடினோம். ராத்திரி முச்சூடும் தேடினோம். மத்தவங்க கண்ணுக்கு தெள்ளத் தெளிவா மஞ்ச சேலையோட தெரிஞ்ச அவ, எங்க கண்ணுக்கு மட்டும் இன்னைக்கு வரைக்கும் தெரியவே இல்ல தம்பி!

ஊருக்குள்ள குழந்தைங்களுக்குத் திடீர்னு காய்ச்சல் வந்தாலும் சரி, சளி பிடிச்சாலும் சரி அவதான் காரணம்னு எல்லாரும் பயப்படுற அளவுக்கு ஆகிடுச்சி. அப்பறம் வேற வழியில்லாம, மஞ்சனத்தி கால்ல விழுந்து மன்னிப்பு கேட்டுரலாம்னு ஊர்கூடி முடிவெடுத்தோம். நீங்க அந்தப் பொண்ண மொதமொத எங்க பார்த்தீங்களோ, அங்க ஒரு மஞ்சனத்தி மரம் நிக்கும். அப்போ சிறுசா இருந்துச்சு. அந்த மரத்துக்குக் கீழ ஒரு கூடாரத்தைப் போட்டு தீபத்தை ஏத்தி வெச்சு குழந்தை உருவத்துல ஒரு மரப்பாச்சி செஞ்சுவெச்சு, மொத்த ஊரும் கும்பிட்டுட்டு வந்தோம் தம்பி. அவ இருக்காளா செத்துட்டாளான்னு இன்னும் தெரியாது. இருந்தாலும், அவ பேயா பிசாசா இருக்கக்

மாரி செல்வராஜ்

கூடாதுன்னு வலுக்கட்டாயமா கால்ல விழுந்து சாமியாக்கிட்டு வந்தோம் தம்பி. ஆமா.. எங்களுக்கு மரப்பாச்சி மஞ்சனத்தி தம்பி அவ!' பெரியவர் சொல்லி முடிக்கும்போது மழை விட்டிருந்தது. அந்த மொத்த இரவையும் தவளைகள் குத்தகைக்கு எடுத்ததுபோல இருந்தது சத்தம். புளியங்குளத்தில் அரைக்கால் சட்டைச் சிறுவனாக மரமேறி குரங்காட்டம் விளையாடிய அத்தனை மஞ்சனத்தி மரங்களும், அடிபட்டு அழுததற்காக அம்மா சுட்டுக்கொடுத்த மஞ்சனத்திப் பழங்களுமாக முழுஇரவும் மஞ்சனத்தி வாசத்தால் நிரம்ப உறங்கிப்போனேன்.

காலையில் எழுந்து சென்னைக்குப் போகாமல் மறுபடியும் கோயம்புத்தூரின் திசைக்கு வண்டியைத் திருப்பியதைப் பார்த்து பெரியவர் கேட்டார்.

"என்ன தம்பி அங்கிட்டுப் போகாம இங்கிட்டுப் போறீங்க?"

"இல்லீங்க, அந்த மஞ்சனத்தி மரத்தைப் பார்க்கணும் போல இருக்கு. அதான் போறேன். நீங்களும் வாங்களேன்" என்றதும் பெரியவரும் வந்து ஏறிக்கொண்டார். பெரியவர் சொன்னதைப் போல, ஒற்றை மஞ்சனத்தி மரம். அதற்கு அடியில் மண்ணால் கட்டப்பட்ட சிறு கூடம். அதற்குள் ஒரு விளக்கு. அதற்குப் பின்புறம் அந்த மரப்பாச்சிப் பொம்மை இருந்தது. யாருக்கோ பயந்து ஒளிந்துகொண்டிருக்கும் ஒரு சிறுபெண் குழந்தையின் முகச்சாயலில் இருந்த அந்த மரப்பாச்சிப் பொம்மையில் சுற்றியிருந்த மஞ்சள் பட்டுத் துணிதான் நேற்று மழையின் ஊடாக நான் பார்த்துச் சிலிர்த்த மஞ்சள் துணியாக இருக்கும் என்று பெரியவர் சொன்னார். உள்ளிருந்து ஊசி குத்தியதுபோல உடல் நடுங்கி இரு கைகூப்பி மஞ்சனத்தி மரத்தை நான் வணங்கியது, மஞ்சனத்தியின் மீதுள்ள இரக்கத்தாலா அல்லது பயத்தாலா என்பது இன்றுவரை எனக்குத் தெரியாது!

25

'குலசேகரப்பட்டினம்' என்ற ஊரைக் கேள்விப் பட்டிருக்கிறீர்களா? இங்கு, வருடாவருடம் புரட்டாசி மாதம் தசரா திருவிழா நடக்கும். தூத்துக்குடி, திருநெல்வேலி, கன்னியாகுமரி மாவட்டங்களைச் சேர்ந்த மக்கள், தங்கள் வேண்டுதல்களுக்கு ஏற்றபடி தங்கள் கனவில் தோன்றிய, தங்களுக்குப் பிடித்த தெய்வங்களின் வேடத்தை அணிந்தபடி 'சாமி'களாக விரதம் இருந்து 10 நாட்கள் தெருத்தெருவாக, ஊர்ஊராக அலைந்து திரிந்து பிச்சை எடுத்து, 'பிச்சை' என்று சொல்லக் கூடாது 'தர்மம்' எடுத்து, அதில் கிடைக்கும் காசை வைத்தோ அரிசியை வைத்தோ இரவில் சமைத்து விரதம் முடிப்பார்கள். தசராவின் கடைசிநாளில் குலசேகரப்பட்டினம் முத்தாரம்மன் கோயிலுக்குப் போய் மிச்சம் இருக்கும் காசுகளையும் அரிசியையும் கோயில் உண்டியலில் போட்டுவிட்டு வெறி பிடிக்க நாக்கைத் துருத்தி ஓடி ஆடி உருண்டு எரிந்து கொண்டிருக்கும் சூடத்தை அப்படியே லபக்கென்று வாய்க்குள் விழுங்கி மாலையைக் கழட்டி அங்கேயே கடற்கரையில் நல்ல துடிக்கிற மீன்களாக வாங்கி, பொறித்து குடும்பத்தோடு தின்று விரதத்தை முடித்துவிட்டு ஊர் திரும்புவார்கள்.

'வீட்டில் எல்லோருக்கும் அரசாங்க வேலை கிடைக்க வேண்டும்' என்று அம்மா, ஒன்பதாம் வகுப்பு படிக்கும் கடைக்குட்டிப் பையனான

எனக்கு மாலைபோட்டு ஊர் சுற்றி தர்மம் எடுத்து வேண்டுதலை நிறைவேற்றுவதாக வேண்டிக்கொண்டது, முதலில் எனக்கு அதிர்ச்சிதான். ஆனால், அந்தப் பத்து நாட்களில் என்னை வீட்டில் உள்ளவர்கள் நடத்திய விதம், கொடுத்த மரியாதை, எப்போதும் என்னை அடித்துக்கொண்டிருக்கும் இவர்களுக்கு அந்தப் பத்து நாட்கள் நான் கடவுளாக இருப்பது எனக்கு ரொம்பவே பிடித்துப்போனது.

அம்மா, முதலில் எனக்கு குரங்கு வேஷம் போட்டு தர்மம் எடுக்கத்தான் வேண்டிக் கொண்டாள். ஆனால், குரங்கு வேஷம் போட்டுக்கொண்டு தெருவில் அலைந்தால் அவ்வளவுதான். ஆண்பெண் என ஒரு கும்பலே இருக்கிறது, என் வாலைப் பிடித்து 'ஏலேய்..! குரங்கு சாமி, குரங்கு சாமி' என்று கேலி செய்யும். அதனால் நான், 'அம்மா.. மாடு மேய்க்கிற ஒருத்தர் தினமும் என் கனவுல வந்து புல்லாங்குழல் வாசிக்கிறார்மா' என்று ஒரு பொய்யைச் சொன்னேன். 'யப்பா.. நீ மாடு மேய்ச்சுக்கிட்டுத் திரியிறதால கிருஷ்ணர்தான் உன்கூட இருக்கார் போல!' என்று அம்மா கிருஷ்ணர் வேடத்துக்குச் சம்மதித்து, அதற்குத் தேவையான பட்டு அங்கவஸ்திரம், புல்லாங்குழல், சலங்கை, காதில் அணியும் குண்டலம், அட்டையால் செய்யப்பட்ட கிரீடம், இவற்றையெல்லாம்விட கறுப்பான என் உடம்பு முழுவதும் பூச நீலக்கலர் பொடி.. எல்லாம் வாங்கிக்கொண்டு வந்தாள்.

அந்தப் பத்து நாட்களும் நான் தூங்கிக் கொண்டிருக்கும்போதே அம்மாவும் அப்பாவும் என் காலைத் தொட்டுக் கும்பிடுவார்கள். அப்படியே உடம்பை முறுக்கி எழுந்தால், அம்மா பக்கத்தில் உட்கார்ந்துகொண்டு, 'எழுந்தரப்பா.. சாமி எந்திச்சிட்டு..' என்று நாக்கைச் சுழட்டி குலவை இடுவாள். நல்ல குளிர்ந்த நீரில் வேப்ப இலைகளைப் போட்டு அம்மாவும் அப்பாவும் சேர்ந்தே என்னைக் குளிப்பாட்டுவார்கள். குளித்து முடித்துவிட்டு அப்படியே உள்ளே வந்தால், ஆப்பிள் பழத்தையோ, ஆரஞ்சு பழத்தையோ நன்றாகக்

கழுவி அழகாக நறுக்கித் தருவார்கள். வீட்டுக்குள் இருந்து என்னைப் பார்த்து அண்ணன், அக்கா எல்லாரும் பெருமூச்சுவிடுவார்கள்.

கிருஷ்ணருக்கான அரிதாரங்கள் முடிந்து சலங்கையைக் கட்டிக்கொண்டு வீட்டுக்கு வெளியே வரும்போது வாசலில் என்னிடம் ஆசீர்வாதம் வாங்க ஒரு கூட்டமே நிற்கும். ஒவ்வொருத்தராக என் காலில் விழுவார்கள். மூர்த்தி, காலில் விழும்போது மெதுவாக காலைச் சுரண்டுவான். அண்ணன் ஊசியை வைத்துக் குத்துவான். எனக்குச் சிரிப்பாக வரும். ஆனால், அதையெல்லாம் அடக்கிக்கொண்டு கம்பீரமாக நின்றுகொண்டிருப்பேன். ''சாமி எல்லாத்துக்கும் அப்படியே திருநீறு பூசி விடுங்க'' என்று எல்லோரும் என்முன் குனிந்து நிற்பார்கள். இடுப்பில் இருக்கும் பையிலிருந்து திருநீறை எடுத்து எல்லோருக்கும் பூசிவிடுவேன். எல்லோரும் குலவையிட, நானும் அம்மாவும் தர்மம் எடுக்க, பக்கத்து ஊரைப் பார்த்து நடந்து போவோம்.

எந்த ஊருக்குப் போனாலும், 'டேய் சாமி வந்திருக்குடா, சாமிடா!' என்று முதலில் அந்த ஊரில் உள்ள சிறுசுகள் கூட்டம்தான் வந்து எங்களைச் சூழ்ந்து கதை பேசிக்கொண்டே வரும். இவர்கள் போதாதென்று அந்த ஊரில் இருக்கும் நாய்கள் வேறு. சலங்கை சத்தத்தைக் கேட்டதும் வாயைப் பிளந்துகொண்டு வரும். பயந்து உடல் பதறும்போது பின்னாடி இருந்து ஏதாவது ஒரு வில்லங்கம் பிடிச்ச சிறுசு, ''சாமி பயப்படாதீங்க. அந்தச் சங்கு சக்கரத்தைக் கழட்டி நாயப் பார்த்து விடுங்க. நாயோட கழுத்து துண்டாப் போகட்டும்'' என்று கத்துவான். கோபம் அப்படி வரும் எனக்கு. அம்மாதான் கம்பை எடுத்து நாயை விரட்டிக்கொண்டு வருவாள்.

ஒவ்வொரு வீட்டு வாசலுக்கும் போய் தர்மம் கேட்கும்போதும், அந்த வீட்டில் உள்ளவர்கள் ஏதாவது காரணத்தைச் சொல்லி, காலில் விழுந்து திருநீறு கேட்பார்கள். ''சாமி இந்தப் பய, வாய தொறந்தா

மாரி செல்வராஜ்   233

பொய்யாச் சொல்லுதான் சாமி. கொஞ்சம் திருநீறு போட்டுவிடுங்க சாமி.இன்னையோட பயலுக்கு நல்ல புத்தி வரட்டும்'' என்று சின்னப்பையன்களை அம்மாக்கள் காலில் விழச்செய்யும்போது, என் அம்மா என்னைப் பார்த்து ஒரு சிரிப்பு சிரிப்பாள். அந்தச் சிரிப்புக்கு ''எங்க சாமியே பொய் மட்டும்தான் பேசும்'' என்று அர்த்தம்.

இப்படி ஒவ்வொரு வீடாக அலைந்து திரிந்து வீட்டுக்குத் திரும்ப இரவாகிவிடும். வீட்டுக்கு வந்துதான் விரதச் சாப்பாடு, அதுவரை வெறும் பழங்களும் பச்சைத்தண்ணீரும்தான் உணவு.

முதல் எட்டுநாட்கள் வெளியூர்களுக்கு தர்மம் எடுக்கச் சென்றால்,கடைசி இரண்டு நாட்கள் உள்ளூரில்தான் தர்மம். உள்ளூர் சுற்றி தர்மம் எடுக்கப் போகும்போது, அம்மாவோடு மூர்த்தியும் என் பின்னாடி வருவான். அம்மா முன்னாடி போவாள், அம்மாவுக்கு பின்னாடி நான் நடந்து போவேன். எங்களுக்கு கொஞ்சம் தள்ளி அரிசி சாக்கோடு மூர்த்தி வருவான். அப்படி வந்துகொண்டு இருக்கும்போதே, 'கேட்டதைக் கொடுப்பவனே கிருஷ்ணா... கிருஷ்ணா... என்று பாடுவான். நான் என் தாம்பூலத்தட்டில் இருக்கும் காணிக்கைகளில் இருந்து 10 ரூபாயையோ, அல்லது 20 ரூபாயையோ எடுத்து அம்மாவுக்குத் தெரியாமல் கீழே போடுவேன். அதை மூர்த்தி படக்கென்று எடுத்து அவன் சட்டைப் பைக்குள் வைத்தபடி, 'கீதையின் நாயகனே கிருஷ்ணா... கிருஷ்ணா...' என்பான். நடந்தது எதுவும் தெரியாமல் திரும்பிப் பார்த்து அம்மா ஒரு சிரிப்பு சிரிப்பாள்.

இது மூர்த்திக்கும் எனக்குமான திருட்டு ஒப்பந்தம். கடைசி நாள் குலசேகரப்பட்டினம் தசராவுக்குச் சென்று மாலையைக் கழட்டி வேடத்தைக் கலைத்தபின், இப்படிச் சேகரித்த பணத்தை ஆளுக்குப் பாதியாகப் பிரித்து திருவிழாவில் எங்களுக்குத் தேவையானதை வாங்கிக்கொள்வோம்!

கடைசிநாள், தசராவின் 10வது நாள். குலசை முத்தாரம்மன் சூரசம்ஹாரம் செய்யும் நாள் அது. குலசேகரப்பட்டினம் ஊர் முழுவதும் மக்கள் வெள்ளம், மேளதாளத்தோடு முண்டியடித்துக் கொண்டு இருந்தது. எங்கு பார்த்தாலும் விதவிதமான காளிகள், முருகன்கள், பிள்ளையார்கள், சிவன்கள், கிருஷ்ணர்கள், குரங்குகள், கரடிகள், மாடுகளென வேஷம் போட்டவர்கள், நாக்கைத் துருத்தி ஆடியபடியும் கோயிலைச் சுற்றி வந்தபடியும் இருந்தார்கள்.

கோயிலுக்குப் போனால் எனக்கொரு சிக்கல் காத்திருந்தது. வேஷம் போட்டுச் செல்கிறவர்களைக் கோயிலுக்கு முன் நிற்க வைத்து, மேளம் அடித்து அவர்களுக்கு சாமி அருள் வரவைப்பார்கள். அருள் வந்து அவர்கள் வெறிகொண்டு சாமி ஆடியபடியே கோயிலைச் சுற்றி வந்த பின்னர்தான் மாலையைக் கழட்டுவார்கள். என்னைக் கோயிலின் வாசலில் நிறுத்திவைத்துக்கொண்டு மேளத்தை அடித்து அருள் வருவதற்காக என் மூக்குக்கு நேராக அப்பாவும் அம்மாவும் சூடத்தைத் கொளுத்தி காட்டிக்கொண்டு இருந்தார்கள். ஆனால், நானோ சிறு அசைவுகூட இல்லாமல் கோயிலில் என்னைப்போல வேஷம் போட்டுப் போகிறவர்களை வேடிக்கை பார்த்தபடியே நின்றுகொண்டிருந்தேன்.

''என்ன.. நம்ம சாமி இப்படி அசையாம நிக்கு. மேளத்த நல்லா அடிங்கப்பா'' என்றார்கள். மேளம் அடிக்க அடிக்க எனக்கு ஆட வேண்டும் போல்தான் இருந்தது. ஆனால், நான் மேளத்துக்கு, அதன் அடிக்கு ஏற்றவாறுதான் ஆடுவேன். எனக்கு சாமி அருள் வந்தால் எப்படி ஆட வேண்டும் என்பதுதான் பெரும் குழப்பமாக இருந்தது. நேரம் ஆகஆக, அம்மா, அப்பா சென்று காளி வேஷம் அணிந்தவர்களைக் கூட்டிவந்து வேப்பிலையால் என் உச்சந்தலையில் அடித்து, கொஞ்சம் வேப்பிலையை உருவி என் வாய்க்குள்ளும் திணித்தார்கள்.

வேப்பிலையின் கசப்பு தாங்காமல் படக்கென்று துப்பினால், ''அப்படி என்ன உனக்கு அவ்வளவு கோபம்? ஏன் இனிமத்த துப்புற ஆங்!'' என்று அந்தக் காளிவேஷம் போட்டவர்கள் மறுபடியும் உச்சந்தலையில் வேப்பிலையால் அடிக்க, 'இப்படிக் கசக்குது. இதுவாடா உங்களுக்கு இனிமம்?'' என்று அவர்களை முறைத்துக் கொண்டிருந்தேன்.

''எம்மா தாயி, வேறு வழியில்லாம, விளையாட்டுப் பிள்ளைக்கு மாலையப் போட்டு வேஷம் போட்டுட்டேன். எங்களுக்குத் தெரியாம அது ஏதாவது திருட்டுத்தனம் பண்ணியிருந்தா, நீதாம்மா மன்னிக்கணும். அதவுட்டுப்புட்டு இப்படி நீ இறங்கி வந்து ஆடாம உன் மக்களக் கண்கலங்க விடலாமா?'' என்று அம்மா கண்ணீர் வடித்து என் காலில் விழுந்தபோதுதான் எனக்கு திக்கென்று இருந்தது.

''ஆஹா.. நாம அருள் வந்து ஆடாமலே இப்படி நின்னோம்னா, நாம ஏதோ பெரிய சாமிக்குத்தம் பண்ணியிருக்கோம்னு நினைச்சுக்குவாங்க போலிருக்கே!'' என்று சுற்றிப் பார்த்தேன், சாமி அருள் வந்தவர்கள் எப்படி ஆடுகிறார்கள் என்று. நாக்கைத் துருத்தி, கண்களைப் பெருசாக உருட்டி கீழே விழுந்து உருண்டுபுரண்டு ஆடிக்கொண்டிருந்தார்கள். அப்படியே கொஞ்சநேரம் என் இரண்டு கண்களையும் மூடினேன். இப்போது மேளச்சத்தம் மண்டைக்குள் கேட்டது. உடம்பை சும்மா முன்னுக்கும் பின்னுக்கும் நகர்த்தினேன். அம்மா, அக்கா எல்லோரும் கண்ணீரைத் துடைத்துக்கொண்டு குலவையிட நாக்கைத் துருத்திக்கொண்டு கண்களை உருட்டி ''ஓய்..!'' என்ற சத்தத்தோடு உருண்டுபுரண்டு எழுந்து யாராலும் பிடிக்க முடியாத அளவுக்குத் திமிறினேன்.

அப்போது அம்மா, ''யம்மா தாயி பச்சப்புள்ளம்மா.. இவ்வளவு ஆவேசம் வேண்டாம்மா, கொஞ்சம் மெதுவா நின்னு ஆடும்மா'' என்று

மறக்கவே நினைக்கிறேன்

அழுதாள். அண்ணனைப் பார்த்து, அக்காவைப் பார்த்து, மூர்த்தியைப் பார்த்து எல்லோரையும் பார்த்து நாக்கைத் துருத்தி கண்களை உருட்டினேன். அப்படியே கோயிலைச் சுற்றி மூன்றுமுறை வலம் வந்து குலவையிட்டு எனக்கு வேஷத்தைக் கலைத்தார்கள்.

''அப்பாடா... ஒரு வழியா வேஷத்தைக் கலைச்சாச்சுப்பா'' என்று மூர்த்தியை யாருக்கும் தெரியாமல் குலசேகரப்பட்டினம் கடற்கரைக்குக் கூட்டிக்கொண்டு போய், ''எடுடா, அவ்வளவு பணத்தையும்!' என்றேன்.

அவனோ சாதாரணமாக, ''எந்தப் பணம்?'' என்றான்.

''டேய் என்ன விளையாடுறியா? நான் கொடுத்து வெச்ச காணிக்கைப் பணத்தையெல்லாம் எடுடா!''

'அந்தப் பணமா, அந்தப் பணத்தைத்தான் நான் கோயில் உண்டியல்ல போட்டுட்டேனே!''

''என்னாது... உண்டியல்ல போட்டுட்டியா? உனக்கு என்ன லூஸாடா... எதுக்குடா போட்ட?''

''உனக்கு சாமி அருள் எப்படி வந்துச்சுன்னு தெரியுமா? அடிக்கடி என்னியப் பாத்தே நாக்கத் துருத்தி கண்ண உருட்டுன. ஐயையோ, சாமிக்கு நாம பண்ற தப்பு எல்லாம் தெரிஞ்சுபோச்சு போலன்னு பயந்துபோய் யாருக்கும் தெரியாம அவ்வளவு பணத்தையும் உண்டியல்ல போட்டுட்டேன்'' என்று அவன் சொல்லி முடிக்க, வந்த கோபத்தில் அந்த கடற்கரை மணலில் கொஞ்ச நேரம் அவனைப் புரட்டி எடுத்துவிட்டுத் திரும்பி வந்தால், இங்கே அம்மா அங்கப்பிரதட்சணம் செய்துகொண்டிருந்தாள். ''என்னப்பா அம்மா கோயிலைச் சுத்தி உருள்றா?'' ''அதுவா நாம பிரிச்ச, தர்மக்காசு உண்டியல்ல

போடுறதுக்குக் கம்மியா இருக்குல்லா, அதுக்கு மன்னிப்புக் கேட்டுத்தான் உங்க அம்மா உருள்றா'' என்று அப்பா சொன்னபோது, எதுவும் யோசிக்காமல் நானும் அம்மாவின் பின்னால் படுத்து உருளத் தொடங்கினேன்!

26

‘இந்தியா சுதந்திரம் அடையும் போது உனக்குக் கல்யாணமே ஆயிடுச்சா தாத்தா?’ ‘நிஜமாவா சொல்றீங்க, தனுஷ்கோடி கடலுக்குள்ள முங்கி அழியும்போது உங்களுக்கு நல்லா விவரம் தெரியுமா?’ நல்லா யோசிச்சு சொல்லுங்க.. ரயில்வே கேட்ல வெச்சு எம்.ஜி ஆரை நேர்ல பார்த்தீங்களா.. இல்லை ரயில்ல போகும்போது தூரமா நின்னு பார்த்தீங்களா?’, ‘நீ ஆயிரம் சொன்னாலும் பூவானிப் பெரியம்மா பெரிய அதிர்ஷ்டக்காரி. ஒரு மாசமா இழுத்திக்கிட்டு கிடந்த உசுரு, சிவாஜி செத்த அன்னைக்குத்தான பொசுக்குனு போச்சு!’, ‘சொன்னா எங்க நம்பப் போறீங்க, சுனாமி அன்னைக்குத்தான் திருச்செந்தூர்ல கடக்குட்டி பயலுக்கு மொதமொட்டை அடிச்சிக்கிட்டு இருந்தேன்.கால் நனைக்கக்கூட தண்ணி இல்லாம அவ்வளவு தண்ணியும் உள்ள போனதை இப்போ நினைச்சாலும் உடம்பே சிலுக்குது!’

இப்படியாகத் தொடர்ந்து கேட்கப்படும் கேள்விகளிலும் கேட்டவுடன் ‘இதற்காகத்தானே காத்திருந்தேன்’ என்பதைப் போல ஆழமாக யோசித்து, மனதின் தாழ்வாரத்தில் படரும் பச்சைக் கொடியாக விரியும் பதில்களிலும்தான் எத்தனையோ பெரிய

வரலாற்று நிகழ்வுகள், எதுவுமறியா எளிய மனிதர்களின் நினைவுகளில் நீங்கா எச்சங்களாக மிஞ்சி இருக்கின்றன.

திருநெல்வேலியில் நடந்த மாணவர் போராட்டங்களால் சிறை சென்றிருந்த ஊர் தம்பிகள் கணபதியையும் சுப்பிரமணியனையும் பார்க்கச் சென்றிருந்தேன். உங்கள் யூகம் சரிதான். தொப்பையும் தொந்தியுமாக இருக்கும் கணபதியும் வேகமும் விவேகமுமாக இருக்கும் சுப்பிரமணியனும் அண்ணன்-தம்பிகள்தான். இருவரும் ஒரே கல்லூரியில் ஒரே வகுப்பில் படிக்கிறார்கள். இருவருமே காங்கிரஸுக்கு எதிராக உண்ணாவிரதம் இருப்பார்கள். ஆர்ப்பாட்டங்கள் நடத்துவார்கள், போஸ்டர் ஒட்டுவார்கள். கட்டக்கடைசியாக காங்கிரஸ் தலைவர்கள், ராஜபஷே கொடும்பாவிகளை எரித்தபோது, சிறைக்கு ஒன்றாகச் சென்றிருக்கிறார்கள். கட்டம்போட்ட கம்பிகளுக்கு உள்ளே அண்ணன்-தம்பிகளைப் பார்க்கும்போது, மனதினுள் எழுந்த கதர்வேட்டி ஆவுடையப்பன் மாமாவின் நினைவு, வரலாறு எவ்வளவு வேகமாக தன் உடலைச் சிலுப்பிப் புரண்டு படுத்திருக்கிறது என்பதை உணர்த்தியது! ''ஓடியா... ஓடியா... பச்சப்புள்ளைங்களுக்கு பிசைஞ்சு கொடுக்க பச்சரிசி இட்லி இருக்கு'' என தெருத்தெருவாகக் கூவிக்கூவி அன்றைய நாட்களில் இட்லி விற்ற கதர் வேட்டி ஆவுடையப்பன் மாமா, சுதந்திர தினத்தில் காங்கிரஸ் கொடியைக் கூரையில் ஏற்றி மிட்டாய் கொடுக்கும் தீவிர காங்கிரஸ்காரர்.

'ஒரு சுருட்டு வாங்கிக் கொடுத்தோம்னு உங்ககிட்ட வந்து ஓட்டு கேட்கல காங்கிரஸ்காரன். சுதந்திரம் வாங்கிக் கொடுத்தோம்னு கேக்குறான். என் தாத்தன், நேருவுக்கு ஓட்டு போட்டான். எங்க அப்பன், இந்திராகாந்திக்கு ஓட்டு போட்டான். நான், இப்போ ராஜீவ்காந்திக்கு ஓட்டு போடுறேன். அப்புறம் ராஜீவ்காந்தி மவன் வந்தா, அவனுக்கு என் மவனுவ ஓட்டு போடுவானுவ. வேட்டி சீலை குடுத்ததைப்

பெருமையா சொல்ற கட்சியும் சுதந்திரம் வாங்கித் குடுத்தத பெருமையா சொல்ற கட்சியும் ஒண்ணா?' என்று தேர்தல் காலங்களில் மீசை முறுக்கும் ஆவுடையப்பன் மாமாவுக்கு, திருமணமாகி 15 வருடங்கள் கழித்துதான் கணபதியும் சுப்பிரமணியனும் இரட்டைக் குழந்தைகளாகப் பிறந்தார்களாம்.

ஊரில் முதன்முதலில் இட்லி விற்றது, இரட்டைப்பிள்ளை பெற்றது என ஆவுடையப்பன் மாமா எங்களுக்கு எப்போதுமே ஆச்சர்யம்தான். ஒரே மாதிரி வலதும் இடதுமாக நடுவீட்டில் படுத்துக்கிடக்கும் கணபதியையும் சுப்பிரமணியனையும் பார்க்க கதவு வழியாக, ஜன்னல் வழியாக முண்டியடிப்போம். ஆவுடையப்பன் மாமாதான் எல்லோரையும் உள்ளே அழைத்துச் சென்று குழந்தைகளை அருகில் தூக்கிக் காட்டுவார். இரண்டு குழந்தைகளும் ஒரே நேரத்தில் சிரிப்பது, ஒரே நேரத்தில் அழுவது, ஒரே நேரத்தில் புஷ்பம் அத்தை மார்பில் பால் சப்புவது என கணபதியும் சுப்பிரமணியனும் பிறந்ததிலிருந்தே ஆச்சர்யம்தான். குழந்தைகளாக இருக்கும் அவர்களைப் பார்க்கத்தான் நாங்கள் ஆவுடையப்பன் மாமா வீட்டுக்குப் போவோம். குழந்தைகளுக்கு கண்மை வைப்போம், இட்லிக்கு, மாமாவோடு சேர்ந்து மாவாட்டுவோம், சட்னிக்கு தேங்காய் திருகுவோம். அப்படித்தான் மாமாவோடு காங்கிரஸ் கட்சிக்காக ஏழு வயதில் பிரசாரம் செய்யப் போனதும்!

ஆவுடையப்பன் மாமா என்ன சொன்னாலும் எங்களுக்குப் பிடிக்கும்.ரோசாப் பூவைத்துக் கொண்டு அவர் பின்னால் நேரு மாமா மாதிரி அலைவது பிடிக்கும். ‘கனியம்மா அக்கா ஓட்டு போடு... காங்கிரஸ் கட்சிக்கு ஓட்டு போடு’, ‘ராணி அக்கா ஓட்டு போடு... ராஜீவ் காந்திக்கு ஓட்டு போடு’ என்று அவர் பின்னாடி கத்திக்கொண்டு அலைவது ரொம்பரொம்பப் பிடிக்கும். ஆனால், ராஜீவ்காந்தி

இறந்துவிட்டார் என்ற செய்தி, ஊருக்குள் வந்த நாளில் ஆவுடையப்பன் மாமா செய்த காரியம்தான் யாருக்குமே என்னைக்குமே பிடிக்காமல் போய்விட்டது.

ராஜீவ்காந்தி கொல்லப்பட்ட தகவல் கிடைத்ததும் வீட்டைவிட்டு வெளியேபோன ஆவுடையப்பன் மாமாவைக் காணாமல், புஷ்பம் அத்தை நெஞ்சில் அடித்து அழுதுகொண்டு இருந்தாள். ஆதிச்சநல்லூர் விலக்கில் திருச்செந்தூர் மெயின் ரோட்டில் ஒற்றை ஆளாக ஆவுடையப்பன் மாமா படுத்துக்கொண்டு பஸ்ஸை மறிப்பது தெரியவர, எல்லோரும் அங்கு ஓடினோம். சுடும் வெயிலில் ஆவுடையப்பன் மாமா நடு ரோட்டில் மல்லாந்து படுத்துக்கிடந்ததையும், பேருந்துகள் எதுவும் ஓடாமல் அப்படியே நின்றதையும், நான்கு போலீஸ்காரர்கள் வந்து மாமாவைக் குண்டுகட்டாகத் தூக்கிக்கொண்டு சென்றதையும், புஷ்பம் அத்தை போலீஸ்காரர்களிடம் கெஞ்சியதையும், இரண்டு வயதாகியும் இன்னும் காட்டுப்பேச்சிக்கு முதல்மொட்டை போடாமல் ஜடையோடு ஒரே மாதிரி கணபதியும் சுப்பிரமணியனும் அம்மணமாக அழுதுகொண்டு இருந்ததையும் மறுபடியும் நினைத்துப் பார்த்தால், போன செவ்வாய்கிழமைதான் நடந்தவைபோல் இருக்கின்றன எல்லாம்!

ஊரிலிருந்து ஆட்கள் போய், ஆவுடையப்பன் மாமாவை போலீஸ் ஸ்டேஷனில் இருந்து அழைத்து வந்தார்கள். ‘‘ரெண்டு புள்ளைங்கள 15 வருஷம் கழிச்சுப் பெத்துட்டு எல்லாத்தையும் அநாதையா விட்டுட்டு குடும்பத்த வெளங்காம ஆக்கப்போறியா நீ?’’ என்று புத்திமதி சொல்லி மாமாவை வீட்டுக்குள் அடைத்து, ‘‘இந்தா புஷ்பம்... இன்னும் ஒரு வாரத்துக்கு அவன வெளியில எங்கேயும் போகவிடாத. சொன்னாப் புரியாது... அவன் பரம்பரை காங்கிரஸ்காரன். பைத்தியக்காரத்தனமா ஏதாவது செஞ்சாலும் செஞ்சுக்குவான் ஜாக்கிரதை’’ என்றும் சொல்லிவிட்டுப் போனார்கள்.

அன்று முழுவதும் நாங்கள் ஆவுடையப்பன் மாமா வீட்டில் இருந்தோம். அடைக்கப்பட்ட கதவுக்குப் பின்னால் இருந்து மாமா குரல் கொடுப்பார். 'புஷ்பம் ஒண்ணுக்கு வருதுடி. கதவைத் தெற. போய்ட்டு வந்திருறேன்' என்க. பதிலுக்கு வெளியே இருந்து புஷ்பம் அத்தை குரல் கொடுப்பாள், 'அங்க பயலுவ பால் டப்பா இருக்கு. அதுல இருந்து வைங்க. அப்புறம் நான் எடுத்து வெளியே கொட்டிக்கிறேன்' என்க. வெளியே இருக்கிற எல்லோரும் விழுந்துவிழுந்து சிரிப்போம். புஷ்பம் அத்தை எல்லாவற்றையும் மறந்து சிரித்தாள். கணபதியும் சுப்பிரமணியனும்கூட காரணம் தெரியாமல் ஒரே மாதிரி சிரித்தார்கள். எல்லாம் சரியாகப் போய்க்கொண்டிருந்தன.

இரவு முழுவதும் நாங்கள் அங்குதான் இருந்தோம். மாமா, அடைக்கப்பட்ட கதவுக்கு உள்ளிருந்தே கணபதியிடமும் சுப்பிரமணியிடமும் பேசுவார். அப்பா என்ன சொல்கிறார், எதற்காக கதவுக்குப் பின்னால் இருந்தே பேசுகிறார் என்று தெரியாமல் கணபதியும் சுப்பிரமணியனும் தூங்கும் வரை அந்தக் கதவையே தட்டிக்கொண்டு கிடந்தார்கள். வாசலிலும் திண்ணையிலும் புஷ்பம் அத்தை மடியிலும் அப்படி அப்படியே உறங்கிப்போன எங்கள் எல்லோருக்கும் காலையில் காத்திருந்தது அந்தப் பேரதிர்ச்சி!

எப்போதும் கோழி கூவி, காகம் கரைந்து, பால் கறக்க பசு மாடுகத்தி எழுப்பும் ஊரை, அன்று புஷ்பம் அத்தை தன் நெஞ்சில் அடித்துக்கொண்டு எழுப்பினாள். வீட்டுக்குள் அடைக்கப்பட்டிருந்த ஆவுடையப்பன் மாமாவையும் காணவில்லை. வெளியே கதவுக்குப் பக்கத்தில் ஒரே மாதிரி பெருவிரலைச் சப்பியபடி உறங்கிக்கொண்டிருந்த கணபதியையும் சுப்பிரமணியனையும் காணவில்லை. ஊர் முழுவதும் தேடி ஆள் அனுப்பினார்கள். ஆற்றுக்கு, குளத்துக்கு, கிணற்றுக்கு, ஆதிச்சநல்லூர் மெயின் ரோட்டுக்கு என எல்லாப் பக்கமும் ஆள்

அனுப்பினார்கள். பெற்ற பிள்ளைகளையும் புருஷனையும் காணாமல் புஷ்பம் அத்தை மயங்கிமயங்கி விழுந்தாள். நேரம் ஆகஆக வேறு வழியில்லாமல் புதுக்குடி போலீஸ் ஸ்டேஷனில் புகார் கொடுத்தார்கள். மொத்த ஊரும் முகம்கூடக் கழுவாமல் ஆவுடையப்பன் மாமாவுக்காகக் காத்திருந்தது.

''பய புத்திகெட்டுப் போய் ராசீவ்காந்தி செத்த இடத்துக்கே போய்ட்டானோ?''

''அப்படியெல்லாம் இருக்காதுப்பா. அம்புட்டுத் தூரம் எப்படி புள்ளையளத் தூக்கிட்டுப் போவான். இங்கதான் எங்கேயாவது காங்கிரஸ்காரங்க பண்ற போராட்டத்துக்குப் போயிருப்பான்!'' என்று ஆளாளுக்கு ஒவ்வொரு யோசனையில் பேசிக்கொண்டிருக்க, கருங்குளம் பொட்டக்குளம் வழியாக கணபதிக்கும் சுப்பிரமணியனுக்கும் மொட்டை அடித்து தானும் மொட்டை அடித்து எதுவும் நடக்காததுபோல ஆவுடையப்பன் மாமா ஊருக்குள் சைக்கிளில் வந்ததைப் பார்த்து எல்லோரும் வாயடைத்துப் போனார்கள்.

''அடப்பாவி. காட்டுப்பேச்சிக்குப் போடுற மொத மொட்டையை காங்கிரஸுக்குப் போட்டுட்டு வந்துட்டானே கிறுக்கு பய'' என்று ஊர்க்காரர்கள் சொல்லிக்கொண்டிருக்கும்போதுதான் அது நடந்தது. திண்ணையில் மயங்கி விழுந்துகிடந்த புஷ்பம் அத்தை தன் இரட்டைப் பிள்ளைகளும் புருஷனும் மொட்டையாக வந்து நிற்பதைப் பார்த்து பொறுக்க முடியாதவளாக ஓடிப்போய் மண்ணை அள்ளி மாமாவின் மீது எறிந்தாள். காறிக்காறித் துப்பினாள். கையில் கிடைத்த எல்லாவற்றையும் வைத்து ஆவுடையப்பன் மாமாவை அடித்தாள்.

''இரக்கத்தோடு ரெண்டு கொடுத்தாளே அந்தக் காட்டுப்பேச்சி. அவளுக்கு மொத்த முடியும் சடையா ஒட்டினதுக்கு அப்புறம் வந்து

மொட்டை அடிக்கிறேன்னு நான் சாவாம கிடந்து விரதம் இருக்க, என் புள்ளைங்களுக்கு மொத மொட்டையே எழவுமொட்ட அடிச்ச நீயெல்லாம் மனுஷனா? இனிமே ஒரு நிமிஷம் உன்கூட இருக்க மாட்டேன்!'' என்று இரண்டு பிள்ளைகளையும் பிடுங்கிக்கொண்டு அம்மன்புரத்துக்குப் போனவள்தான் புஷ்பம் அத்தை.

''புள்ளைங்களுக்கு மண்டையில மயிறு முளைச்சா அதெல்லாம் தானா வந்திருவாப்பா. நான் போய் எதுக்குக் கூப்பிடணும்? அவளா எப்போ வருவாளோ, அப்போ வரட்டும்'' என்று இருந்த ஆவுடையப்பன் மாமாவைப் பார்க்க, பத்து வருஷம் கழித்து நெஞ்சு வலியால் இறந்தபின் பிணமாகத்தான் புஷ்பம் அத்தை எங்கள் ஊருக்கு திரும்பி வந்தாள்.

ஒரு பெரிய மருதமரம் சாய்ந்து மண்டையில் விழுந்து அதிர்ஷ்டவசமாக உயிர் தப்பியதுபோல, அந்தநாள் அப்படியே மறையாத கீறலாக நினைவில் இருக்கிறது. புஷ்பம் அத்தை புதைகுழிக்கு அந்தப் பக்கம் மறுபடியும் அதே மொட்டைத் தலையோடு கணபதியும் சுப்பிரமணியனும் கதறி அழுததும், அதைப் பார்க்க முடியாமல் ஆவுடையப்பன் மாமா துண்டால் முகத்தை மூடிக்கொண்டு சலனமே இல்லாமல் இருந்ததும், கணபதியையும் சுப்பிரமணியனையும் கையைப் பிடித்து ஒரு தாத்தா கூட்டிவந்து ஆவுடையப்பன் மாமாவிடம் ஒப்படைத்ததையும், பக்கத்தில் நின்ற பெரியவர்கள், ''ஏப்பா ஆனது ஆகிப்போச்சு. இத்தன வருஷம் கழிச்சி புள்ளைங்க வந்து முன்னாடி நிக்குது. அவங்களப் பாத்து ஏதாவது பேசுப்பா. இனி உன்னை விட்டா அவங்களுக்கு யாரு இருக்கா?'' என்று முகத்தை மூடியிருந்த ஆவுடையப்பன் மாமாவின் துண்டை விலக்கிச் சொன்னார்கள்.

முதல் மொட்டை இழவு மொட்டை போட்டதற்காகப் பிரிந்துபோன தன் பிள்ளைகள் பத்து வருடங்கள் கழித்து அதே இழவு மொட்டையோடு முன்னாடி நிற்பதைப் பார்க்க முடியாமல் எழுந்து, ''முடி முளைக்கிறவரைக்கும் என் பக்கத்துல வராதீங்கப்பா. என்னால உங்களைப் பார்க்க முடியாது'' என்று நடுரோட்டில் முக்காடிட்டபடி ஆவுடையப்பன் மாமா ஓடியதும், இப்போது பத்து வருடங்கள் கழித்து அதே காங்கிரஸ் கட்சிக்கு எதிராக கணபதியும் சுப்பிரமணியனும் கம்பிக்கு உள்பக்கம் நின்றுகொண்டிருப்பதும் வரலாற்றின் வேடிக்கையா, வினோதமா, துரோகமா, வலியா, அபத்தமா, அறியாமையா, அரசியலா, முட்டாள்தனமா... எனக்குத் தெரியவில்லை!

27

''ஜக்கம்மா.. நான் எலும்பு தின்ன சூட்டோட வந்திருக்கிறேன். ச்சீ தூரப் போ.. விலகிப் போ!''

''நல்மக்கள் ஒறங்கும் நடுவூட்டுல

செத்தக் கன்னி ஒருத்தி கதறியிருக்கா

பச்சத் தண்ணி பல்லுல படாமப்

பாவமாத் தவிச்சியிக்கா

ச்சீ விலகிப் போ..

சுடுகாட்டுப் பேச்சி நான்!''

நீங்கள் அவர்களை 'குடுகுடுப்பைக்காரர்கள்' என்றா சொல்வீர்கள்? நாங்கள் அவர்களை 'ராப்பாடிகள்' என்று சொல்வோம். ராப்பாடிகள் என்றால், 'நாம் பட்ட பாட்டை, படும் பாட்டை, படப்போகிற பாட்டை சாமிகிட்ட கேட்டுட்டு நடுராத்திரியில் வந்து பாட்டாகப் பாடுகிறவர்கள்' என்று அம்மா சொல்லியிருக்கிறாள்.

ஒரு காலையில் கண் விழித்துப் பார்த்தால், நடுவீட்டில் அம்மா, சித்தி, பெரியம்மா, பக்கத்து வீட்டுக்காரர்கள் சூ ழ, சாப்பாட்டுக்குச் சம்மணம் போட்டதைப் போல அமர்ந்திருந்தார் இரவு வந்த ராப்பாடி.

முழுக்க தண்ணீர் நிரம்பிய ஒரு செம்பை முன்னால் வைத்துக் கொண்டு, துணி தைக்கும் ஊசியையும் நூலையும் எடுத்து ஊசியை மட்டும் நீருக்குள் போட்டுவிட்டு, நூலை செம்புக்கு மேலே செங்குத்தாக அந்தரகத்தில் அவர் பறக்கவிட்டு இருந்ததை வாய் பிளந்தபடி பார்த்துக் கொண்டு இருந்தார்கள் எல்லாரும். அந்த நூல் எந்தவொரு பிடிமானமும் இல்லாமல் நின்ற இடத்தில் நின்றபடி காற்றில் பறந்து கொண்டு இருக்கும் போது, ராப்பாடி தன் உடம்பை ஒரு குலுக்குக் குலுக்கிப் பாடத் தொடங்குவான்.

''சுடுகாட்டுப் பேச்சி சொன்னது பொய்யில்ல.. கன்னங்கருத்தக் கன்னியொருத்தி கண்ணீரோட கதவு இடைக்குள்ள பத்திரமாய் பதுங்கியிருக்கா'' என்று அவர் சொல்லும்போது, நைஸாக கதவின் இடைக்குள் போய்ப் பார்ப்பேன். அங்கே எங்கள் பூனை ராஜிதான் குறட்டைவிட்டுத் தூங்கிக்கொண்டிருக்கும். ''பாவம் அவ பத்து வருஷப் பசியோட இருக்கா. லேசுல போமாட்டா. சொல் பேச்சுக் கேட்க மாட்டா...'' என்று மறுபடியும் அவர் உடுக்கையை உருட்டும்போது, நான் ராஜியை எழுப்பிவிடுவேன்.

அரைத்தூக்கத்தில் எழுந்த ராஜி, முட்டிமோதி அம்மாவின் சேலைக்குள் போய் முடங்கிக் கொள்ளும். ஆனால் அம்மா, பத்து வருடங்களுக்கு முன் இறந்துபோன அக்கா உச்சினியை நினைத்துக் கண்ணீரோடு, ''பரிகாரம் என்னன்னு பேச்சி சொன்னா... அவ அம்மா நான் தட்டாமச் செய்றேன்'' என்று மருகுவாள். ''பச்சப்புள்ள அவ... பத்திரமா காடுபோய்ச்சேர பச்சசேவல் கேக்கிறா!''

''அது என்ன பச்ச சேவல்?''

''கோழி கலக்காத, கொண்டை முளைக்காத சேவல்!''

''அதை எப்படி நாங்க கண்டுபிடிக்கிறது?''

''கேட்டதைக் கொண்டுவா... சுடுகாட்டுப் பேச்சிக்குத் தெரியும் எது சுத்தம்னு!''

ராப்பாடி சொல்லி முடித்ததும் அம்மா என்னைப் பார்த்து ஏதோ முனங்குவாள்.

நான் உடனே ஓடிச்சென்று கோழி மடத்துக்குள் கையைவிட்டு உள்ளிருக்கும் சேவலோ கோழியோ கையில் கிடைத்ததை எல்லாம் பிடித்துக்கொண்டுவருவேன், அம்மா அதை வாங்கி ராப்பாடியின் கையில் கொடுப்பாள். வாங்கியவர், தனித்தனியாகத் தூக்கிப் பார்த்து 'சுடுகாட்டுப் பேச்சி' தேர்ந்தெடுத்த ஒன்றை எடுத்துவைத்துக்கொண்டு, மிச்சம் இருப்பதை என் கையில் கொடுப்பார். எல்லோரும், இப்போது அவர் என்ன செய்யப்போகிறார் எனக் காத்திருக்க அவர் செம்புத் தண்ணீருக்குள் மூழ்கிக்கிடக்கும் ஊசியை எடுத்து, அந்தரத்தில் பறந்துகொண்டிருக்கும் நூலை அதற்குள் கோத்து, நாங்கள் கொடுத்த சேவலின் அலகில் சர்வ சாதாரணமாக நுழைப்பார். சேவல். றெக்கைகளை கொஞ்சநேரம் உயிர் நழுவுகிற மாதிரி அடித்து நொறுக்கும்.

'பசியோடதான் அவ வந்தா.. அவ பசி போக்கிட்ட. நீ இனி கண்ணீர்விட வேண்டாம். கவலைய விடு... கன்னி கிளம்பிப் போறா!' என்று திருநீறை எடுத்துச் சுற்றி இருக்கும் எல்லோருடைய நெற்றியிலும் பூசி சேவலைக் கையில் தூக்கிக் கொண்டு போனார் ராப்பாடி. பின்தான் எங்களுக்குத் தெரியும், அவர் கொண்டுபோனது சரியான வெடக்கோழி என்று!

அம்மா இப்படித்தான் எல்லாத்துக்கும் பயப்படுவாள், அதனாலேயே எல்லாவற்றையும் நம்புவாள். அது சாதாரண நம்பிக்கை இல்லை. கடவுளைவிட சாத்தான்களே உலகில் அதிகம் என்று நம்புகிற அப்பாவிக் கிராமத்து அம்மாக்களின் நம்பிக்கை. அம்மாக்கள் மட்டுமல்ல. கிராமங்களில் ஜீவித்துக்கிடக்கும் ஒவ்வொரு மனிதனின் நம்பிக்கையும்கூட!

எங்கள் ஊரில் முத்தையா என்ற அண்ணன் இருந்தான். என்னைவிட எப்படியும் ஐந்து வயது மூத்தவனாக இருப்பான். ‘மீசை முத்தையா’, ‘கோண முத்தையா‘ , ‘கறுப்பு முத்தையா’, ‘கவுண்டமணி முத்தையா’ என நிறைய முத்தையாக்கள் ஊரில் இருப்பதால், அவனை எல்லோரும் ‘சிவப்பு முத்தையா’ என்றுதான் சொல்வார்கள். சிவப்பு முத்தையா, வீட்டுக்கு ஒரே பிள்ளை. ஆனால், அவன் ஏழாவது படிக்கும்போது அவனுடையஅம்மா வயலில் பாம்பு கடித்து துரதிர்ஷ்டவசமாக இறந்து போனாள். அம்மா இறந்துபோன துயரத்தில் கொஞ்சநாள் பள்ளிக்கு போகாமல், வீட்டுக்குப் போகாமல், ஊருக்குள் அழுத கண்களோடு சுற்றித் திரிந்தவன், ஒருநாள் காணாமலே போய்விட்டான்.

திடீரென்றுஅவனுடைய 21வது வயதில், கிட்டதட்ட ‘வைகாசி பொறந்தாச்சு’ பிரசாந்தின் முகச்சாயலில் ஊருக்குள் வந்தான். முத்தையா நிஜமாகவே ஆணழகனாக மாறி வந்தவனுக்குப் பெரிய அதிர்ச்சி, அவனுடைய அப்பா இரண்டாம் கல்யாணம் செய்துகொண்டு, இரண்டு பெண் குழந்தைகளுக்கு அவனை அண்ணனாக மாற்றியது. வந்ததும் வராததுமாக சண்டை போட்டான்; அழுதான்; கற்களை எடுத்து வீட்டை நோக்கி வீசி எறிந்தான்; ஊர் கண்கொட்டாமல் பார்த்துக் கொண்டிருந்தபோதே காலில் விழுந்த பெத்த அப்பனைத் தூக்கிப்போட்டு மிதித்தான். ஆனாலும், அந்த நாளுக்குப் பிறகு அந்த வீட்டில்தான் சிவப்பு முத்தையா இருந்தான். காரணம், பிறந்த இரண்டு குழந்தைகளும் பெண் குழந்தைகளாக இருந்தாலும், அப்படியே அவன் முகச்சாயலில் இருந்தன. அந்தக் குழந்தைகளைத் தூக்கி வைத்துக்கொண்டு, ‘கண்ணே கரிசல் மண்ணுப் பூவே..’ என்று பாடித் திரிந்தவன். திடீரென்று ஒருநாள் விஷம் அருந்தி இறந்துபோனதுதான், அவன் கதையில் எங்களுக்கான பேரதிர்ச்சி!

விஷம் குடித்து இறந்துபோன சிவப்பு முத்தையாவை வேகவேகமாக அழுது ஒப்பாரி வைத்து எரித்துவிட எல்லோரும்

ஆயத்தமாகிக் கொண்டிருந்தார்கள். முத்தையாவின் உடலைக் குளிப்பாட்டி அவனுக்கு புதுஉடைகளை உடுத்தியபோதுதான், வேடிக்கை பார்த்த பெருசு சொன்னது,'' ''எப்பா... பய கல்யாணம் ஆகாத கன்னிப் பய வங்கொலையா இப்படிச் செத்துப் போயிட்டான். அதனால எரிக்கிறதுக்கு முன்னால அவனுக்கு ஒரு கல்யாணத்தைப் பண்ணிப்புடுவோம்பா. இல்லைன்னா பய உசுரு, காத்தாவும் கறுப்பாவும் கண்ணக் கசக்கிட்டுத் திரியும். அது நமக்குத் தேவையா?'' என்றார்.

''என்னது, செத்தவனுக்குக் கல்யாணமா? இது நல்லா இருக்கே!'' என்று நாங்கள் துயரமான ஒரு வேடிக்கைக்கு ஆயத்தமானபோது, பக்கத்தில் நின்ற பெருசுகள், ''எப்பா யாராவது ரெண்டு இளவட்டங்க போய் குலை தள்ளாத, பூ பூக்காத பெரிய வாழைக்கன்னு ஒண்ணு வெட்டிடுட்டு வாங்கப்பா'' என்றார்கள். ''வாழைக்கன்னு எதுக்கு?'' என்று கேட்டவர்களிடம், ''செத்துப்போன சிவப்பு முத்தையாவுக்கு அந்த வாழக்கன்னுதான் இன்னைக்குப் பொண்ணு. நீங்க போய் வெட்டிட்டு வாங்கப்பா சீக்கிரம்'' என்று விரட்டினார்கள்.

நானும் முத்துவும் கிளம்பிப் போனோம். வாழைக்காட்டுக்குள் போனதும் ஒரு கதலி வாழைக்கன்றை வேகமாக வெட்டப் போனேன். முத்து ஓடிவந்து தடுத்து, 'ஏலேய், முத்தையா அண்ணன் பாக்குறதுக்கு அப்படியே செம்பருத்தி பிரசாந்த் மாதிரி இருக்கான். அவனுக்கு ஜோடியா ஏம்ல இந்தக் கறுப்பு கதிலி வாழைய வெட்டுற? நல்லாத் தேடிப் பாரு... எங்கேயாவது செம்பருத்தி ரோசா மாதிரி நல்லா பளபளன்னு வாழக்கன்னு இருக்கும்' என்று சொன்னான். ஒவ்வொரு வாழையாகத் தேடத் தொடங்கினோம். 'படத்தி வாழைக்கன்னும் வேணாம்... பாக்குறதுக்கு அப்படியே அர்சனா மாதிரி கறுப்பா ஒல்லியா இருக்கு. மலையேத்தன் வாழைக்கன்னும் வேண்டாம். ஏதோ பம்பாய் நடிகை மாதிரி குச்சியா ஒசரமா இருக்கு. கற்பகவள்ளி வாழைக்கன்னு

வேண்டவே வேண்டாம். அப்படியே கறுப்பா கண்ணு ரெண்டையும் உருட்டிக்கிட்டு சரிதா மாதிரி இருக்கு'' என்றெல்லாம் நொள்ளை நொட்டை சொல்லி முத்தையா அண்ணனுக்காக வாழைக்கன்னு வரன்களைத் தட்டிக்கழித்துக் கொண்டே இருந்தோம். மனசு விடாமல் தேடிக்கொண்டு இருக்கும்போதுதான் 'சக்கை' எனப்படும் நல்ல குண்டாக பளபளவென்று இருக்கும் வாழைக்கன்றைப் வெட்டி வந்தோம்.

வாசனைத் திரவியங்கள் தடவி குளிப்பாட்டி பட்டுச்சட்டை, பட்டு வேஷ்டியில் அப்படியே கண்களை மூடிக்கொண்டு இருக்கும் மாப்பிள்ளைக் கோலத்தில் இருந்தான் சிவப்பு முத்தையா அண்ணன். அவனுக்கு அருகில் மஞ்சளைத் தடவி, தண்ணீரை ஊற்றி, மல்லிகைப் பூ சூடி, சந்தனம் குங்குமம் வைத்து, மடல்களில் ஒரு மாலையையும் போட்டு அந்தச் சக்கை வாழைக்கன்றை வைத்தார்கள். ஏற்னெவே எதுவும் வேண்டாம் என்று சுருண்டிருந்த முத்தையாவின் விரல்களுக்குள் ஒரு மஞ்சள் கயிறைத் திணித்து பெண்கள் கண்ணீரோடு குலவையிட வாழை மடலின்மீது போடவைத்து, பிறகுபெண்கள் அதை மூன்று முடிச்சிட்டு தாலிபோல இறுக்கமாகக் கட்டினார்கள். தாலி கட்டிய கொஞ்சநேரத்தில் அந்த வாழையை பெண்கள் எடுத்துக்கொண்டுபோய் சுற்றி உட்கார்ந்து அழுது, கட்டப்பட்ட தாலியை அரிவாளால் அறுத்து ஒரு வெள்ளைத் துணியைச்சுற்றி சக்கை வாழைக்கன்றை குப்பைமேட்டில் தூக்கிக்கொண்டு போட்டார்கள். நிஜமாகவே காரணம் எதுவும் சொல்லாமல், அகாலமாக மரித்துப்போனவனின் மேல் இருந்த துயரம் வடிந்து, அந்த மரணமும் எங்களுக்கு அவ்வளவு வேடிக்கையாகிப்போயிருந்தது.

மறுநாள் காலையில் அவசர அவசரமாக அம்மா என்னைத் தட்டி எழுப்பி நேற்று குப்பையில் தூக்கி வீசியெறியப்பட்ட வாழைக்கன்றை

எடுத்துக் கொண்டுபோய் இரண்டு துண்டாக வெட்டி, ஆற்றில் வீசிவிட்டு வரச் சொன்னதுதான் வேடிக்கையின் பெரிய முற்றுப்புள்ளி.

குப்பைமேட்டில் ஆடுகள் தின்றதுபோக மீதம் இருந்த அந்தச் சக்கை வாழைக்கன்றை, வெள்ளைத் துணியோடு தூக்கிக்கொண்டு நானும் முத்துவும் ஆற்றுக்குப் போனோம். கரையில் நிற்கவைத்து வாழையை நான் பிடித்துக்கொள்ள. கண்களை சிக்கென்று மூடிக்கொண்டு ஓங்கி ஒரு வெட்டு வெட்டினான், முத்து. வாழைக்கன்று இரண்டு துண்டாகியது. அவன் ஒரு துண்டை எடுத்து ஆற்றுக்குள் வீச, நானொரு துண்டை எடுத்து ஆற்றுக்குள் வீசினேன். சிவப்பு முத்தையாவின் மனைவி செம்பருத்தி ரோசா, இரண்டு துண்டுகளாக முன்னும் பின்னுமாக மிதந்து போனாள். அதைப் பார்த்துக்கொண்டு இருக்க சகிக்காமல் திரும்பி வரும் வழியில் முத்து கேட்டான்,

"எதுக்காகல அந்த அண்ணன் திடீர்னு எதுவும் சொல்லாம செத்துப்போனான்"?

"யாருக்குத் தெரியும்"?

"அந்த அண்ணனுக்கு அது கண்டிப்பாத் தெரியும்லா?"

ஆமாம்... முப்பது வயது சித்தியின் சிரிப்புக்கும், ஐம்பது வயது அப்பாவின் அருவருப்பான இயலாமை முறைப்புக்கும், பத்து வயது தங்கச்சிகளின் பாவமான பார்வைக்கும் பதில்சொல்ல முடியாமல்தான் சிவப்பு முத்தையா மரித்துப் போனான் என்ற காரணத்தை, ஆற்றங்கரையில் எரியூட்டப்பட்ட அவன் சாம்பல் பறந்து வந்து எங்கள் முகத்தின் மீது கறுப்பாக கறையாகப் படிய, பத்து நாட்கள் ஆனது!

28

"வறுமை நிலைக்குப் பயந்துவிடாதே...

திறமை இருக்கு மறந்துவிடாதே..

திருடாதே.. பாப்பா திருடாதே..."

இந்தப் பாடலை எந்தத் திசையிலிருந்து எப்போது கேட்டாலும் சரி, அடுத்த நொடி, வலுக்கட்டாயமாக ஆற்றுக்குள் தள்ளிவிடப்பட்ட நிறைமாதப் பசுவைப்போல உடலும் மனமும் அப்படி உதறுகிறது. உடனே என் வலது கை திருட நினைப்பது போலவும், இடதுகை அதை அடித்து ஒடித்துத் தடுப்பது போலவும் ஒரு வதந்தி உடல் முழுவதும் பரவி என்மீது எனக்கே அச்சம் படர்கிறது. அன்றாடத் தேவைக்குத் திருடுகிறவர்கள் 'திருடர்'களாகவே தங்கிவிட, பலப்பல தலைமுறைகளின் தேவைக்கு மேலும் திருடியவர்கள் 'தலைவர்'களாக மாறிவிட்ட சமூகத்தில், 'திருட்டு' என்பது எளியவர்கள் நடத்தும் முதல் போராட்டம் என்று சொன்னால், நீங்கள் ஏற்றுக்கொள்வீர்களா என்ன?

விகடனில் 'மறக்கவே நினைக்கிறேன்' வந்த முதல் வாரம் விளம்பர போஸ்டர்களில் என் புகைப்படம் பார்த்துவிட்டு மச்சான் ரமேஷ் அலைபேசியில் அழைத்தார்.

‘‘மாரி... இங்கே பேப்பர்ல உன் போட்டோ போட்டுத் தொங்குதே.. என்னடே விஷயம்?’’

‘‘ஆமா மாச்சான்... ஆனந்தவிகடன் புக்கு இருக்குல்ல. அதுல ஒரு தொடர் எழுதுறேன். இன்னைக்குதான் மொதவாரம். வாங்கிப் படிச்சிட்டுச் சொல்லுங்க‘‘ என்றதும் அவ்வளவு சந்தோஷப்பட்டவர், தற்போது தன்னிடம் காசுஇல்லை என்றும், மறுநாள் வாங்கிப் படித்துவிட்டுப் பேசுகிறேன் என்று சொல்லி அழைப்பை அவசரமாகத் துண்டித்தார். மறுபடி அரைமணிநேரத்தில் அழைத்தார்.

‘‘மாப்ள மாரி.. படிச்சேன்டே. நல்லா இருக்குடே’’ என்றவரிடம் ‘‘புத்தகம் எப்படி வாங்குனீங்க மச்சான்?’’ என்று நான் கேட்டிருக்கக் கூடாது. ‘‘இல்லடே.. சும்மா எடுத்துப் புரட்டிப் பார்த்துட்டு இருந்தேன். கடைக்காரர் அந்தப் பக்கமாத் திரும்பும்போது புத்தகத்தை சாரத்துக்குள்ள எடுத்துப் போட்டுகிட்டு வந்துட்டேன்டே’’ என்று ஒரு ஏ.டி.எம். வாட்ச்மேனாக இருக்கும் ரமேஷ் மச்சான் சொல்லிச் சிரித்தபோது. கண்ணீர் கசிந்துவிட்டது எனக்கு!

இப்படி வெறுமென சிரித்துக் கடந்து போகக்கூடிய சில விஷயங்கள், சமயங்களில், உங்களின் ஏதோ ஒரு நாளின், ஏதோ ஒரு தருணத்தில், ஏதோ ஓர் அழுகையின் வெளிவராத கண்ணீரின் கடைசித் துளியாக இருக்கலாம். எனக்கு அன்று வந்தது பிடிபட்ட ஒரு களவின் கடைசித் துளி!

ஏழாம் வகுப்பு படிக்கும்போது காலாண்டு பரீட்சை எழுதி, பசி கிறக்கிய மதியம் அது. பள்ளியிலிருந்து வீட்டுக்கு இரண்டு கிலோ மீட்டருக்கும் மேல் நடக்கவேண்டும். முதலில் கிட்ணகுளம் வரும். அப்புறம் சொக்கர் கோவில் ஆலமரம். அதில் சிறிதுநேரம் இளைப்பாறலாம். கொஞ்சம் நிழலைக் குடித்த தெம்பில் எழுந்து

நடந்தால், அதற்கடுத்து பெரியகுளம். அதன் கரையைப் பிடித்துக்கொண்டு நடந்துபோனால். நிறைய வாழைத் தோட்டங்கள் வரும். அந்த வாழைத் தோட்டங்களுக்குள், ஏதாவது ஒரு தோப்புக்குள் ஒரு வாழைத்தாராவது பழுத்துத் தொங்கும். நாலைந்து பழங்கள் பறித்துச் சாப்பிட்டு கொஞ்சம் தண்ணீரை அள்ளிக் குடித்துவிட்டால், பசியால் சுற்றும் தலைசுற்றல் நின்றுவிடும் என்று வேகவேகமாக நடந்து போனேன்.

"காட்டு நரிக்குக்கூட கொள்ளபசி வந்தா முதல்ல நாலு வாழைப்பழம்தான் திங்கும்" என்று எப்பவோ அம்மா சொன்னது எவ்வளவு உண்மை என்று வாழைக்காட்டுக்குள் இறங்கிய பிறகுதான் புரிந்தது.

எத்தனை நாளானாலும் எண்ணிவிட முடியாத வாழைகள். அதில் ஒரு வாழைத் தாரிலாவது ஒரு பழமாவது பழுத்திருக்காமலா போய்விடும் என்று தலையை வாழையின் உச்சியைப் பார்த்து நிமிர்த்துக்கொண்டு நான்கு திசைகளிலும் ஓடிக்கொண்டிருந்தேன். ஒவ்வொரு வாழைத்தோட்டமாகத் தாவித்தாவி தேடி அலைந்ததில், 'நான் அம்மா சொன்ன காட்டு நரியாக மாறிவிட்டேனோ!' என்ற அச்சம் வர, அவ்வப்போது முகத்தைத் தடவிப் பார்த்துக்கொண்டதை இப்போது நினைத்தாலும் சிரிப்புதான் வருகிறது. என் அலைச்சல் வீண் போகவில்லை.

பழுத்த ஒரு வாழைத்தார் என் கண்ணில் பட்டது. அந்தத் தோட்டத்துக்கு சவுக்குக் கம்புகளால் வேலி கட்டியிருந்தார்கள். ஒரு நரி நுழையும் அளவுக்கு இருந்த இடைவெளியில் உடலை மடக்கிக் குறுக்கி, பத்தும் பத்தாததற்கு கொஞ்சம் சவுக்கை உடைத்து உள்ளே நுழைந்துவிட்டேன். அந்த வாழை உயரமாக இருந்தது. அதன் பழங்களும் உயரத்தில் இருந்தன, வாழையைப் பிடித்து ஆட்டினால்,

உதிர்ந்துவிடும் அளவுக்கு அந்தப் பழங்கள் இன்னும் பழுக்கவும் இல்லை. நரியின் கைக்கு எட்டிய பழம், வாய்க்கு எட்டவில்லை. உடல் முழுக்க வயிறாகி, பசி.. பசி..' என்று கதறியது. வேறு வழி இல்லை என்று வாழை மடல்களை இறுகப்பிடித்து வெறிகொண்ட வேகத்தோடு இழுத்ததில், தலைச்சுமையோடு நின்ற வாழை பாதியாக முறிந்து என் பக்கம் சாய்ந்த சந்தோஷத்தைக்கூட கொண்டாடாமல், முதல் பழத்தைப் பறித்து முதலில் தின்றுவிட்டேன். இரண்டாவது பழத்தை பறித்து பாதி வாயில் தின்று கொண்டிருக்கும்போது என் பின் மண்டையில் விழுந்தது ஓர் அடி! வாயில் இருந்த பழமும் லபக்கென்று வெளியில் விழ, திரும்பிப் பார்த்தேன்.

பட்டாபட்டி அண்ட்ராயரோடும், முறுக்கிய மீசையோடும், அடிப்பதற்குத் தோதான நல்ல உருளை வாழை மட்டையோடும் நின்ற அந்த மனிதரைப் பார்த்த அடுத்த நொடியில், சரசரவென நீர் முட்டிவிட்டது.

"யாருல நீ"

"புளியங்குளம்ணே... பள்ளிக்கூடம் போயிட்டு வந்தேன். பசிச்சுச்சு.. அதான்!"

"ஆமாலே... பள்ளிக்கூடம் போயிட்டு வரும்போதெல்லாம் பழம் பறிச்சு நீ திங்குறதுக்கு உங்க அம்ம தோட்டமால இது?"

"அண்ணே... தொரியாமப் பண்ணிட்டேம்ணே. ரெண்டு பழம்தான் தின்னேன். நாளைக்கு வேணும்னா, காசு கொண்டுவந்து கொடுத்திருதேண்ணே!"

"தின்ன பழத்துக்குக் காசு கொடுத்திடுவ. முறிஞ்ச வாழைக்கு உங்க அப்பனா வந்து காசு கொடுப்பான்?" என்ற மனுஷன், ஆத்திரத்தோடு

ஓங்கி என் பின்னாடி அப்படி ஒரு மிதி மிதிப்பார் என்று நான் எதிர்பார்க்கவே இல்லை. சகதிக்குள் போய் சொத்தென்று விழுந்தேன். முக்கி முனங்கி எழுந்து நின்ற என்னை, தலைமுடியைப் பிடித்து இழுத்துக்கொண்டு போனவர், ''இனிமே எந்த வாழையில பழம் தொங்குனாலும் வாழையைப் பிடிச்சி இழுத்து மொறிக்கக் கூடாது நீ. வா வந்து மொறிஞ்ச வாழைய தூக்கி நிறுத்து!'' என்றபடி முறிந்து கிடந்த வாழையைக் கஷ்டப்பட்டுத் தூக்கி என் தோளில் வைத்தார்.

வாழை என் தோளுக்கு வந்த அடுத்த கணத்தில், உடம்பு மண்ணுக்குள் புதைவதுபோல் இருந்தது. தட்டுத்தடுமாறி முள் கிரீடத்தோடு சிலுவையைத் தூக்கிக்கொண்டு முதுகு வளைத்து ஒடிந்து, வடியும் கண்ணீரோடு வானத்தைப் பார்த்தபடி நிற்பாரே யேசு, நிஜமாகவே அப்படி நின்றுகொண்டிருந்தேன் நான். உடல் வலியிலும், உள்ள பசியிலும் தலை சுற்றிக்கொண்டு வந்தது.

''நான் சொல்ற வரைக்கும் இப்படிதா நிக்கணும். போட்டுட்டு ஓடின, விரட்டிப் பிடிச்சிக் கொண்டுபோய் போலீஸ்ல கொடுத்திருவேன்'' என்று தன் நாக்கைத் துருத்திக் கொண்டு சொன்ன மீசைக்காரனுக்கு, மன்னிப்பு கேட்டு வலி பொறுக்க முடியாமல் நான் கதறி அழுதது, காதில் விழவே இல்லை.

அழஅழ திடீரென்று அம்மாவின் ஞாபகம் வேறு வந்துவிட்டது. அம்மா மட்டும் இந்தக் காட்சியைப் பார்த்தால், இந்த மீசைக்காரனின் முடியைப் பிடித்து இழுத்து சகதிக்குள் போட்டு நகத்தால் அவன் உடம்பைக் கீறி எடுத்திருவாள். ஒரு வேளை அண்ணன்கள் பார்த்தால், அவ்வளவுதான்... சத்தியமாக ஆத்திரத்தில் மீசைக்காரனின் மண்டையை உடைத்திருப்பார்கள். அக்கா பார்த்தால், மீசைக்காரன் பயப்பட வேண்டாம். அவள் யாரையும் எதுவும் செய்ய மாட்டாள். உடனே, தோட்டத்தின் நடுவே மண்டியிட்டு மீசைக்காரன் அடுத்த

நொடியே நரகத்துக்குப் போகும்படி ஜெபிப்பாள். அவ்வளவுதான் அவளால் முடியும். ஆனால், அதிர்ச்சியாக அப்பா பார்த்துவிட்டால்..? அதை நினைத்தபோது, மீசைக்காரன் திடுக்கிட்டுத் திரும்பிப் பார்க்கும்படி, சத்தம் போட்டு அழுதுவிட்டேன்.

ஆமாம். அப்பா மட்டும் பார்த்துவிடக் கூடாது.

பார்த்துவிட்டால், கண்டிப்பாக இதோ இந்த மீசைக்காரனின் காலில் விழுந்து கெஞ்சுவார்; அழுவார். அது அவருக்கு அபூர்வமாக வாய்த்த கடவுளின் சுபாவம். பாவிகளின் காலைக் கழுவுவதில், யேசுவின் முகம் அவருக்கு.

அப்பாவை நினைக்க நினைக்க குருட்டு தைரியம் வந்தது எனக்கு. தோளில் சிலுவையைப் போலக் கிடந்த அந்த வாழையை அப்படியே தூக்கி, பின் பக்கம் இருந்த மீசைக்காரன் மீது போட்டுவிட்டு ஓடத் திட்டமிட்டேன். அப்படியே செய்தேன். ஆனால், மீசைக்காரன் விரட்டிப் பிடித்துவிட்டான். வயிற்றிலிருந்து மண்டைக்குப் பரவிய பசி, கையில் நறுக்கென ஒரு கடி, பல்லிடுக்கில் குருதி வடிய சிக்கிக்கொண்ட அவன் கை சதையுடன் எடுத்தேன் ஓட்டம்.

'The 400 Bloows' படத்தில் ஆந்த்ரே என்கிற சிறுவன் ஓடிய ஓட்டம் அது. அவனுக்கு, பிரபஞ்சத்தின் எல்லையாகக் கடல் இருந்தது. எனக்கு, தாமிரபரணி நதிக்கரை இருந்தது.

நதிநீரை அள்ளிக்குடித்து, சுருண்டு விழுந்து முழு இரவும் உறங்கிப் போனவனை எப்படித்தான் அண்ணன் தேடிக் கண்டுபிடித்து வீட்டுக்குத் தூக்கிப் போனானோ! கண் விழிக்கும்போது அம்மா சாப்பாடுத் தட்டோடு எனக்கு சாதம் ஊட்டிக்கொண்டு இருந்தாள்.

அடுத்தவர் வாழைத் தோட்டத்துக்குள் நுழைந்ததற்காக,

மாரி செல்வராஜ்

வாழையை முறித்துப் போட்டதற்காக, வாழைக்காரரின் கையை வெறிபிடித்துக் கடித்ததற்காக, எல்லாவற்றையும் செய்துவிட்டு முழு இரவும் காணாமல்போன ஒரு திருட்டுப் பிள்ளையைப் பெற்றதற்காக, ஊர் பஞ்சாயத்தில் மண்டியிட்டு மன்னிப்பு கேட்டு 500 பாய் அபராதம் கட்டிவிட்டு வீட்டுக்கு வந்தார்கள் அப்பாவும் அண்ணனும்.

என் முகத்தைப் பிடித்துத் திருப்பி அவர்கள் கேட்ட கேள்விகளுக்கு, என்ன பதில் சொல்வது என்று தெரியாமல் குனிந்திருந்தபோது, ''புள்ள ராத்திரி முழுசுக்கும் கொலப் பசியோட கெடந்திருக்கு. முதல்ல அவன் சாப்பிடட்டும். அப்புறம் வெச்சுக்கோங்க உங்க பஞ்சாயத்தை'' என்று உம்மென்றிருந்த வாய்க்குள் சோற்றைத் திணித்த அம்மா, அப்பாவையும் அண்ணனையும் அதட்டினாள். அப்போது அடி வயிற்றிலிருந்து அள்ளிக்கொண்டுவந்து நான் கதறியழுத அந்த அழுகைக்கு, கொலைப்பசிதான் காரணம் என்பது, நல்லவேளை இன்னும் தெரியாது என் அம்மாவுக்கும் அப்பாவுக்கும்!

29

ஒவ்வொரு வருடமும் பட்டாசு வாசத்தோடும், புத்தாடைச் சொரசொரப்போடும் வரும் தீபாவளி, பார்த்தவுடன் முறைத்தபடி சிரிக்கிற ராஜீயின் முகத்தோடுதான் என் வீட்டுக்குள் வரும் . அப்படித்தான் இந்த வருடமும் கொஞ்சமும் இரக்கம் இல்லாமல் ராஜீயின் முகச்சாயலோடு பட்டுப்பாவாடை உடுத்திய சிறுமியாக என் வாசலில் வந்து முறைத்துக்கொண்டு நிற்கிறது இந்த தீபாவளி.

ராஜீ, என் பால்யத்தின் முதல் பெண் சினேகிதி. வயல் வரப்புகளில் துளை போட்டு பாதாளத்தில் வசதியாக வலை பின்னி, சமயம் வரும்போதும் சாரல் வரும்போதும் வயலுக்குள் புகுந்து நெல்மணிகளை அறுத்துக்கொண்டு வருகிற காட்டு எலிகளின் சாமர்த்தியங்கள் சிறு வயதிலேயே நிறைந்தவள் ராஜீ. எப்போதும் பெண்கள் கூடவே விளையாட விரும்பும் நானும் அந்த வயதில் அவ்வளவு நட்பாக நெருங்கிப்போனதில் எந்தப் பிரச்சனையும் யாருக்கும் இல்லை.

அசந்து உறங்கிக்கிடப்பவனை அதிகாலையிலேயே எழுப்பி விளையாடக் கூட்டிப்போகிறவள், அவளுக்கு அகோரமாகப் பசித்தால்தான் சாப்பிட வீட்டுக்கு அனுப்புவாள். ஒரு சொட்டுத்தேன்

கிடைத்தாலும் சொட்டாங்கி போடாமல் விரல் நுனியில் அதைத் தேக்கிவைத்து என்னிடம் சேர்க்கிற தோழி. இப்படியாக ஆண், பெண் என அறியாத பால்யத்தில் இடிஇடித்தால் உடனே கட்டிக் கொள்கிறவர்களை, மின்னலடித்தால் ஒன்றாக ஊளை இடுகிறவர்களை, மழை பெய்தால் ஒன்றாக நனைந்தவர்களைப் பிரித்து, ஒருவர் முகத்தை ஒருவர் பார்க்கவிடாமல் வேறுவேறு தெருக்களில் வேறுவேறு வழிகளில் வேறு வேறு முகங்களோடு அலையவிட்டது ஒரு தீபாவளி !

ஒவ்வொரு தீபாவளியையும் நாங்கள் விரலால் எண்ணிஎண்ணி கயறுகட்டி வேகமாக வந்துவிடும்படி ஆசையோடு இழுத்துக் கொண்டிருந்தால், அவள் மறுபக்கமாக நின்றுகொண்டு தீபாவளி வராமல் பாதி வழியிலே திரும்பிப் போவதற்காக சொக்கர் கோயில் உண்டியலில் காசு போடுவாள். பாம்புக்கும் பல்லிக்கும் பட்டத்து யானைகளுக்கும்கூட அந்த வயதில் பயப்படாத ராஜீ, தீபாவளிப் பட்டாசுகளுக்குப் பயந்தவள் என்பதுதான் எங்கள் நட்பின் துரதிர்ஷ்டம். எந்த நேரமும் பறப்பதற்கு ஆயத்தமாக றெக்கைகளை விரித்தபடி வந்து இறங்கும் ஒரு காட்டுப் புறாவைப்போல தயாராக நிற்பாள் ராஜீ. அப்படிப்பட்ட ராஜீயின் பட்டாசு பயத்தை எப்படியாவது போக்க வேண்டும் என்று சிறுவர்களான நான், லட்சுமி, கோமதி மூவரும் நினைத்ததுதான், அத்தனைக்கும் காரணம்.

அன்று பள்ளிக்குக் கிளம்பும்போதே புத்தகப் பைக்குள் பாம்பு மாத்திரைகளையும், கொஞ்சம் கம்பி மத்தாப்புகளையும், அதோடு சேர்த்து இரண்டு புஸ்வானங்களையும் எடுத்துப் போட்டுக்கொண்டு போனேன். எப்போதும் ராஜீ, கோமதி, லட்சுமி மூன்று பேருமே என்னோடு சேர்ந்துதான் பள்ளிக்கு வருவார்கள். பெரியகுளத்து முதல்கிணறு மடை தாண்டும் வரை யாரும் மூச்சுவிடவில்லை. உண்டியலில் காசு போட்டு வேண்டியும் எப்பவும் போல தீபாவளி

வந்துவிட்டதற்காக, சொக்கர் கோயிலில் நின்று எப்படியும் சொக்கரை முணுமுணுவெனக் கொஞ்சநேரம் ஏதேனும் சொல்லித் திட்டுவாள் ராஜீ. அப்போதுதான் பைக்குள் இருந்து பட்டாசை எடுக்க வேண்டும் என்பது எங்கள் திட்டம். அதன்படி கிட்ணகுளம் மடையில் உட்கார்ந்து பாம்பு மாத்திரைகளை பைக்குள் இருந்து எடுத்ததும் பதறி ஓடிய ராஜீயை, லட்சுமியும் கோமதியும் வலுக்கட்டாமாகப் பிடித்துக்கொள்ள, நான் அவற்றைக் கொளுத்தினேன். மாத்திரையிலிருந்து எந்தச் சத்தமும் இல்லாமல் கறுப்புக் கயிறு போல மேலெழும்பும் பாம்பு வெடி அவளை அவ்வளவாகப் பயமுறுத்தவில்லை என்பதில் எங்களுக்கு சந்தோஷம். பிறகு, கம்பி மத்தாப்புகளைக் கொளுத்தி அவள் கையில் கொடுத்தோம். 'ஊ.. ஊ' வெனக் கத்திக்கொண்டும் நடுங்கிக்கொண்டும் கையில் பிடித்தவள், அதில் வரும் தீப்பொறிகளைப் பார்த்ததும் சிரிக்கத் தொடங்கிவிட்டாள். அத்தனை வெடிகளையும் அங்கேயே வைத்து அவளுக்கு வெடித்துக்காட்ட ஆசைதான். ஆனால், அதற்குள் ஆட்கள் வந்துவிட்டால் மிச்சம் இருக்கும் வெடிகளையும் அள்ளி அவளின் பைக்குள் போட்டு. "வீட்டுக்குப் போய் இதேபோல் வெடித்துப் பார். வெடிபயம் உனக்குப் போய்விடும்" என்று சொல்லிவிட்டு வந்தோம்.

அன்று மாலையில் ராஜீயின் அம்மா திடீரென்று வீட்டுக்கு முன்னால் கிடந்து அலறினாள். பதறிக்கொண்டு ஓடிய என் அம்மாவின் பின்னால் நானும் பயந்துகொண்டு ஓடினேன். எல்லோரும் எல்லாத் திசையிலிருந்தும் ஓடிவந்தார்கள். "வெடின்னு சொன்னாலே ஒரு அடிகூட முன்னாடி வராத புள்ள, யாருகிட்டயோ வெடிய வாங்கிட்டு வந்து இப்படி முகத்துல வெச்சி வெடிச்சிருக்கே, நான் என்ன பண்ணுவேன். மூக்கும் முழியும் ஒழுங்கா இருந்தாலே, ஒருத்தன்கிட்ட புடிச்சுக்கொடுக்க வக்கில்லாத நான், பாதி மூக்கும் தீஞ்ச முழியுமாக் கிடக்றவளை எப்படிக் கரை சேர்ப்பேன்?" என்று ராஜீயின் அம்மா அழுததைக் கேட்டவுடனேயே எனக்கு விவரம் புரிந்துவிட்டது.

அவரவர் தலைக்குள் அவரவர் அணுகுண்டு வெடித்தது. எல்லோரையும் விலக்கிவிட்டு வீட்டுக்குள் படுத்திருந்த ராஜீயைப் போய்ப் பார்த்தேன். மூக்கும் கன்னமும் வெடித்து வீங்கிக்கிடந்தாள். எங்கே, வெடிகொடுத்தது நான்தான் என்று சொல்லிவிடுவாளோ என்ற பயத்தில், அம்மாவின் பின்னால் பதுங்கி நின்றவனைத் தேடிப் பிடித்துப் பார்த்து கிழியாத பாதி கண்களால் அவள் அழுத அழுகை, பக்கத்தில் நின்ற லட்சுமி, கோமதி, சுந்தரி என எல்லோரையும் அழ வைத்துவிட்டது.

அந்த அழுகையோடு ராஜீயை மருத்துவமனைக்குத் தூக்கிக்கொண்டு போனார்கள். அதோடு ராஜீ எங்களோடு விளையாட வரவில்லை. ராஜீக்கு வெடி கொடுத்தது நான்தான் என்பதை எல்லோரிடமும் சொல்லி மிரட்டி, பேனா, பென்சில், ரப்பர், மிட்டாய் என நிலைத்த நேரத்தில் நினைத்தை கோமதியும் லட்சுமியும் என்னிடம் பிடுங்கிக் கொண்டுவந்தார்கள். அவர்களிடமிருந்து தப்பிப்பதற்காக ராஜீயிடமே சரணடைய முடிவு செய்தேன்.

எப்போது யார் அதிரசம் கொடுத்தாலும் ராஜீ சிரிப்பாள் என்ற அசட்டு தைரியத்தில், வீட்டில் யாரும் இல்லாதபோது இரண்டு அதிரசங்களேடு ராஜீயைப் பார்க்கப் போனேன். பாதி முகத்திலும் பாதி மூக்கிலும் தையல் போட்டு பட்டறைப் பாட்டி சொல்லும் கதையில் வரும் குட்டிப்பிசாசைப் போல குப்புறப் படுத்துக்கிடந்தாள் ராஜீ. அதிரசத்தைக் கொடுத்தேன். ஆச்சரியம். நான் நினைத்ததைப் போலவே சிரித்த முகத்தோடு வாங்கிக்கொண்டாள். முதல் அதிரசத்தை அவள் கடிக்கும்போது தொடங்கியது, எங்கள் பால்யத்தின் அந்த வரலாற்று உரையாடல்.

'' ரொம்ப வலிக்குதா ராஜீ?''

"இதுவரைக்கும் வலி இல்ல. இந்த அதிசரத்தைக் கடிச்சதும் கொஞ்சம் வலிக்கு"

"நான்தான் வெடி கொடுத்தேன்னு உங்க அம்மாகிட்ட சொல்லுவியா?"

"சொல்லமாட்டேன். ஆனா, நீ என்னைக் கல்யாணம் பண்ணிக்கிடணும்?"

"நானா...? நான் ஏன் உன்னைக் கல்யாணம் பண்ணிக்கிடணும்?"

"இல்ல, எங்க அம்மா சொல்லிச்சு. என்னை இனி யாருக்காச்சும் கட்டிக் கொடுக்குறது கஷ்டமாம். என் முகமெல்லாம் அசிங்க மாகிடுச்சாம். யாருக்கும் என்னைப் புடிக்காதாம், அதான்!"

"நான் உன்னக் கல்யாணம் பண்ணினா, 'அசிங்கமான பெண்ணை ஏன்டா கல்யாணம் பண்ணினே?' ன்னு எங்க அம்மா என்னை அடிக்குமே!"

"நீ என்னைக் கல்யாணம் பண்ணிக்கிடலைன்னா, எங்க அம்மாகிட்ட நீதான் வெடி கொடுத்தேன்னு சொல்லிடுவேன். அப்பவும் உனக்கு அடி கிடைக்கும்!"

"ஐயையோ... சொல்லிடாத ராஜீ. நானே உன்னக் கல்யாணம் பண்ணிக்கிடுறேன்!"

"சொக்கர்கோயில் சத்தியமா?"

"சொக்கர்கோயில் சத்தியம்!"

அன்றோடு சரி... அதன்பின் ராஜீயைப் பார்க்கும்போதெல்லாம் அந்தக் கல்யாண சத்தியம் நினைவுக்குவர, ஓடி ஒளிய ஆரம்பித்ததுதான். ராஜீ, அம்மன் கோயிலில் நிற்கிறாள் என்றால் நான்

பிள்ளையார் கோயிலுக்கு ஓடிவிடுவது. ராஜீ, வீட்டுக்குப் பால் வாங்க வருகிறாள் என்றால் கட்டிலுக்குக் கீழே போய் பதுங்கிக் கொள்வது. ராஜீ, ஆற்றில் குளிக்கிறாள் என்றால் மேற்கே குளத்துக்குக் குளிக்கப் போய்விடுவது. ராஜீ திருநெல்வேலியில் படிக்கப் போனபோது, அப்பாவை வற்புறுத்தி தூத்துக்குடி பள்ளியில் போய் சேர்ந்தது என, ராஜீக்கும் அந்தச் சத்தியத்துக்கும் பயந்து பயந்து நான் ஓடி ஒளிந்தது, பதினைந்து வருடங்கள்!

என் முகம் மாற அவள் முகம் மாற. என் குரல் மாற அவள் குரல் மாற, எங்கள் ஊரே மாறி எல்லாமே எல்லோருக்கும் மறந்துவிட்டபின், திருமணமாகி தலைதீபாவளி நாளில் கணவனோடு ஆற்றுக்குக் குளிக்க வந்த ராஜீயிடம் வசமாகச் சிக்கிக்கொண்டது எதேச்சையானதுதானா?

'இத்தனை வருடம் முகத்தை மறைத்துக்கொண்டு ஓடிஓடி ஒளிந்தவனிடம் எப்படிப் பேசுவாள்?' என்று நினைத்துக் கொண்டிருக்கும்போதே, அதிரசம் கடித்த அதே சிரிப்பில் தையல் வடு விரியும் அதே முகத்தோடு, ''அதான் எனக்குக் கல்யாணம் ஆகிடுச்சே மாரி, இன்னும் எதுக்கு பயந்து ஓடிஒளியிற? வா கொஞ்சம் பக்கத்துல வந்துதான் பேசேன். இவங்கதான் என் மாப்பிள்ளை.. எப்படி இருக்காரு? என்னங்க, நான் சொல்லல, வெடியக் கொடுத்து என் முகத்தைச் சின்ன வயசுல கிழிச்சி, என்னைக் கல்யாணம் பண்ணிக்கிறேன்னு சத்தியம் பண்ணிட்டு ஒரு பய பயந்து பயந்து ஓடுறான்னு, அது இவன்தான். பேரு மாரி. என் சின்ன வயசு பெஸ்ட் ப்ரண்டு. ரெண்டு பேரும் ஒண்ணாவே திரிவோம். இப்போ தலைவரு சினிமாவுல இருக்காப்ல, எங்க கதையையும் ஒருநாள் சினிமாவா எடுப்பாப்ல. என்ன மாரி!'' என்று அவள் சொல்லிச் சிரித்தபோது, அடக்க முடியாமல் துளிர்த்த கண்ணீர்தான், இந்த ஜென்மத்தின் என் அத்தனை தீபாவளிகளையும் அள்ளி எடுத்து ராஜீயின் கையில் கொடுத்து மன்னிப்பு கேட்டது!

30

காணாமல்போனவர்களைப் பற்றிய அறிவிப்பு இது. ''இதோ இந்தப் புகைப்படத்தில் இருப்பவரின் பெயர் கு. சின்னக்குப்பை, வயது 50 இருக்கும். மாநிறம். ஒல்லியான உடல்வாகு. நல்ல உயரம். வலது கையில் இரட்டை இலை சின்னத்தோடு புரட்சித் தலைவர் என்று பச்சைக் குத்தியிருப்பார். முடியும், தாடியும் முழுவதுமாக நரைத்திருக்கும். நீங்கள் 'சின்னக்குப்பை...' என்று அவர் பெயர் சொல்லி அழைத்தாலோ, எதிரில் தென்படும் அவரின் முகத்தை ஒருமுறை ஏறிட்டுப் பார்த்தாலோ, அவரிடம் இரண்டு ரூபாயைக் கொடுத்துவிட்டால், 'கர்ணனின் கவசகுண்டலம் உனக்கே' என்று உங்களை ஆசீர்வதிப்பார். அப்படி இல்லாமல், 'சில்லறை இல்ல... போ அங்கிட்டு' என்று நீங்கள் அவரை உதாசீனப்படுத்தினாலோ, கையும் காலும் நல்லாத்தானே இருக்கு... அப்புறமென்ன' என்று அவமானப் படுத்தினாலோ, கர்ணன் செத்தான்.. கண்ணன் கொன்றான் என்று சொல்லிக்கொண்டே நீங்கள் கடலுக்குள் போனாலும் அங்கேயும் உங்களைப் பின்தொடர்ந்து வருவார்... ஜாக்கிரதை கொஞ்சம் மனநிலை பிறழ்ந்தவர். ஆறு வாரங்களாகக் காணவில்லை. எங்கேயாவது இந்தப் பெரியவரைப் பார்த்தால், கீழ்க்கண்ட முகவரிக்குத் தெரியப்படுத்தவும். கண்டிப்பாக சன்மானம் உண்டு. பிரிந்து தவிக்கும் எங்கள் பிரியமும் உண்டு . இப்படியொரு

போஸ்டரை ஊர் முழுவதும் நானும் நண்பன் குச்சிகணேசனும் ஒட்டி, வருடம் ஒன்பது தாண்டிவிட்டது. ஆனால் எந்தத் திசையில் இருந்தும் இன்னும் வீடு வந்து சேரவில்லை கு. சின்னக்குப்பை மாமா.

கு.சின்னக்குப்பை மாமாவை அவ்வளவு எளிதில் யாராலும் மறந்துவிட முடியாது. வேண்டுமானால் ஒரு கதையாக்கி அப்பாவியான அவரை, காற்றில் பறக்கவிடலாம் அல்லது பரவவிடலாம். பெயர் தெரியாத ஏதோ ஒரு செடியில், ஏதோ ஓர் இலையின் ஏதோ ஒரு நுனியில், பசையாக பச்சையின் ஈரமாக அப்பிக்கொண்டு அப்படியே இருந்துவிட்டுப் போகட்டும் அவரின் மீதி ஆயுள் என்பது என் அதிகபட்சப் பிரார்த்தனை.

கு. சின்னக்குப்பை மாமா வேறு யாரும் இல்லை. என் நண்பன் குச்சிகணேசனின் அப்பாதான். ஆனால், அது அவருடைய அடையாளம் இல்லை. ஊர் சுடலைமாடசாமி கோயில் பூசாரி என்பதும், இரண்டு ரூபாய் குப்பை என்பதும்தான் அவர் அடையாளம். முன்னாடி மாமா எப்படி இருந்தார் என்று கேட்டால், ஊரே ஓடி வந்து அவ்வளவு மரியாதையுடன் மாமாவைப் பற்றி ஆயிரம் கதைகள் சொல்வார்கள். மனுசன் எப்படி இருந்தாரு தெரியுமா? வேட்டியும் டவுசரும், மீசையும், திருநீருமா தெருவுக்குள்ள நெசமான சுடலைமாடசாமி மாதிரிலா வருவாரு. தென்னாட்டு சாமியாரெல்லாம் விரட்ட முடியாத பனங்காட்டு முனிய, பல்லால கடிச்சு ஓட வெச்ச சூரன்லா மனுசன். அது மட்டுமா...? நெசமான சுடலை வந்து வேட்டைக்குப் போனாக்கூட அப்படித் துள்ளாட்டமா போவ மாட்டான்... சின்னக்குப்பை எப்படிப் போவான் தெரியுமா? ரெண்டு கால்லயும் றெக்கையைக் கட்டிக்கிட்டு தீப்பந்தத்தோட அவன் பறந்து போவான் பாரு. ஐயோ அப்படியே தீயைக் கக்கிக்கிட்டு வானத்துல திடீர்னு காக்கா ஒண்ணு உசரமாப் பறந்த மாதிரி இருக்கும். மாராசன் நடையென்ன... அவன் குரலென்ன... அவன் பழக்கம் என்ன...

சின்னப் புள்ளைங்ககிட்டகூட அப்படி பழகுவான். இன்னைக்குப் பாரு. என்ன ஆச்சோ, என்ன நடந்துச்சோ தெரியலை. ஐயோ பாவம். திசை தெரியாம கிழமை தெரியாம பிசாசு மாதிரி இப்படி அலையுறான்!' என்று சொல்லி 'உச்' கொட்டுபவர்களிடம் கொஞ்சம் நேரம் கழித்து, இப்போ சின்னக்குப்பை மாமா அப்படி என்னதான் செய்வார்?' னு கேட்டாப் போதும். அவ்வளவு ஆவேசமா அப்படிப் பொங்குவார்கள்!

'நல்லாக் கேட்டியளே.. மனுசன் என்ன செய்வார்னு! கொஞ்சப் பாடப்படுத்துறாரு. எங்கேயாவது ஒரு நல்லது கெட்டதுக்குப் போக முடியாது. திடீர்னு எதிர்ல வந்து நின்னு ரெண்டு ரூபாய் கேக்கிறது, இல்லனு சொன்னா சாபமிட்டு பின்னாடியே வாரது, அர்த்தராத்திரில வந்து கதவைத் தட்டி, 'கர்ணன் செத்துட்டான் காசு குடு'ன்னு கேக்கிறது. ஜன்னல் வழியா சின்னப்பிள்ள மாதிரி எட்டிப் பார்க்கிறது. இதெல்லாம்கூடப் பொறுத்துக்கலாம். ஆனா, சிலநாள் வைக்கப்போரெல்லாம் தீயைக் கொளுத்தி விட்டுட்டு அந்த மனுசன் ஓகோன்னு ஆட்டம் போடும்போதுதான் பார்க்க அவ்வளவு பயமா இருக்கும். சுடலையா சுடுகாட்டுக்கு வேட்டைக்குப் போனவருல்லா. இப்படி திடீர்னு காரணம் தெரியாமப் பைத்தியமாகிட்டா, பயமாத்தான் இருக்கு. பேசாமப் புடிச்சி அடைச்சுப்போடுறது அல்லது கட்டிப் போடுறதுதான் ஊருக்கு நல்லது. இதச் சொன்னா, அவங்க வீட்ல யாரு கேட்கிறா? என்று பொருமிக்கொண்டு போவார்கள்.

அவர்கள் சொல்வது அத்தனையும் நிஜம்தான். மாமா அப்படித்தான் நடந்து கொள்வார். முழு இரவும் தூங்காமல் ஊரைச் சுற்றிச்சுற்றி வருவார். பகலில் எங்கு போகிறார் என்ன ஆகிறார் என்று தெரியாத அளவுக்கு காணாமல் போய்விடுவார். 'ரொம்ப அவமானமா இருக்கு மச்சான். இவரால அக்காவுக்குக் கல்யாணம் பண்ண முடியல' என்று நண்பன் குச்சிகணேசன் வருத்தப்படாத நாள் இல்லை. அதுபோல அவரைத் தேடி அவன் அலையாத நாளும் இல்லை.

ஆனால், ஒரெயொருநாள் மட்டும் அப்படி சாதராணமாக வாய்க்கவில்லை. அந்த நாள் நானும் அவனும் என்றும் கடந்துபோக முடியாதபடி வாய்த்ததுதான் காலத்தின் அப்பட்டமான துயரம்.

அன்று நானும் குச்சிகணேசனும் திருநெல்வேலி சிவசக்தி தியேட்டருக்குள் இருந்தோம். என்ன படம் பார்க்க வந்தோம் என்று வெளியில் போய், எப்போதுமே சொல்ல முடியாத படங்கள் ஓடும் திரையரங்கம்தான் சிவசக்தி தியேட்டர். நாங்கள்அங்கு போயிருப்பது முதல்முறை என்று, எங்களுக்கு டிக்கெட் கிழித்துக் கொடுத்த ஊனமுற்ற பெரியவர் நிச்சயம் கண்டுபிடித்திருப்பார். இரண்டு டிக்கெட்களை வாங்க எங்கள் நான்கு கைகள் நடுங்கிய நடுக்கம் அப்படி. மூன்று நாட்களுக்கு முன் இறந்தவனின் உடலுக்குள் அவசரமாக நுழைந்துவிட்ட மாதிரி வீச்சமும் கூச்சமுமாக இருக்கும் இருக்கைகளைத் தேடிப்பிடித்து உட்கார்ந்தோம். இந்த மாதிரிப் படங்கள் பார்க்கும்போது என்ன பேசிக்கொள்ள வேண்டும் என்பது அப்போது எங்களுக்குத் தெரியாது என்பதால், இடைவேளைவரை நாங்கள் எதுவும் பேசிக்கொள்ளவில்லை. ஆனால். அந்த இடைவேளை நேரம் அவ்வளவு மோசமானதாக இருக்குமென்று அப்போது எங்களுக்குத் தெரியாது.

நான்தான் முதலில் குனிந்துகொண்டு வெளியே வந்தேன். பாத்ரூம் போகிற வழியில் குத்தவைச்சு உட்கார்ந்து பீடி குடித்தபடி இருந்த பெரியவர் அப்படியே கு.சின்னக்குப்பை மாமா சாயலில் இருப்பதாகத்தான் நான் நினைத்தேன். ஆனால், என் கைகளைப் பிடித்து வேகமாக குச்சிகணேசன் இழுத்து பதறும்போதுதான் தெரிந்தது. அது கு, சின்னக்குப்பை மாமாவேதான் என்று. என்ன செய்வதென்று தெரியாமல் ஒரு தூணுக்குப் பின்பக்கம் போய் நின்று பார்த்தோம். அங்கு நடந்தவை எல்லாம் மாமா நிறைய தினங்கள் அந்த தியேட்டருக்கு வந்ததற்கான தடயங்களாகவே இருந்தன.

கொஞ்சப்பேர் மாமாவிடம் நெருப்பு கடன் வாங்கினார்கள்; கொஞ்சப்பேர் மாமாவுக்குக் காசு கொடுத்தார்கள். இவை எல்லாவற்றையும் எதுவும் சொல்லாமல் வேடிக்கை பார்த்த குச்சிகணேசன், கொஞ்சப்பேர் மாமாவின் தலையில் ஒரு கொட்டு கொட்டிவிட்டுப் போனதை பார்த்தபோதுதான் பொறுத்துக்கொள்ள முடியாமல் அழுதபடி வெளியே ஓடிவிட்டான். வெளியே ஒருத்தர் முகம் ஒருத்தர் பார்க்கவில்லை. கொஞ்சநேரம் கழித்து அவனே பேசினான், ''மச்சான் நீ ஊருக்குப் போ. நான் இருந்து இவரைக் கூட்டிட்டு வாரேன். ஊர்ல யார்கிட்டேயும் இதச் சொல்லிடாத ப்ளீஸ் மச்சான்'' என்றவனின் விரல்களை அழுத்தமாகப் பிடித்து, எதுவும் சொல்லாமல் அங்கிருந்து கிளம்பி வந்தேன். ஆனால், நான் அப்படிக் கிளம்பி வந்திருக்கக் கூடாது.

அன்றிலிருந்து இரண்டு நாட்கள் கழித்துதான் குச்சிகணேசன் அழுது வீங்கிய முகமாக என்னைப் பார்க்க வந்தான். என் முகத்தைப் பார்க்காமல், கண்ணிக்குள் சரியாக அகப்பட்டுவிட்ட தலை பெருத்த ஓர் ஓணானின் முகபாவனையோடு வேகவேகமாகப் பேசினான். ''மச்சான் ஒரு பெரிய தப்பு பண்ணிட்டேன். அன்னிக்கு அப்பாவை அங்க பார்த்தவுடனே என் மூக்கு முகர எல்லாம் தீப்பிடிச்ச மாதிரி ஆகிடுச்சு. ஊர்ல எவனுக்காவது இது தெரிஞ்சா என்னாகுங்கிற பயம் வேற. ஏற்கனவே அப்பனுக்கு லூசு, ஊரெல்லாம் பிச்சை எடுக்கறான்னு ஒரு பய பொண்ணு கேட்டு வாசப்பக்கம் வரல. அதோடு அப்பனுக்கு இப்படியொரு கோட்டி இருக்குன்னு தெரிஞ்சுச்சுன்னு வெச்சுக்கோ, நாங்க நாலுபேரும் நாண்டுக்கிட்டுத்தான் சாகணும். இதுக்கு அப்புறம் எப்படி மச்சான் அவரை நான் வீட்டுக்குள்ள கூட்டிகிட்டுப் போக முடியும். அதான் மதுரை பஸ்ல கூட்டிக்கிட்டுப் போய்ட்டேன். அங்க போயும் என்ன பண்றதுன்னு தெரியல. விருதுநகர் தாண்டி பஸ் போகும்போது அப்பா நல்லாத் தூங்கிட்டு இருந்தார். ரொம்ப நாள்

கழிச்சு அவர் அப்படித் தூங்குறதை அப்போதான் பார்த்தேன். அப்படியே அவர்கிட்ட சொல்லிக்காம அங்கேயே இறங்கி வேற பஸ் பிடிச்சு ஊருக்குத் திரும்பி வந்துட்டேன். எப்படியும் சாகுறவரைக்கும் பிச்சக்காரனாத் தான் அலையப்போறார். அது ஏன் நம்ம ஊருக்குள்ள அலைஞ்சு நம்ம குடும்பத்த அவமானப் படுத்தணும்னுதான் விட்டுட்டு வந்தேன்.

வீட்ல அவரைக் காணலனா பிரச்சனையே இருக்காதுன்னு அப்போ நினைச்சேன். இங்கே வந்தா எல்லாமே தலைகீழா இருக்கு. அப்பாவை ரெண்டு நாளாப் பார்க்காம அம்மா அப்படிக் கிடந்து கதறுறா. அக்கா சாப்பிட மாட்டேன்னு அவ்வளவு அடம்பிடிக்கிறா. 'போ போய்த் தேடு. எப்பிடியாச்சும் தேடிப்பிடிச்சுக் கூட்டிட்டு வா. பிச்சைக்காரனா இருந்தாலும் அவர் முகம் எனக்கு வேணும்டா' ன்னு கூப்பாடு போடுறாங்கடா. எனக்கு என்ன செய்றதுனு தெரியலை. நான் உண்மையைச் சொன்னேன். அவ்வளவுதான் எனக்கு சோத்துல விஷம் வெச்சுக் கொன்னாலும் கொன்னுடும்டா எங்க அம்மா. என்னை நம்பி அப்படித் தூங்குன அப்பனை அம்போன்னு விட்டுட்டு வந்துட்டேனே என்று சொல்லிக் கதறி அழுதவனை அந்த நேரத்தில் எதுவும் செய்ய முடியாமல், உடனடியாக கு. சின்னக்குப்பை மாமா புகைப்படம் போட்டு, 'காணவில்லை' போஸ்டர் அடித்து கையோடு எடுத்துக்கொண்டு மதுரைக்குக் கிளம்பிப் போனோம்.

'மதுரை'ன்னு சொன்னதும் திருநெல்வேலி மாதிரி அது ஓர் ஊர். கட்டாயம் கண்டுபிடித்துவிடலாம் என்றுதான் தேடப் போனோம். ஆனால், அங்கே போய் முதல்முறையாகப் பார்க்கும்போதுதான் தெரிந்தது, அது அத்தனை மனிதர்கள் பேயாக, பிசாசாக, சாமியாக, சாத்தானாக அலைந்து திரிந்து படுத்துறங்கும் அவ்வளவு பெரிய கடல் என்று. பெரியார், ஆரப்பாளையம், மாட்டுத்தாவணி, மீனாட்சி அம்மன் கோயில், ரயில்வே ஸ்டேஷன், அத்தனை ஆற்றுப்பாலங்கள்,

அவ்வளவு பிச்சைக்காரர்கள் அவ்வளவு தெருக்கள் என முடிந்தவரை போஸ்டர் ஒட்டிவிட்டோம். கால் வலிக்க நடந்து பார்த்துவிட்டோம். அழுக்கு அப்பிய சில முடிகளைப் பிடித்து இழுத்து முகத்தை உற்றுப் பார்த்துவிட்டோம். கு. சின்னக்குப்பை மாமாவின் முகச் சாயல் ஒருத்தருக்கும் இல்லை அந்த ஊரில்.

வயிற்றைத் திருகிய பசியோடும், ஆத்திரத்தில் அவசரத்தில் தொலைத்துவிட்ட அப்பாவி அப்பாவைத் தேடிக் கண்டுபிடித்து விடவேண்டும் என்ற ஏக்கத்தோடும், கடைசியாக வேறு வழியில்லாமல் தான் ரயில்வே ஸ்டேஷனுக்கு பக்கத்தில் இருக்கும் அந்த மாதிரி படம் ஓட்டப்படும் தங்கரீகல் தியேட்டருக்குள் நுழைந்தோம். பார்ப்பவர்கள் எல்லாம் மாமாவின் வயதுடையவர்களாகவும், மாமாவின் நரைத்த தலை உடையவர்களாகவும்தான் இருந்தார்கள். ஆழ்ந்த உறக்கத்தில் இருப்பவர்களைப் போல அந்தப் படத்தை அப்படி பார்த்துக் கொண்டிருப்பவர்களின் பக்கத்தில் போய் அவர்களுக்குத் தெரியாமல் அவர்கள் அருகே அமர்ந்து கு. சின்னக்குப்பை மாமாவை, அவர்கள் முகத்தில் தேடியது எனக்கு அருவருப்பு என்றால், நண்பன் குச்சிகணேசனுக்கு அது அவ்வளவு அழுகையாகிவிட்டது. தலை நரைத்த ஒரு முழுக்கிழவன் ஏதோ ஒரு சந்தேகத்தில், காரித் துப்பி அடித்து விரட்ட, நான் திரையரங்கிலிருந்து வேகமாக வெளியேறி விட்டேன். ஆனால், நண்பன் குச்சி கணேசன்தான் இன்னும் போகிற ஊரெல்லாம் அப்படியான தியேட்டர்களைக் கண்டுபிடித்து போய், ஈன்ற அத்தனை குட்டிகளையும் தொலைத்த பூனைபோல எரியும் கண்களோடு தன் அப்பாவி அப்பனைத் தேடியபடியே இருக்கிறான்.

இன்னும் கிடைத்தபாடில்லை அந்த சுடலைப் பூசாரி கு. சின்னக்குப்பை மாமா!

31

'தாமிரபரணியில் கொல்லப்படாதவர்கள்' சிறுகதைத் தொகுப்பைப் படித்துவிட்டு, என் ஒரு காலையை இவ்வளவு அழகாகத் துவக்கினார் ரா. கண்ணன் சார். இனி வரும் என் எல்லாக் காலைகளையும் அழகாக்க விரும்பிய குரல் அது. எங்கேயோ வாழைக்காடுகளில் பதுங்கிப் பதுங்கிக் கேட்ட என் குரலை விகடனில் 'மறக்கவே நினைக்கிறேன்' என்று உடனே பதிவுசெய்ய விரும்பினார். சிறுவயதில் பார்த்துப் பார்த்து பிரமித்து வியந்த விகடன் தாத்தாவின் அந்தக் கூர்மையான கொம்பின் உச்சத்துக்கு ஆயிரமாயிரம் நன்றிகளை ஆசைஆசையாகக் கொண்டுபோய்ச் சேர்த்த பிறகே, 'மறக்கவே நினைக்கிறேன்' தொடரின் இறுதி அத்தியாயத்தை என் இதயத்திலிருந்து தொடங்குகிறேன்...

''ஏடே எப்பா மாரி, நீ அங்க மெட்றாஸ்ல ஏதும் கல்யாணம் கில்யாணம் முடிச்சிட்டியோ?''

''ஐயயோ அப்பா, அப்பிடில்லாம் எதுவுமில்லே...''

''உனக்குக் கல்யாணம் முடிக்கணும்னு ஆசையா இருந்துச்சுன்னா, முதல்ல என்னோட ரெண்டுகண்ணயும் நல்லா உரிச்சிப்பிட்டு, அப்புறம் நீ கல்யாணம் கட்டிக்கோ. ஆமாப்பா.. என் ரெண்டு கண்ணும் ரொம்பப் பழசாப் போயிடுச்சு. ஒவ்வொருத்தன் கிட்டயும் அழுது அழுது பூத்து புழுதி அடைஞ்சுபோச்சு.

இந்த ரெண்டுகண்ணையும்உரிச்சுமாத்திவிட்ரு. புதுக்கண்ணோடதான் உன் புள்ளகுட்டிகள, என்பேரக்குழந்தைகளநான்பாக்கணும். அதான்யா...' என்று நீண்ட நெடுநாட்களாக புதுக் கண்களுக்கும் புது உலகத்துக்கு மாகக் காத்திருக்கும் ஏழை விவசாயி அப்பனின் மகனான என்னால்.

''நான் பெத்த புள்ளங்க எல்லாம் நல்லாத்தான் இருக்கீய.. அதுல பிரச்சனை இல்லை. ஒருத்தன் மோட்டார் சைக்கிள்லயே அலையிறான், ஒருத்தன் ஊருக்குப் போறேன்னு ஏறுன பஸ்ஸைவிட்டு இன்னும் இறங்கல. நீ என்னடான்னா.. 'உன் வம்சத்துலயே முத உசுரா, ஏரோபிளேன்ல ஏறி வானத்துல பறக்கிறனா இல்லையானு பாரு'ன் னு சத்தியம் பண்ணிட்டுத் திரியிற. எங்க போனாலும் எதுல போனாலும் பெத்த புள்ளைங்க வீடு திரும்புறவரைக்கும் அம்ம நான் சாமிகிட்ட துணை கேட்காம யார்கிட்ட கேட்க முடியும் சொல்லு...?'' என்று இன்னும் குலசேகரப்பட்டினம் திருவிழாவில் வேஷம் போட்டுக்கொண்டு பிள்ளைகளுக்காகப் பிச்சை எடுத்துத்திரியும் அம்மைக்கு வாய்த்த கடைசிப் பையனான என்னால்...

''நாங்க என்ன அவன வேணும்னா அடிக்கிறோம்? அவன் ஊர் சுத்துறான், உலகம் சுத்துறான்னு அடிக்கல. கன்னுகுட்டி வயசுலயே காதலிக்கிறான், கவிதை எழுதுறான்னு அடிக்கல. நினைச்ச நேரத்துல நினைச்சதுக்கும் பொய் பேசுறானேனுதான் அடிக்கிறோம். பொய்ங்கிறது நடுவூட்டுக்குள்ள முளைச்ச மரம் மாதிரி. முதல்ல அது நம்ம கூரையைப் பிரிக்கும். பெறவு குலத்தையே நாசமாக்கிடும். அதான் அவனை அடிக்கிறோம்'' என்று தீராப் பிரியத்துடன் என் தவறுகளுக்கு இன்னும் முதல் சாட்டைகளைச் சுழற்றிக்கொண்டே இருக்கும் இரண்டு அண்ணன்களின் தம்பியான என்னால்...

''இவ்வளவு குளிரா இருக்கிற கடைக்குள்ள நீ கூட்டிட்டு வரும்போதே எனக்குத் தெரியும் மாரி, எங்கேயோ நீ வசமா சூடுபட்டு

வந்திருக்கன்னு. சொன்ன சொல்லு கேட்காம, அப்படியும் இப்படியுமா ஓடி கை, காலை ஒடிச்சிட்ட. இனி உன்னால எங்கேயும் ஓடமுடியாது. அதனால பறந்து போறதுக்கு என்கிட்ட றெக்கைக் கேட்டுத்தான வந்திருக்க? என் கையில இப்போதைக்கு ஒண்ணுமில்ல. ஒரு பைபிள் இருக்கு. ஆனா, உன் கண்ணும் உன் மனசும் என் கழுத்துல தொங்குற இந்தச் செயின் மேலதான் இருக்குனு எனக்குத் தெரியும், இந்தா இத வெச்சுக்கோ.. கர்த்தர உன்கூட அனுப்பறேன். பயப்படாத... அவர் உன்னைத் தொந்தரவு பண்ணமாட்டார். நீயும் அவரைத் தொந்தரவு பண்ணாத. நீ எப்படி கர்த்தரை வேடிக்கை பாக்கிறீயோ, அதேமாதிரி அவரும் உன்ன வேடிக்கை பார்க்க மட்டும் அனுமதி. அது போதும் எனக்கு. நீ கடைசியா வாங்கிக் கொடுத்த ஆப்பிள்களுக்கு ஒரு அல்லேலுயா'' என்று தானே படித்து, தானே வேலைக்குச் சென்று, தானே சம்பாதித்து, 30 வயதில் ஆசைப்பட்டு வாங்கிய முதல் ஒற்றை தங்கச்சங்கிலியைக் கழற்றிக்கொடுத்து, மொட்டைக் கழுத்தோடு கிருபையின் நிழலில் ஒதுங்கிய அக்காவைப் பெற்ற சாத்தானான என்னால்...

''என்ன மாரி... மெட்ராசுக்குப் போய் சேர்ந்திட்டியா போரூர் சிக்னலைக் கண்டுபிடிச்சுப் போ. அங்க விசாலினி காம்ப்ளேக்சுக்குப் பக்கத்துல இருக்கிற ஒரு எஸ். டி. டி. பூத்ல தேவின்னு ஒரு பொண்ணு இருக்கும். அவகிட்ட போய் மாரின்னு சொல்லு. 500 ரூபாய் குடுப்பா. அப்புறம் காலேஜ்ல ஸ்காலர்ஷிப் வந்ததும், பசங்க எல்லோர்கிட்டேயும் பேசி ஒரு பெரிய அமவுன்ட் கரெக்ட் பண்ணிப் போட்டுவுடுறேன். அதுவரைக்கும் எப்படியாச்சும் சமாளிச்சுக்கோடா. படிப்ப விட்டுட்டுப் போயிருக்க. இனி உசுர விட்டாத்தான் திரும்பி வரணும். ஜாக்கிரதை!'' கண்ணை மூடிக்கொண்டு நான் நடக்கும்போது, எதிரில் முட்டும் கவர்களில் உடனே நட்பினால் சிறு துளையிட்டு தும்பிபோல என்னைப் பறக்கவைத்த ஆனந்த் என்கிற நண்பனின் தீரா நட்பைப் பெற்ற நண்பனான என்னால்...

"ஐயோ சார்.. சார்.. யானை சார்...யானை..."

"பதறாத மாரி.. சத்தம் போடாத. அப்படியே என் கையைப் பிடிச்சுக்கிட்டு புல்லுக்குள்ள படு. உடம்ப சிலுப்பாத. சின்னச் சத்தம்கூட போடாத. வானத்துல தெரியிற நட்சத்திரத்தையே பாரு. மலை உச்சியில, நல்ல பனி ராத்திரியில நட்சத்திரங்களைப் பார்த்துக்கிட்டு யானை மிதிச்சு சாகுற பாக்யம் எவனுக்குடா கிடைக்கும்? நமக்குக் கிடைச்சிருக்கு. அதனால... கண்ண மூடாம அப்படியே வானத்தப் பாரு. எவ்வளவு நட்சத்திரம்... பயப்படாத மாரி... என நட்சத்திரம் கொழுத்த ஆகாயமாக சினிமாவைக் காட்டி கங்காரு குட்டியாட்டம் இன்னும் நெஞ்சில் என்னைத் தாய்மையோடு சுமந்துகொண்டு திரியும் இயக்குநர் ராம் அவர்களை ஆசானாகக்கொண்ட சீடனான என்னால்...

"மாரி, நான் வேணும்னா இப்போ போய் திருநெல்வேலி லா காலேஜ்ல சேரட்டுமா?"

"எதுக்கு?"

"இல்ல, உன் கதைகள்ல வர்ற, உன் பால்யத்துல உனக்குக் கிடைச்ச அந்த ஜோ மாதிரி, புஷ்பலதா மாதிரி, ராஜி மாதிரி, செல்வலெட்சுமி மாதிரி, பூங்குழலி மாதிரி, மணிமேகலை மாதிரி இன்னும் நீ பொறந்ததுல இருந்து உன்ன யாரெல்லாம் நேசிச்சாங்களோ அவங்க எல்லாருமா மாதிரி அப்படியே அசலா மாறி உன்னை அவ்வளவு நேசிக்கணும்னு ஆசையா இருக்கு!" என்று சொல்லி என் வாழ்க்கையின் முதல் புள்ளியில் இருந்து தொடங்கும் இணைப்புள்ளியாக மாற எந்த நேரமும் பிரார்த்தனை செய்வதோடு, "சமகாலத்தில் ஊருக்குள் குடிசை எதற்கு எரிகிறது? காதலிக்கும் பெண் குழந்தைகளைப் பெற்ற அப்பாக்கள் ஏன் காரணம் சொல்லாமல் மரித்துப்போகிறார்கள்? அரசியல் தலைவர்கள் இப்போதெல்லாம் யாரைப் பற்றி அதிகம் கவலைப்படுகிறார்கள்?..." என்று தன் வீட்டுப்

பக்கத்தில் நிகழ்ந்துகொண்டிருக்கும் அருவருப்பான எல்லா உண்மைகளையும் தெரிந்த திவ்யாவால் அத்தனை காத்திரமாகக் காதலிக்கப்பட்டுக் கொண்டிருக்கும் இன்னுமோர் இளவரசனான என்னால்...

'மறக்கவே நினைக்கிறேன்' என்று எல்லாவற்றையும் அவ்வளவு எளிதாக மறந்துவிட முடியுமா என்ன?

இந்த 31 வாரங்களாக நீங்கள் காட்டிய தொடர் பிரியம்தான் எத்தனை சிலிர்ப்பானது! முதல் வாரத்திலிருந்து எத்தனை ஆசீர்வாதங்கள். எத்தனை அரவணைப்புகள், எத்தனை முத்தங்கள், எத்தனை மன்னிப்புகள், எத்தனை விசாரிப்புகள், எத்தனை ஆறுதல்கள், எத்தனை கண்ணீர்கள், எத்தனை நம்பிக்கைகள், எத்தனை குடும்பங்கள். இவை எல்லாவற்றையும் தாண்டி எவ்வளவு காதல்கள் என அத்தனையையும் இந்தத் தொடர் உங்களால் எனக்குச் சாத்தியப்படுத்தியது!

அணில்குஞ்சு போல அங்கிட்டும் இங்கிட்டுமாக மனக்கிளைகளில் தாவிக்கொண்டு இருந்தவனை, ஒரு மணிப்புறாவைப் போல மனம் எழுப்பி அகலமாக விரிந்த ஆகாயத்தில் அப்படியே பறக்கவைத்தது விகடனில் கிடைத்த 'மறக்கவே நினைக்கிறேன்' தொடர்தான் என்று சொல்வதில், உடனே வந்து கசிகிற என் கண்ணீர்த் துளி யாருக்கானது? அது யாரிடம் ஒப்படைக்கப்பட வேண்டியது?

தாமிரபரணியில் அடித்துக் கொல்லப்பட்ட குமாரின் அண்ணனிடம் ஒப்படைக்கலாமா?, கண்ணி வைத்து பிடிக்கப்பட்ட பறவைகளின் சிறகுகளிடம் உயிரைக் கொடுத்த ஸ்டீபன் வாத்தியாரின் மனைவிடம் கொடுக்கலாமா?, இன்னும் திருநெல்வேலி ஜங்ஷனில் நரைத்த கிழவியாக அலையும் சொட்டுஅக்காவின் கண் தெரியாத மகனிடம் கொடுக்கலாமா?, பொம்மையோடு பொம்மையாக, அந்த சினிமா

சுருளோடு சுருளாகத் தொலைந்து போன அந்தக் கிழவரிடம் கொடுக்கலாமா? சபலமா, மனப்பிறழ்வா, உயிர் உளைச்சலா என்னவென்று சொல்லாமலே காணமல்போன சின்னக்குப்பை மாமாவிடம் கொடுக்கலாமா? யாரிடம் கொடுக்கலாம்?

எவ்வளவு பேர் இங்கு தைரியமாக இருக்கிறார்கள் அந்த ஒற்றைத் துளியை அதே கனத்தோடு அப்படியே வாங்கிக்கொள்ள? சந்தியா இருக்கிறாள்! "அந்தத் தாத்தா, அந்தக் கிளி.. எல்லோரும் பாவம். அப்புறம் நீங்க ரொம்ப ரொம்பப் பாவம்" என்று ஒவ்வொரு வாரமும் எனக்காக வருத்தப்பட்ட குட்டி சந்தியாவின் குட்டிக்கதைகள் கண்டிப்பாக அதை வாங்கிக்கொள்ளும் என்று நம்புகிறேன்.

அப்படி ஒப்படைப்பதற்கு முன்பாக பிரியமான உங்களிடம் ஓர் உண்மையைச் சொல்லிவிட்டு விடைபெறலாம் என்று நினைக்கிறேன். ஏனெனில். என்னளவில் 'நான்' என்பது கண்டிப்பாக நீங்கள் நினைத்துக்கொண்டிருப்பது அல்லவே. ஆனாலும் நீங்கள் இத்தனை நாளாக செவிமடுத்த உங்களுக்குப் பிரியமாக குரலை, நீங்கள் பத்திரப்படுத்திக்கொள்ளவே, அதேகுரலில் சத்தம் போட்டுச் சொல்கிறேன்.

'சிலுவையில் அறையப்பட்டவன் என்பதற்காக

என்னைக் கர்த்தராக நினைத்து

நீங்கள் காதலித்திருந்தால்,

கவிதை எழுதியிருந்தால்,

கண்ணீர் வடித்திருந்தால்,

மூன்றாம் நாள்

உயிர்த்தெழுவானென்று
காத்திருந்தால்..
எதற்கும்
நான் பொறுப்பில்லை!
ஏனெனில், அந்தக்
கர்த்தருக்குப் பக்கத்தில்
எந்தப் பிரார்த்தனையுமின்றி
அறையப்பட்ட
இரண்டு திருடர்களில் ஒருவனாகக்கூட
நானிருக்கலாம்!'